உற்ற சொல்லைத் தேடி

உற்ற சொல்லைத் தேடி
மு. குலசேகரன் (பி. 1961)

முழுப்பெயர் மு. குலசேகரபாண்டியன். திருப்பத்தூர் மாவட்டம், பாலாற்றங்கரையோரமுள்ள பாபனபள்ளி பிறந்து வளர்ந்த ஊர். வாணியம்பாடி அருகிலுள்ள புதூரில் வசிக்கிறார்.

'ஒரு பிடி மண்', 'ஆயிரம் தலைமுறைகளைத் தாண்டி' ஆகிய கவிதைத் தொகுப்புகளும் 'அருகில் வந்த கடல்', 'புலி உலவும் தடம்' ஆகிய சிறுகதைத் தொகுப்புகளும் வெளியாகியுள்ளன. 'தங்க நகைப் பாதை' எனும் நாவல் வெளியாகவுள்ளது.

கைபேசி   : 94424 13262

மின்னஞ்சல் : kulasekaranvnb@gmail.com

மு. குலசேகரன்

உற்ற சொல்லைத் தேடி

காலச்சுவடு பதிப்பகம்

அன்பார்ந்த வாசகருக்கு,

வணக்கம்.

காலச்சுவடு நூலை வாங்கியமைக்கு நன்றி.

நூலின் உள்ளடக்கம், உருவாக்கம், அட்டைப்படம் இன்ன பிற அம்சங்கள் பற்றிய உங்கள் கருத்துகளையும் ஆலோசனைகளையும் காலச்சுவடு வரவேற்கிறது. தகவல், எழுத்து, வாக்கியப் பிழைகள் தென்பட்டால் கட்டாயம் தெரிவித்து உதவுங்கள். நூல் தயாரிப்பில் கடும் குறைபாடு இருப்பின் மாற்றுப் பிரதி உங்களுக்குக் கிடைக்கக் காலச்சுவடு ஏற்பாடு செய்யும்.

மின்னஞ்சல்: publisher@kalachuvadu.com

காலச்சுவடு நாகர்கோவில் அலுவலகத்திற்குக் கடிதம் அனுப்பலாம்.

தங்கள்

எஸ்.ஆர். சுந்தரம் (கண்ணன்)

பதிப்பாளர் — நிர்வாக இயக்குநர்

உற்ற சொல்லைத் தேடி ◆ கட்டுரைகள் ◆ ஆசிரியர்: மு. குலசேகரன் ◆ © மு. குலசேகரபாண்டியன் ◆ முதல் பதிப்பு: நவம்பர் 2023 ◆ வெளியீடு: காலச்சுவடு பப்ளிகேஷன்ஸ் (பி) லிட்., 669, கே.பி. சாலை, நாகர்கோவில் 629001

காலச்சுவடு பதிப்பக வெளியீடு: 1230

uRRa collait teeTi ◆ Eassys ◆ Author:Mu.Kulasekaran◆ ©M.Kulasekara pandiyan ◆ First Edition: November 2023 ◆ Language: Tamil ◆ Size: Demy 1x8 ◆ Paper: 18.6 kg maplitho ◆ Pages: 176

Published by Kalachuvadu Publications Pvt. Ltd., 669, K.P. Road, Nagercoil 629001, India ◆ Phone: 91-4652-278525 ◆ e-mail: publications@kalachuvadu.com ◆ Printed at Adyar Students xerox Pvt. Ltd., No. 275 Habibullah Road, Triplicane high Road, Opp Triplicane Post Office, Triplicane, Chennai 600005

ISBN: 978-81-19034-65-9

11/2023/S.No. 1230, kcp 4814, 18.6 (1) rss

பல புத்தகங்களைத் தந்து படிக்கச் செய்து 'புது எழுத்து' இதழில் அவற்றைப் பற்றி எழுதவும் வைத்த அதன் ஆசிரியர் எழுத்தாளர் தொல்லியலாளர் மனோன்மணி அவர்களுக்கு.

வெளியான இதழ்கள், நூல்கள்

புது எழுத்து, காலச்சுவடு, கல்குதிரை, மணல் வீடு, உயிரெழுத்து, வனம், இந்து தமிழ் திசை, நஞ்சுண்டன் தொகை நூல், சசி தொகை நூல், விட்டல்ராவ் கட்டுரைத் தொகுப்பு, கு. இராமலிங்கம் கவிதைத் தொகுப்பு,

பொருளடக்கம்

என்னுரை: இணைந்த பயணம் 11

முன்னுரை: உற்ற பயணத் துணை 17

1. உற்ற சொல்லைத் தேடி 23
2. மரணத்துக்குப் பின்னான வாழ்வு 37
3. காதலும் போராட்டமும் கலையும் 43
4. பழி தீர்ப்பதாகும் மனனிப்பு 51
5. ஊழி நடனம் 58
6. உருவ வெளி 64
7. விழித்தபடி காணும் கனவு 69
8. அங்கு இயற்கை இயல்பாயிருந்தது 75
9. புதிய அலை, புதிய கரை 81
10. இரண்டுக்கும் நடுவில் 88
11. விண்மீன்களின் தொட்டி 92
12. காலத்தின் மாயம் 98
13. இன்னும் ஒயாத போர் 102
14. வன்முறை வரலாறு 109
15. கண்டடைவதின் சூதாட்டம் 113
16. தன்னை அழித்துக்கொள்ள நினைப்பதின் கதை 117
17. மையமாகும் உதிரிகள் 120

18. இருள் நிறைந்த வீடு	128
19. அடையும் இலட்சிய வடிவம்	136
20. அந்தி நேர உலா	145
21. அலையற்ற ஆழம்	152
22. கரை காணா ஏரி	159
23. பறத்தலாகும் எழுதுதல்	167
24. கனவை எழுதுதல்	170

என்னுரை

இணைந்த பயணம்

கல்லூரியில் படிக்கையில், நண்பர்கள் ராமலிங்கம், விஜயகுமார், நான் ஆகியோர் இணைந்து நாவுகள் என்ற கையெழுத்துப் பத்திரிகை நடத்தினோம். அதில் சிறுகதைகள், கவிதைகள் எழுதிவந்தோம். முக்கியமாகப் புத்தகங்கள், அரசியல், சினிமாக்களைப் பற்றித் தொடர்ந்து கட்டுரைகளும் எழுதினோம். நான் புனைபெயரில் நகைச்சுவைக் கட்டுரைகளும் எழுதினேன். அனைத்து வகைகளிலும் மூவரும் எழுதியாக வேண்டும். அப்போதுதான் இதழ் முழுமையடையும். ஏறக்குறைய இரண்டு ஆண்டுகள். பதினைந்து இதழ்களுக்கு மேல் வெளியாகின. நாங்கள் வேலைகள் நிமித்தம் பிரியவும் பத்திரிகை நின்றது.

அப்போது தங்குதடையில்லாமல் எழுதியதை நினைக்கையில் வியப்பாயிருக்கிறது. அனைவரும் வாசிக்கக் கையெழுத்துப் பத்திரிகையை நூலகத்தில் வைத்தோம். எத்தனை பேர் படித்தார்கள் என்று தெரியாது. நண்பர்களைப் போல் நிறைய எதிரிகளும் உருவானார்கள். எழுதியவற்றில் தங்களை அடையாளம் கண்டு கண்டனங்களை எழுப்பினார்கள். கதையில் வருவது தான், கட்டுரை தங்கள் கருத்துக்கு மாறானது என்ற புகார்கள். எங்களைத் தண்டிக்க ஓர் இதழைக் கடத்திக் கிழித்து அஞ்சலில் அனுப்பினார்கள். ஒரு நகைச்சுவைக் கட்டுரைக்காக மன்னிப்புக் கோரினேன். நாங்கள் ஓயவில்லை. யாரையும் புண்படுத்தும் நோக்கமல்ல(!) என்ற எச்சரிக்கைக் குறிப்புடன் தொடர்ந்து பத்திரிகையை நடத்தினோம். கடைசியில்

இதழை அச்சில் வெளியிட விரும்பினோம். முடியாததால் எழுதியவற்றில் தேர்ந்தெடுத்துப் புத்தகமாக்கவாவது நினைத்தோம். கவிஞர் மீரா 'அகரம்' பதிப்பகத்தில் வெளியிட உறுதியளித்தார். எங்கள் எண்ணம் ஈடேறவில்லை. அவற்றைத் தொகுக்க முடியவில்லை. மீண்டும் எழுதித் தட்டச்சிடுவது கடின வேலையாயிருந்தது.

அந்தக் கையெழுத்து இதழ்கள் பலரிடம் சென்று தொலைந்தன. சில நூல்களைப் பற்றி எழுதியவை மட்டும் நினைவில் அழியவில்லை. 'பிறகு' (பூமணி) நாவல் மதிப்புரையை மறக்க முடியாது. மிக அடிநிலையிலுள்ளவர்களுக்கும் கீழானவர்களைப் பற்றிய மிக முக்கியமான நாவல் என்று எழுதினேன். உரையாடல்களில் மட்டுமில்லாது விவரணைகளிலும் கரிசல் மண் பேச்சு வழக்கு ஆழமாகப் படிந்திருக்கிறது, கலை அமைதி மிக்கது என்றும் குறிப்பிட்டதாக ஞாபகம். அப்போது அந்த நாவல் அதிகம் பேசப்பட்டிருக்கவில்லை. நாங்கள் தொடர்ந்து பல புத்தகங்களைக் குறித்து எழுதினோம். அபி, அசோகமித்திரன், இந்திரா பார்த்தசாரதி, வண்ணநிலவன், வண்ணதாசன், ஞானக்கூத்தன், ஆத்மாநாம், மாலன், நா. தர்மராஜனின் மொழிபெயர்ப்பு நாவல், கலாப்ரியாவின் 'மற்றாங்கே', பல புதுக் கவிதைத் தொகுப்புகள். சுந்தர ராமசாமியின் 'ஜே.ஜே. சில குறிப்புகள்' நாவல் புதிதில் பிரமிப்பூட்டியது என்பதால் பேராசிரியர் ஒருவரைக் கொண்டு மதிப்புரை எழுதவைத்தோம். நாவலுக்கு நேர்மாறாகக் கட்டுரை எளிமையாயுள்ளது என்ற என் அபிப்ராயம் எழுதியவரிடம் போய்ச்சேர்ந்தது. குறைகளை எழுதியதால் ஒரு பிரபல மேடைக் கவிஞர் என்னைத் தாக்கினார். அந்தக் கையெழுத்துப் பத்திரிகையில்தான் எங்கள் தமிழ்ப் பேராசிரியர் இக்பால் மொழிபெயர்த்த வைக்கம் முகமது பஷீரின் 'பூவன் பழம்' சிறுகதை முதன்முதலாக வெளியானது. வைசாகனின் சிறந்த சில சிறுகதைகளையும் மொழிபெயர்த்திருந்தார். அவர் வரைந்த ஓர் அழகிய அட்டைப் படம் இன்றும் நினைவிலுள்ளது.

கையெழுத்துப் பத்திரிகை நடத்தும் முன்னால் படித்த சில புத்தகங்களைப் பற்றி நோட்டில் தொடர்ந்து குறிப்புகள் எழுதிவைத்திருந்தேன். நூலகத்திலிருந்து எடுத்து வந்த புத்தகங்கள் நிறைய. புதுமைப்பித்தன், கு.ப.ரா., அசோகமித்திரன், தி.ஜா., மு.வ., கல்கி, தேவன், துமிலன், ந. பிச்சமூர்த்தி, சுஜாதா, அகிலன், ஜெகசிற்பியன், நா. காமராசன் போன்றவர்கள் எழுதியவை. பெரும்பாலும் அவற்றின் கதைச் சுருக்கங்கள். கூடவே கவிதைகள், சினிமாப் பதிவுகள், பாடல்கள். கத்தரித்து

மு. குலசேகரன்

ஒட்டிய ஓவியங்கள், புகைப்படங்கள். பிறகு அந்த நோட்டைக் கிழித்தெறிந்தேன்.

கல்லூரிக் காலத்தில், தமிழ்ப் பேராசிரியர்கள் இணைந்து நடத்திய 'ஏதேன்' இலக்கியச் சந்திப்புகளில் பங்கேற்றுக் கவிதைகள் வாசிப்பதும், நாடகங்கள் நிகழ்த்துவதும் நடந்தன. அதன் தொடர்ச்சியாக, நண்பர் கவிஞர் ஸ்ரீநேசன் உருவாக்கிய 'நவீனர்' இலக்கியக் குழுவை நண்பர்கள் இணைந்து நீண்ட காலம் நடத்தினோம். சுமார் ஐந்தாண்டுகளாக ஆங்கிலப் புத்தாண்டு தினத்தில் ஏலகிரி மலையில் கூடுகைகள் நிகழ்ந்தன. இரவு முழுவதும் தீ வளர்த்து எதிரில் அமர்ந்து உரையாடியவை பேரனுபவங்கள். ஆரம்பத்தில் நாங்கள் எழுதிய கவிதைகளை, கட்டுரைகளை வாசித்து விவாதித்தோம். பிறகு பிறரின் கவிதைத் தொகுப்புகளைப் பற்றிய கட்டுரைகளை வாசித்தோம். ஒவ்வொருவரும் கட்டுரை எழுதி வாசிக்க வேண்டும். பெரும்பாலும் புதிய கவிதைத் தொகுப்புகள் பற்றி. ஏலகிரி நிகழ்வுகளில் முக்கிய இலக்கிய ஆளுமைகள் கலந்துகொண்டிருக்கிறார்கள். அந்த 'நவீனர்' கூட்டங்களில் வாசிக்கப்பட்ட சில கட்டுரைகள் இதில் இடம்பெற்றுள்ளன.

புது எழுத்து (ஆசிரியர் மனோன்மணி, கடைசி இலக்கியச் சிறுபத்திரிகை என்பார்) அச்சுப் பத்திரிகை அறிமுகமானது. அவர் தந்த பல புத்தகங்களுக்கு விமரிசனங்கள் எழுதினேன். அந்த இதழில் கவிதைகளும் கதைகளும் எழுதியுள்ளேன். அவர் தொடர்ந்து எழுத ஊக்கமளித்தார். *புது எழுத்து* இதழில் நிறைய விமரிசனங்கள் வெளியாக, எழுத்தாளரும் தொல்லியலாளருமான மனோன்மணியே காரணம். அவர் பலரைத் தொடர்ந்து கேட்டு விமரிசனங்கள் மட்டுமல்ல, கவிதைகள், மொழிபெயர்ப்புகளும் எழுதவைப்பார். அபார ஞானமும் ஈடுபாடும் உழைப்பும் அவருடையது. அவற்றை உடனிருந்து கண்டிருக்கிறேன். 'நவீனர்' இலக்கியச் சந்திப்புகளில் வாசிக்கப்படுகிற கட்டுரைகளையும் குறிப்புகளுடன் அவர் தயக்கமில்லாமல் வெளியிட்டுள்ளார். இந்தத் தொகுப்பிலுள்ள கட்டுரைகள் சில *புது எழுத்து* இதழில் வெளியானவை.

மறைந்த கவிஞர் வே. பாபு சேலத்தில் 'தக்கை' அமைப்பு சார்பாகத் தொடர்ந்து இலக்கியக் கூடுகைகளை நடத்திவந்தார். அதில் பல கூட்டங்களில் அவருடைய அழைப்பால் கட்டுரைகள் வாசித்திருக்கிறேன். அவற்றுக்கான சில புத்தகங்களை உடனுக்குடன் வழங்கியிருக்கிறார். அங்குதான் பல சிறந்த இலக்கியவாதிகளை நேரில் சந்தித்தேன். அவர்களுடன் அறைகளில் தங்கி உண்டு உறவாடி மகிழ்ந்திருக்கிறேன். அவை

வாழ்க்கையின் பொற் கணங்கள். சில தங்கல்களில் மேட்டிமை மிகுந்த சந்திப்புகளும் நேர்ந்திருக்கின்றன. பாரபட்சமற்ற அன்பு, பாபுவினுடையது. அவர் அழைப்பைத் தவிர்க்க முடியாது ஏற்றுப் பலர் கலந்துகொண்டிருக்கிறார்கள். உபசரிப்புகளைப் போலவே பாபுவின் சார்பற்ற தன்மை உயர்ந்தது. உண்மையில் இலக்கியக் குழுக்கள் என்ற ஒன்று கிடையாது என்பதைக் காட்டிய நிகழ்வுகள் அவை. அவர் மறைந்ததில் கூடுகைகளும் இல்லாமலாயின. அவர் இருந்திருந்தால் இத்தொகுப்பின் பக்கங்கள் மேலும் கூடியிருக்கும்.

அதேபோல், சேலம் நண்பர், எழுத்தாளர் சிவபிரசாத் ஒருங்கிணைத்த நிகழ்வுகளில் பங்கேற்றிருக்கிறேன். அவை சிறப்பான அரங்கக் கூட்டங்களாக அமைந்தன. அவற்றில் கட்டுரைகள் படிப்பதைக் காட்டிலும் உரை நிகழ்த்துவது பொருத்தமானதாயிருந்தது. அந்த உரைகளின் கட்டுரை வடிவங்களும் இதிலுள்ளன. சிவபிரசாத் தொகுத்த இரு தொகை நூல்களுக்காக எழுதப்பட்ட கட்டுரைகளும் இந்தத் தொகுப்பிலுள்ளன. அவை எங்கள் இருவருக்கும் நெருங்கிய நண்பர்களான மறைந்த நஞ்சுண்டன், சசி ஆகியோரைப் பற்றிய நினைவுக் கட்டுரைகளாக அமைந்தது துரதிர்ஷ்டம். நாங்கள் நால்வருமாகச் சில இலக்கியச் சுற்றுலாக்களை மேற்கொண்டிருந்தோம். அவற்றைத் தொடர நஞ்சுண்டன் விரும்பினார். ஆனால் காலம் வேறு வகையில் சிந்தித்திருந்தது. நாங்கள் இருவரும் மறைந்த மற்ற இருவரின் நினைவுகளை அவ்வப்போது பகிர்ந்துகொள்வோம். சிவபிரசாத் தொகுத்து உருவாக்கிய அந்த இருவரின் தொகை நூல்கள், அவர் செலுத்திய கடின முயற்சி, அன்பின்பாற்பட்டவை.

அனைத்துக் கட்டுரைகளிலிருந்தும் தேர்ந்தெடுக்கப்பட்டவை இப்போது நூலாக்கம் பெறுகின்றன. படைப்புகளை வாசித்து வகுத்தும் தொகுத்தும் கொள்வதே இவற்றின் நோக்கம். அதன் வழியாகப் பொருள்கொள்ளலை அடையவும் முயலுகின்றன. இவை சிறந்த நூல்களைப் பற்றிய விமரிசனங்கள், மதிப்புரைகள். குறிப்பிட்ட ஒருவருடையவை என்பதைவிட இலக்கியச் சூழலின் பிரதிபலிப்புகள் எனலாம். ஏனெனில் அவரே சூழலின் அங்கம்தான். பெரும்பாலும் அவற்றை வெளிப்படுத்துவதாகவும் சுய ரசனை சார்ந்த தனிப்பட்ட எண்ணங்கள் குறைவு எனவும் கருதுகிறேன். அப்படித்தான் படைப்பை அணுக விரும்புகிறேன். பிறவற்றை வாசித்தே அடைய வேண்டும். ஒரு பிரதிக்குப் பல அர்த்தங்களிருந்தாலும் அது சிலவற்றை உத்தேசித்திருக்கலாம். அவற்றைத் தேட முற்படுவதும் வெளிப்பாட்டு முறைகளைப் பரிசீலிப்பதும்

மதிப்புரைப் பணி எனலாம். அவ்வாறாக எழுதப்பட்டதை மேலும் வளர்த்துக்கொள்வது சிறந்த வாசிப்பாகும்.

இக்கட்டுரைகளில் நேரடி மேற்கோள்கள், எடுத்துரைப்புகள் முடிந்தளவு தவிர்க்கப்பட்டிருக்கின்றன, பெரும் எழுத்தாளர்கள், சிந்தனையாளர்களின் கருத்துகள் ஏற்புடையவையாயிருப்பினும் அவை அந்தந்தச் சூழலில் மட்டும் பொருந்தக்கூடியவை. பிற சமயங்களில் வெளிறிப்போய்விடுபவை. எவையும் நீடித்து நிலைத்திருப்பவை அல்ல, அப்படியானால் கருத்துகள் அறுதியானவையாயுமில்லை. அவை எப்போதும் மாறிக் கொண்டிருப்பவை. ஒரு சந்தர்ப்பத்தில் கூறியவை மற்றொரு நேரத்தில் வேறாக மாற வேண்டியவை. ஆனாலும் அச்சிந்தனைகள் சூழலை வளப்படுத்துபவை. கற்கும் ஒருவருக்குச் சொந்தமானவையாக மாறிவிடுபவை. அப்படித்தான் பற்பலரின் கூற்றுகள் இவற்றில் பயின்று வருகின்றன. அவை இல்லையேல் விமரிசனமில்லை.

பல இலக்கிய விமரிசன முறைகள் சூழலில் தொடர்ந்து பெரும் செல்வாக்குச் செலுத்தி வருபவை. அவையே இலக்கியத்தின் போக்கை உருவாக்குபவை. சி.சு. செல்லப்பாவின் ரசனை விமரிசன வழி என்றும் மிகத் தேவையானது. சிறு அம்சங்களையும் தனியாக அணுகி நுணுகிக் கூறுவது, உள்ளார்ந்து வாசிப்பைத் தூண்டுவது. பிரமிள், இலக்கியம் பற்றிய அறிவார்ந்த சிந்தனை முறையை முன்வைத்தார். வாசிப்பைக் கற்றலாக மாற்றிக் காட்டியவர். அறிதல் மேலும் வாசிப்பை மேம்படுத்துவது. க.நா. சுப்ரமண்யம் படைப்புகளின் மேல் தீர்மானமான மதிப்பீடுகளை எழுப்பச் செய்தவர். இலக்கியத்தையும் அல்லாதவற்றையும் தெளிவுபட வகுத்தவர். எதை எழுதுவதென்று தேர்வதிலும் படைப்புக்குள் விமரிசனம் வெளிப்படுவதைக் காட்டுவது என்றவர். சிறந்த படைப்பாளர்களே விமரிசனத்தில் தீவிரமாகச் செயல்படுவதைக் காணலாம். அதுவும் படைப்பாக்க உணர்வு. விமரிசனங்களாக மதிப்புரைகள் எழுதப்படுகின்றன. முதலில் சிறப்பானவைதான் தேர்ந்தெடுத்து வாசிக்கப்படுகின்றன. அவற்றிலுள்ள குறைபாடுகள் கூறப்படலாம் அல்லது வாசிப்பில் விலக்கப்படலாம். அவையும் எல்லைக்குட்பட்ட பார்வைகள்தான். இவ்வகையில் இலக்கியமற்றவை ஒதுக்கப்படுகின்றன. அதுவே விமரிசன்ம்தான்.

இவற்றில் சில புத்தகங்கள் காலத்தால் சற்றுப் பிந்தியிருந்தாலும் இலக்கியம் என்கிற முறையில் எப்போதும் பொருந்துபவை. அவற்றை வாசிப்பால் புதிதாக்கிக்கொள்ளலாம். தீர்மானமான தனிப்பட்ட அபிப்ராயங்களை அதிகம் கூறுவதைக்

தவிர்த்திருக்கிறேன். என்னளவில் முழு லட்சியப் புத்தகம் இன்னும் வெளியாகவில்லை. சில படைப்புகள் பிரத்யேகக் காரணங்களால் மிகவும் பிடிப்பதைக் கண்டிருக்கிறேன். சில விரும்பப்படாமலும் போகின்றன. ஆனால் அவை பிறிதொரு சூழலில் வேறு அர்த்தங்களை வழங்குவதையும் மிக நெருக்கமாவதையும் உணர்ந்திருக்கிறேன். ஒரு தேர்ந்த வாசகப் பொதுப்புள்ளியில் என்னை நிறுத்திப் படைப்புகளை அணுகுவது சிறந்த வழியாயிருக்கிறது. அப்படியாகச் சில புத்தகங்களைப் பற்றி இதில் எழுதப்பட்டிருக்கிறது. இதை வெளியிடுகையில் புனைவுகளைக் காட்டிலும் ஆழ்ந்து வாசிப்பதும் கட்டுரைகளை எழுதுவதும் உவப்பாயிருப்பதை எண்ணிக்கொள்கிறேன்.

இதில் எழுதப்பட்டுள்ள புத்தகங்கள், பல சிறந்த வாழ்க்கைப் பார்வைகளையும் இலக்கியத்தையும் அனுபவமாக்கி யிருக்கின்றன. அவற்றுக்குக் காரணமானவர்கள் அந்தந்தப் படைப்பாளிகள்.

இந்த நூலுக்கு முன்னுரை வழங்கியவர் மிகச் சிறந்த கவிஞரான ஸ்ரீநேசன். எங்கள் நட்பு பல வருடத் தொன்மையானது. இலக்கியம் காரணமாகவே எங்களுக்குள் உள்ளார்ந்த, என்னைத் தூண்டும் சக்தியான ஒருவகை எதிர்நிலை கொண்டது. அவர் தனிப்பட்ட முறையிலும், அதே சமயத்தில், ஆழ்ந்த தன் கல்விப்புலம் சார்ந்து, ஆய்வுரீதியில் புறவயமாகவும் ஒருங்கே படைப்பை அணுகுபவர்.

இதை எப்போதும்போல் சிறந்த இலக்கியத் தரத்துடன் வெளியிடுபவர் 'காலச்சுவடு' பதிப்பாளர் கண்ணன். பல புத்தகங்களால் நட்டமென்றாலும் இடையறாத இயக்கமாகச் செயல்படுவர் அவர். இதன் பதிப்பாசிரியர், செம்மையாக்குநரும் தேர்ந்த எழுத்தாளருமான அரவிந்தன்.

இக்கட்டுரைகளை மேன்மையுடன் பிரசுரித்தவர்கள் அந்தந்த இதழாசிரியர்கள்.

இதன் அட்டை ஓவியத்தை வடிவமைத்தவர் மு. மகேஷ். புத்தக உருவாக்கத்தில் பணியாற்றியவர் இரா. ஹெமிலா. என் புகைப்படத்தை அன்புடன் எடுத்தளித்தவர் லாலி. வழக்கம்போல் அனைத்து நண்பர்களையும் இப்போது நினைத்துக்கொள்கிறேன். அனைவருக்கும் மிகுந்த நன்றி.

வாணியம்பாடி. **மு. குலசேகரன்**
21.10.2023

முன்னுரை

உற்ற பயணத் துணை

தமிழ் இலக்கிய உலகுக்கும் எனக்கும் ஒரே காலகட்டத்தில் கவிஞராக அறிமுகமானவர் மு. குலசேகரன். 1980களின் பிற்பகுதியில் தன் முதல் கவிதைத் தொகுப்பைக் கவிஞர் ராமலிங்கம் கவிதைகளுடன் அவர் இணைந்து அச்சிட்டு வெளியிட்ட காலம் அது. அச்சகத்தில் நான் ஒரு பணி ஆள். நானே விரும்பி ஏற்றுக்கொண்டிருந்த அந்தப் பணியின் புரிந்துகொள்ள முடியாத உள்ளார்த்தம் ராமலிங்கம் – குலசேகரனைச் சந்தித்தது என்பதாகவே இப்போது உணர்கிறேன். ஊழிற் பெருவலி யாவுள? அன்றைய அறிமுக நிலையில் தன்னை முன்னிலைப்படுத்திக்கொள்ளாத ஓர் அடங்கிய தொனி அவர் குறித்த மனச் சித்திரமாக என்னுள் பதிந்தது. அத்துடன் தீர்க்கமான வாசகத் தோற்றமும் இயைந்திருந்தது. இதை அவரது கவிதைகளின் நடையும் உறுதிப்படுத்தி யிருந்தது. பிறருக்கு உரைப்பது என்றில்லாமல் சுயநோக்குக் கொண்டிருந்த அவரது மொழி, தான் தன்னிடமே அல்லது தனக்கே கூறிக்கொள்வதைப் போன்றது. தமிழில் வேறெவரது போலுமில்லாத, வேறெவரும் கொண்டிராத அவரது அடிப்படை அடையாளமான அதே தனிமொழியால் எழுதப்பட்ட கட்டுரைகளானது இந்நூல்.

அறிமுகக் காலத்திலிருந்து சந்திப்புகளின் போது புத்தகங்கள் குறித்த பேச்சே எங்களுக்குள் முதன்மையாயிருந்தது. நூலகத்தின் தொடர்ச்சி யான வாசகராயிருந்த அவருக்குப் பிரதானமானதாக

வாசிப்பு இன்பமே இருந்திருக்கக்கூடும். அதனால் சீரிய இலக்கியங்கள் மாத்திரமின்றி வெகுசன ஈர்ப்புமிக்க எழுத்துக்களிலும் சமஆர்வம் கொண்டிருந்தார். நூலகம் போன்ற புதையல்களும் குப்பைகளும் நிறைந்திருக்கும் ஒரு பொதுவெளியில் தன் வாசிப்புக்குகந்ததை அடையாளம் காணும் தனித்திறன் அவருக்கிருந்தது. இத்தனைக்கும் முன்னோடிகளோ ஆசான்களோ இல்லாத சுயம்புவெளி அவருடையது. ஒரு வகையில் வனத்தினடியில் கிழங்கிருக்கும் இடமறிந்து தோண்டிக் கொள்ளும் ஆதிவராகத் திறன் அது. அலைந்து அலைந்து தனக்குகந்ததை அறிந்தடையும் திறன்.

சந்திப்புகள், உரையாடல்களால் ரசனைமிக்க அவரது வாசிப்புகளைக் கோடிட்டுக் காட்டுவதன் வாயிலாகப் பரிந்துரைகளாக்கி என் வாசகத் திறனையும் கூர்தீட்டித் தந்திருந்தார். அவர் குறிப்பாகப் பேசும் எந்த நூலையும் அவர் உதவியில்லாமல் தேடி வாசித்துக்கொள்ளும் மறைமுக விருப்பம் எனக்கிருந்தது. பின்பே நூல் பரிமாற்றங்களும் வாசிப்புப் பரிவர்த்தனைகளும் மெதுமெதுவாக நிகழ்ந்திருந்தன. புதுமைப்பித்தனுடன் தொடங்கியிருந்த சமகால இலக்கியத்தின் குறிப்பிடத்தகுந்த நூல்களையெல்லாம் தேடி வாசிக்கும் பசியோடு அன்றிருந்தோம். அது எண்ணிக்கை பிரதாபத்திற் காகவோ, கடமை சார்ந்த ஒன்றெனவோ இருந்திருக்க வாய்ப்பளிக்க வில்லை. வாசிப்பின் ஆரம்ப காலங்களில் கு.ப.ரா., மௌனி, லா.ச.ரா., தி.ஜா., அசோகமித்திரன், கு. அழகிரிசாமி, ஜெயகாந்தன் – எல்லோரும் தேவை வந்தபோது சரளமாக வந்து சேர்ந்தார்கள். இணையாக நூலகத்தில் கிடைத்த டால்ஸ்டாய், தஸ்தயேவ்ஸ்கி, மாப்பசான், ஓ ஹென்றி, தாமஸ் மன், ஹெர்மன் ஹெஸ், ஜிம் கார்பெட்; சாகித்ய அக்காதமி, நேஷனல் புக் டிரஸ்ட் வெளியிட்ட இந்திய நாவல்கள் எனப் பல தரப்பட்ட மொழிபெயர்ப்புகள் வழியாகவும் பயணப்பட்டோம். குறிப்பாக 'கோன்–டிகி' என்ற அபூர்வமான கடற்பயண நூலும், 'லங்கா ராணி' என்ற ஈழத்து நாவலும் மறக்க முடியாதவை. தவிரச் சிற்றிதழ்கள், புதிய இலக்கிய நண்பர்களின் தொடர்புகளாலான சமகால நூல்களின் அறிமுகங்களும் வாசிப்பை மேம்படுத்தச் செய்தன. இவ்வாறு தொடர் வாசிப்பார்வம் கொண்டிருந்தும் அவற்றையெல்லாம் குறிப்பாகவோ, கட்டுரையாகவோ எழுதிக் கொள்வது எங்களுக்கு அன்று தேவையில்லாததாகவே இருந்துள்ளது.

நூல் வாசிப்பைப் பகிர்ந்துகொள்ளும் சமயங்களில் நாம் காணாத ஒரு பார்வையைப் புலப்படுத்துபவராகவோ

மறைபொருளாக இருக்கும் ஓர் அழகியல் அனுபவத்தைச் சுட்டுபவராகவோ நம்மைக் கிளர்த்துவார் அவர். தாம் வாசித்த நூல்கள் எல்லாவற்றையும் குறித்து ஆர்வத்துடன் வெளிப்படுத்திக்கொள்பவர் என்றும் சொல்லிவிட முடியாது. வாசித்துப் பிடித்துப்போன நூலைக் கிளர்ச்சியோடு அவரிடம் பகிரப் போகையில்தான் ஏற்கெனவே அதை வாசித்திருப்பதை அந்த நூலின் பலவீனங்களைச் சுட்டுவதன் மூலம் தொட்டுக் காட்டுவார். அதன் பின்புலத்தில் அப்போதுதான் அது ஓர் உரையாடலாக வளரத் தகும் என்ற கருத்துப் புதைந்திருக்கும். வாசித்தவற்றைப் பாராட்டுவது என்பதைவிடப் பெரும்பாலும் விவாதமாகவே அமைவதாயிருக்கும். ஒரு நூலை வாசித்த செய்தியைப் பகிர்வதில்கூடத் தயக்கம் காட்டுகிற இயல்பு அவருக்குண்டு. இக்குணம் அவரது எழுதும் நோக்கத்தையும் படைப்பாற்றலையும்கூட மட்டுப்படுத்துவதாயிருந்ததோடு அச்சூழலில் இயங்கிய என் போன்றோரின் மீதும் தாக்கம் செலுத்தியிருந்தது. தாம் ஒன்றை எழுதிக்கொண்டிருக்கும் செய்தியைக்கூட வெளியிட விரும்பமாட்டாதவர், எழுதிக்கொண்டிருக்கும் ஒன்றையோ அல்லது முடித்த கையெழுத்துப் பிரதியையோ வாசிக்கத் தருவதில் ஒருபோதும் விருப்பமில்லாதவராகவே இருப்பார். எழுதியவை அச்சில் வந்த பின்பே அது குறித்த தகவலைச் சொல்வார்; அல்லது தனக்குக் கிடைத்த அச்சுப் பிரதியை வாசிக்கத் தருவார். அதனாலேயேகூட இக்கட்டுரைகளில் சிலவற்றை இச்சந்தர்ப்பத்தில்தான் வாசிக்கக் கிடைக்கிறது.

ரசனைக்குகந்தவற்றை அவ்வப்போதைய தேவைக்கு வாசித்துக்கொண்டிருந்தவர், எழுதுபவராகப் பரிணாமமுற்று எழுதியவற்றைப் பிரசுரித்துப் பார்க்க ஆர்வப்படுவதுமான சூழலே இதழ்களுடனான தொடர்புக்கு இட்டுச் செல்கிறது. அதே இதழ்கள்தாம் வாசித்தவற்றை மதிப்புரையாகவோ விமர்சனமாகவோ எழுதுகிற ஊக்கத்தையும் தேவையையும் ஏற்படுத்துகின்றன. சிறந்த புதிய நூல்களைத் தேடி வாசித்தலும் நண்பர்களாக வாய்த்த இலக்கிய ஆளுமைகளின் நூல்களை அக்கறை கொண்டு ஆழ்ந்து வாசிப்பதும் நேர்கிறது. வாசிப்பின் நீட்சி தேவைப்படுகையில் கட்டுரையாக்குவதும் இயல்பாகவே நடந்தேறிவந்துள்ளது. கட்டுரைகள் தாம் புழங்கிய சிறுபத்திரிகையின் அடர்த்தியான மொழிநடையை வரித்துக்கொள்கின்றன. வாசிப்பில் தேர்ந்த சிறந்த நூல் களை ஒப்புக்கு அறிமுகப்படுத்துவதோ பாராட்டுகளால் மிகைப்படுத்துவதோ என்றில்லாமல் அதன் ஆழங்களில்

கண்டடைந்த ஒவ்வொன்றையும் நுணுக்கமாகப் பகிர்வதை முதன்மையாகக் கொள்கின்றன. நூலின் நேர்மறையான அம்சங்களை முக்கியப்படுத்திக் குற்றங்குறைகளை முற்றாகக் களைந்து தருகின்றன.

நாற்பதாண்டுகளாகத் தொடர் வாசிப்பில் ஈடுபாடு கொண்டுள்ளவரின் முதல் கட்டுரை நூல் இருபது கட்டுரைகளைக் கூடத் தொட்டிராதது அவ்வளவு மகிழ்வூட்டக்கூடிய சங்கதியல்ல. இருப்பினும் வாசிப்பைப் பிரதானமாகவும் எழுதுவதை இரண்டாம்பட்சமாகவும் கொண்டிருந்தவருக்குக் எழுதக் கிடைத்த இவையே நிறைவு தருபவைதாம். இவற்றைக் கட்டுரை என்று குறிப்பதும்கூட ஒரு வசதிக்காகவே. பல்லாண்டு களாகத் தாம் காரணமேதுமின்றிப் பசிக்கு உணவளிப்பது போன்றே உணர்வுக்கு உணவளித்ததான ரசனை மைய வாசிப்பில் எவற்றைப் பெற்றுக்கொண்டிருந்தாரோ அதன் நீட்சியாகவே இப்போதைய வாசிப்பனுபவத்தையும் குறிப்பு களாகத் தொகுத்துக்கொள்பவராகவே இருக்கிறார். திறனாய்வாளரின் சிறு பாவனையையும் கைக்கொள்ளாத பாசாங்கற்ற கண்டடைதலே இங்குத் திரட்டித் தரப்பட்டுள்ளன. முழு நூலின் சாராம்சம் என்பதைவிட வாசிக்கப்படும் பிரதியின் கலைநுணுக்கம் வாய்க்கப்பெற்ற, வாசிப்பில் தன்னைத் தீண்டிய அழகியலின் நுண் அலகுகளே இவரது தேர்வுகளாகின்றன. ஆசிரியருடன் காழ்ப்பற்ற, படைப்பிற்கு இணையான பொறுப்புமிக்க வாசிப்பும் அதிகாரமற்ற கண்ணியமான எதிர்மறைத்தன்மையல்லாத விமர்சனமும் இவரது நோக்கங்களாகின்றன. படைப்பின் ஆழங்களையும் மேன்மைகளையுமே வாசகரிடம் பகிர விரும்புகிறவாகிறார். மிக ஆழமான, கவனமான, நுண்ணிய ரசனைமிக்க வாசிப்பிலிருந்து மட்டுமே இவை கண்டடையப்பட்டிருக்கின்றன.

நஞ்சுண்டனின் மறைவுக்குப் பின் அவரது நினைவுகளை மையமிட்டு எழுதிய, 'உற்ற சொல்லைத் தேடி' என்ற முதல் கட்டுரை, அதன் தகுதியால் இந்நூலின் தலைப்பையும் ஏற்றிருக்கிறது. நட்பில் இருந்த ஓர் இலக்கிய ஆளுமையின் பன்முகப்பட்ட ஆற்றலை, அவரால் பகிரப்பட்ட விஷயங்களை, உரையாடல்களை, அவரது ஈடுபாடுகளை மதித்து உள்வாங்கி உரிய சமயத்தில் துல்லியமாகத் தொகுத்துரைத்திருப்பது அவருக்கான மேன்மையான அஞ்சலியாகியுள்ளது. வாசிப்பவர் களும் நஞ்சுண்டனின் இழப்பைத் தீவிரமாக உணரக்கூடும். இவ்வகையிலான இரண்டு கட்டுரைகள் இவரது இளமை தொட்டு உற்ற நண்பராகவும் இலக்கியத் தோழமையாகவும்

இருந்த கவிஞர் ராமலிங்கம், சமீபகால சேலம் நண்பர் சசி ஆகியோரின் அகால மரணத்துக்குப் பின் தொகுத்து வெளியிடப்பெற்ற, அவர்கள் விட்டுச் சென்ற படைப்புகள் மீதான உணர்வுபூர்வமான பதிவுகளாக எழுதப்பெற்றவை. அதன் தன்மை கருதி இவையிரண்டும் முக்கியத்துவம் பெற்றுள்ளன. மரணங்களுக்குப் பின்பு எழுதப்பெற்றிருந்தும் மிகையுணர்ச்சியைச் சிறிதும் வெளிப்படுத்தாது அவர்கள் விட்டுச் சென்ற படைப்புகளின் வழி அவர்களின் மேன்மையை வாசகரிடம் பகிர்வதையே இம்மூன்று கட்டுரைகளும் நோக்கமாகக் கொண்டுள்ளன.

இவை தவிர்த்த பிற எல்லாமும் நூல்களை முன்வைத்து எழுதப்பெற்ற விமர்சனக் கருத்துரைகள்தாம். கவிதைகளின் வழியாகவே இலக்கியத்துள் வந்த இவரது கட்டுரைகளில் பெரும்பான்மை, கவிதைகள் குறித்தனவாய் உள்ளது வியப்புக்குரிய தல்ல. கவிஞனாக இது எனக்கு மிகவும் உவப்பளிக்கும் ஒன்றே. தொண்ணூறுகளின் கவிஞர்களை ஆழமாக உள்வாங்கியதான சிறந்த கணிப்புகள் கட்டுரைகளாகப் பதிவாகியுள்ளன. அபி போன்ற மூத்த கவிஞர்களின் அடர்த்தியும் இருண்மையும் மிக்க கவியுலகில் ஆழ்ந்து கண்டடைந்த ரசனைமிக்க கவிதானுபவங்கள் அவரை அறியாத வாசகர்களுக்குத் தகுதியான வழிக்காட்டலாக அமையக்கூடியது போன்றே, 'களம் காலம் ஆட்டம்' தொகுப்பின் மூலம் அறிமுகக் கவிஞரான சபரிநாதனின் புத்துணர்வுமிக்க உலகை அணுகும் புதிய குரலைக் கண்டடைந்து தந்துள்ள கட்டுரையும் முக்கியத்துவம் பெறுகிறது. இன்று சிறந்த கவியாளுமைகளாக அடையாளம் பெற்றுள்ள லஷ்மி மணிவண்ணன், ராணிதிலக், யவனிகா ஸ்ரீராம், நரன், பெருமாள் முருகன் ஆகியோரது தலா ஒரு கவிதைத் தொகுப்பை அவை வெளிவந்த சமயத்திலேயே அவற்றின் கவியுலகைச் சரியாகக் கணித்துத் தம் கண்டடைதல்களை முன்வைத்துள்ளார்.

ஒரு நல்ல வாசிப்புப் பார்வை அல்லது விமர்சனம் என்பது எந்தவொரு கவனமான வாசகருக்கும் மேலதிகமாக எதையேனும் தரக்கூடியதாக இருக்க வேண்டும். அவ்வகையான நுட்ப வாசிப்பு நூலாசிரியருக்கே சில புதிய வெளிச்சங்களை வழங்குவதாக இருக்குமெனில் அது உண்மையான தகுதி வாய்ந்ததாகிவிடுகிறது. என் கவியுலகுக் குறித்த புதிய திறப்பு களை எனக்கு வழங்கியதோடு எனது மொத்தக் கவிதைகளின் வளர்நிலையையும் அவதானித்து எழுதிய அத்தகைய ஒரு கட்டுரை இந்நூலில் இடம்பெற்றுள்ளது எனக்கும் பெருமை சேர்க்கும் ஒன்றாகவே அமைந்துள்ளது. இவற்றுடன் தமிழின் சிறந்த நாவலாசிரியர்களாக உயர்தகுதி பெற்றுள்ள

உற்ற சொல்லைத் தேடி

பா. வெங்கடேசன், தேவிபாரதி ஆகியோரின் நாவல்கள் குறித்த கட்டுரைகள் அவற்றின் மொத்தப் பரப்பும் புலப்படுமாறு அகன்ற ஆழ்ந்த வாசிப்பால் சிறப்பெய்தியுள்ளன. தேவிபாரதியின் அழுத்தப்பட்ட அந்தரங்கக் கூறலின் கலைப் பெறுமதியையும் பா. வெங்கடேசனின் வரலாற்று பூர்வமும் பின்நவீனத்துவ அரசியல் வாசிப்பிலுமான புதுவகைக் கதையாடலின் பிரமிப்பான வெளிப்பாட்டையும் மிகச்சிறப்பான கட்டுரைகளில் எடுத்துக்காட்டியுள்ளார்.

கலை இலக்கியங்கள்பால் கொண்டிருந்த அகவேட்கைக்கு இணையாக இடதுசாரி அரசியல் செயற்பாடுகளில் சார்புத் தன்மையும் அக்கறையும் இவருக்கு உண்டு. இவரது படைப்புகளில் அதன் ரேகை போதிய அளவு படர்ந்திருப்பதை வாசித்தவர்கள் உணர்ந்திருக்கக்கூடும். எனினும் இவர்தம் வாசிப்புத் தேர்விலோ படைப்பு நோக்கத்திலோ விமர்சன அணுகுமுறையிலோ வெளிப்படையான முற்போக்குப் பூச்சைத் தவிர்க்க விழைந்திருப்பதைக் கவனிக்கலாம். அதைத் தம் ரசனைமிக்க வாசிப்பு அனுபவத்தால் பெற்ற கலையம்சத்தால் இட்டு நிரப்பி ஈடுசெய்துள்ளதையும் காண முடியும். மக்சிம் கார்க்கி, தஸ்தயேவ்ஸ்கி ஆகியோரின் இருவேறு இலக்கியப் போக்கையும் உள்ளார்ந்து உணர்ந்திருந்ததன் புரிதல் இது. இன்று தமிழ்ச் சிறுகதையில் வேறு எவரைக் காட்டிலும் இத்தகைய சமூக நோக்கு, கலைநயத்துடன் ஒன்றறக் கலக்கும் படைப்பு வெளியாகத் திகழ்வது மு. குலசேகரனுடையது. அதைக் குறிப்பிட்டுக் காட்டி அவருடன் உரையாடிய *தமிழ் இந்து திசையின்* நேர்காணல் ஒன்றும் இந்நூலின் இறுதியில் வெளியாகியிருப்பது குறிப்பிடத்தக்கது. பலவித விமர்சன நோக்குகளைக் கொண்ட கட்டுரைகளோடு படைப்புப் பார்வையைத் துல்லியமாக வெளிப்படுத்தும் நேர்காணல் ஒன்றையும் இணைத்துத் தொகுப்பை நிறைவு செய்திருப்பது வாசிப்போருக்கு நிறைவு தருவதாகவே இருக்கும்.

கிருஷ்ணகிரி
10.10.2023

ஸ்ரீநேசன்

1

நஞ்சுண்டன் படைப்புகள்

உற்ற சொல்லைத் தேடி

துயரமான நிகழ்வில் கலந்துகொண்டு நதிக்கரையோரமாகத் தளும்பிய மனதுடன் நிற்கையில் அலைபேசி அழைத்தது. காலச்சுவடு இதழுக்கு அனுப்பியிருந்த என் சிறுகதையைப் பற்றிப் பேச வேண்டும் என்றது. அந்தச் சூழலிலும் உடனே ஒப்புக்கொண்டேன். என் கதை வெளியிடப்படுவதும் உரையாடப்படுவதும் மகிழ்ச்சியான விஷயம். வளைந்து நெளிந்த கரையோரமாகத் தனியாகச் சென்று நின்றேன். கதையின் தொடக்கத்தில், தன் இடம் குறித்துப் பாத்திரம் கொள்ளும் குழப்பத்தை எழுதியிருந்தேன். அதைச் சற்றுத் தெளிவுபடுத்தலாம் என்றது அலைபேசிக் குரல். மிகவும் ஆச்சரியமாயிருந்தது. அந்தக் குரலுக்குரிய நபர் என் கதையைக் கவனமாகப் படித்திருக்கிறார். அதன் கதையாக்கத்தைப் பற்றித் துல்லியமாக விவாதிக்கிறார். எந்த மாற்றத்தையும் ஏற்றுக் கொள்ளும் நம்பிக்கையான நிலைக்கு வந்தேன். சில வார்த்தைகளை நீக்கி வாக்கிய அமைப்பு மாற்றப்பட வேண்டியிருப்பதை அந்தக் குரல் கூறியது. அதனால் கதைக்கு எந்தப் பாதிப்பும் வராதிருப்பதையும் பிரதி மேம்பட்டிருப்பதையும் உணர்ந்தேன். எழுதிய எனக்குத் தெளிவையும் தந்தது. அது நான் எண்ணியதைப்போலுமிருந்தது.

கதையின் ஆரம்பம் எழுத்தாளனுக்கு எப்போதும் சவாலானது. கதையில் அமையப்போகும் தொனி அதில் தீர்மானமாகிறது. முழுக் கதைக்கும் அடித்தளமாக அமைகிறது. என்னைப் பொறுத்த

வரை துவக்கம் பெரும்பாலான சமயங்களில் கடும் உழைப்பைக் கோருவது. மீண்டும் மீண்டும் திருத்தங்களை வேண்டுவது. அதனால்தான் பெரும்கவிகளுக்கு முதல் வார்த்தைகளைக் கடவுள் எடுத்துக்கொடுப்பதாக வாய்மொழிக்கதைகள் அமைந்திருக்கின்றன. முதல் சொல் என்னும் இறைக்கு அவர்கள் தவமிருந்திருக்கிறார்கள். "உலகெலாம்" என்று கடவுளே அடியெடுத்துத் தந்ததாக நம்பப்படுகிறது. "உலகெலாம் உணர்ந்து ஓதற்கு அரியவன்" என்று உலகளாவச் சிந்தித்தவர் கடவுளுக்கு நிகரானவர்தான். துவக்கத்துக்குப் பல காலம் காத்திருந்தததாகப் பெரும் எழுத்தாளர்களும் தெரிவித்திருக்கின்றனர். பிறகு ஒரே அமர்வில் வேகமாக எழுதிமுடித்துவிட்டதாகக் கூறியிருக் கிறார்கள். அதுவும் என்னைப்போன்று அன்றாட சமுத்திரத்தில் மூழ்கி எழுபவனுக்கு நல் தொடக்கம் கொடுமையானது. அதனால், அந்தக் கதையின் முதல்வரியைக் கூறி சீர்படுத்தியவர் கடவுளாகத் தோன்றினார்.

கதையின் போக்கில் சில சொற்களை மாற்றும் தேவையை அந்தக் குரல் எடுத்துக் கூறியது. கதையில் வரும் தந்தை பாத்திரம், வங்கி வித்டிராயல் ஸ்லிப்பை சலான் என்கிறது. பிறகு "பிளாங்க் செக்கில் மகன் கையெழுத்து வாங்கி ஏமாற்றினான்" என்று சொல்கிறது. அந்த சலான் என்கிற வார்த்தை, வாசிப்பில் குழப்பமுண்டாக்கும் எனவும், செக் என்றே எழுதலாம் என்றும் குரல் தெரிவித்தது. கதையின் உண்மைத்தன்மை கெடலாம் எனப் பயந்து "இல்லை, அவர் அப்படித்தான் சொன்னார்" என்றேன். அதனால் கதையாடலில் எந்த மாற்றமும் நிகழப்போவதில்லை என்று ஏற்ற பதில் கிடைத்தது. எனவே அதற்கும் ஒப்புக் கொண்டேன். அவ்வளவுதான், பெரிய மாற்றங்களில்லை என்று சொல்லி முடித்தது அந்த அலைபேசிக்குரல். அணைக்கும் தருவாயில் "நான் யார் என்று தெரியுமா" என்றும் கேட்டது. அதுவரையில் நான் யாரென்று கேட்டிருக்கவில்லை. சுந்தர ராமசாமி போன்ற பெரும் எழுத்தாளர் எழுதிய காலச்சுவடு அலுவலகத்திலிருந்து அழைக்கிறார்கள், அதுதான் கதைப் பிரசுர நடைமுறை போலும் என்று நினைத்திருந்தேன். முழுக்கதையை யும் ஒருவர் நுட்பமாக வாசித்துக் கேட்டதில் மயங்கியிருந்தேன். "என்னால் கண்டுபிடிக்க முடியலை. நீங்க யாருன்னு சொல்ல முடியுமா" என்று தயக்கத்துடன் கேட்டேன். "பெயரைச் சொல்ல முடியாது. நான் ஆசிரியர் குழுவில் ஒருவர்" என்று பதில் வந்தது. காலச்சுவடு போன்ற பெரும் பத்திரிகைக்கு அது ஒரு வழக்கம் என்று எண்ணினேன். தொடர்ச்சியான சிரிப்புக்குப் பின்பு "என் பெயர் நஞ்சுண்டன்" என்று சொல்லிவிட்டு அலைபேசிக் குரல் நின்றது. நான் மீண்டும் துக்கமான நிகழ்ச்சியில் பங்கெடுக்கத் திரும்பினேன்.

அதுதான் குரல் வழியாக நஞ்சுண்டனை முதன்முதலாகச் சந்தித்தது. அழுத்தமான, தெளிவான, தன்னம்பிக்கை தொனிக்கும் குரல். கூடவே அவருடைய பிரத்யேகமான உரத்த சிரிப்பு. அவர் எழுதிய 'மாற்றம்' என்கிற கவிதைத் தொகுப்பைப் படித்து ஓர் இதழில் குறிப்பும் முன்பு எழுதியிருக்கிறேன். அவர் கன்னடத்திலிருந்து மொழிபெயர்த்த 'அவஸ்தை' (எழுதியவர் யு.ஆர். அனந்தமூர்த்தி) நாவலை விரும்பிப் படித்துமிருக்கிறேன். ஆனால் எதுவும் என் நினைவுக்கு அப்போது வரவில்லை. ஒருவர் கதையை ஆழ்ந்து படித்து, மொழிப்பிரச்சினை, தகவல் பிழைகளைக் காண்பதை நினைத்தவாறிருந்தேன். நிறையத் தவறுகளைக் கூறியிருந்தால் மகிழ்ந்திருப்பேன், இன்னும் முழுமையாகப் படித்திருக்கிறார் என்று அதற்குப் பொருள். அந்தக் கதை வெளியாகி மீண்டும் அச்சில் வாசிக்கையில் உவகையூட்டியது. கால், அரைப்புள்ளிகள், வார்த்தைச் சேர்ப்பு, பிரிப்பு, ஒற்றுகள் என்று அனைத்துடனும் முழுமையான தோற்றத்தை அடைந்திருந்தது. ஆனால் நான் எழுதியவற்றுக்கு எதிரிடையான வேறு வார்த்தைகள் இடம்பெற்றிருக்கவில்லை. முன் பின்னாகவுள்ள நடை எனப்படும் வாக்கியமைப்பை மாற்றவில்லை. முக்கியமாக என் மனதிலிருந்த கதைத் தன்மை சிறிதும் சிதையவில்லை. ஒரு செம்மையாக்குநருக்குத் தன் சுயவிருப்பு மேலிட்டிருந்தால் தன் தடயத்தைக் கதையில் ஆழமாக விட்டுச்சென்றிருப்பார். அது வாசகருக்குத் தெரியாது. சம்பந்தப்பட்ட இருவருக்கும் மட்டுமான ரகசியம். நான் அவருடைய அழுத்தமான குரலுக்குப் பின்னிருக்கும் தன்னை மறைத்துக்கொள்ளும் செம்மையாக்க மனதை அறிந்தேன். அது அவருடைய ஆளுமையாகவே தெரிந்தது. கோப, எள்ளல், செருக்குகளுக்கு அப்பாலுள்ள எளிய உள்ளம். வேகச் சிரிப்புக்கு அடியிலுள்ள நகைச்சுவை. அது ஓயாது மோதிக்கொண்டிருக்கும் அலைகளைத்தாண்டி உணரக்கிடைக்கும் ஆழ்ந்த அமைதி.

என்னுடைய சில கதைகளை காலச்சுவடு இதழுக்காக நஞ்சுண்டன் செப்பனிட்டுள்ளார். பெரும்பாலும் பெரிய மாற்றங்களைப் புரிந்ததில்லை. எழுதும்போதே அவருடைய பார்வையால் என் கதைகளை விலகி நின்று திருத்திக் கொள்வேன், அந்தளவு அவர் துணை நின்றிருக்கிறார். அவர் என் மொழியுடன் தன் மொழியால் மோதியதில்லை. எப்போதும் நான் அவரால் சீண்டப்பட்டதில்லை, இலக்கியத்தில் மட்டுமல்ல, தனிப்பட்ட வாழ்க்கையிலும். அவருடைய எண்ணற்ற அலைபேசி அழைப்பு களைத் தவறவிட்டிருக்கிறேன். நான் பயணிக்கையில் அதை எடுப்பதில்லை. இயந்திரம் சப்தமிடுகையிலும் கேட்பதில்லை. அதற்காக அவர் கோபமடைந்ததில்லை. பேச முடிந்தால் பேசலாம் என்றுதான் சொல்வார். ஆனால் அந்த அழைப்புகள்

ஒருவழிப் பாதைதான். அவரை நாம் நினைத்தால் தொடர்பு கொள்ள முடியாது. அவராகக் கூப்பிட்டால்தான் உண்டு. அவர் கல்லூரியில் புள்ளியியல் துறையில் பெரும் பேராசிரியர். வகுப்புகள், ஆய்வுகள், கூட்டங்கள், உரைகள், பயணங்கள் என்று ஓய்வில்லாதிருப்பார். சனி, ஞாயிறுகளில் தவறாமல் ஏதாவது செய்தியுடன் பேசுவார். அது சிலருக்கு மட்டும் தினம் தினம் அழைப்பாயிருக்கும். ஒருவருக்குக் காலையென்றால், மற்றொருவருக்கு மாலை அழைப்பு. அப்படித் தனியேயிருந்த ஓர் எழுத்தாளருக்கு நாள்தோறும் தொடர்புகொண்டு சாப்பிட்டீர்களா, மாத்திரை எடுத்துக்கொண்டீர்களா என்று அன்பாக வினவிவந்தார். அந்த எழுத்தாளருக்கு அது மிகப் பெரிய ஆறுதல். நிறைய இலக்கிய ஆளுமைகளுடன் தொடர்பு கொண்டு பேசினார். "தானாக வந்து அன்பு பாராட்டிய நஞ்சுண்டனுக்கு" என்று தன் நாவலை சமர்ப்பித்திருந்தார் பா. வெங்கடேசன். பெரும் புயலாகக் கவிதையுலகில் வீசியிருந்த ஒரு சிறந்த கவிஞரை அழைத்துப் பாராட்டி விருந்தும் அளித்திருந்தார் நஞ்சுண்டன். அவர் கடைசிவரை தன் இலக்கிய உலகுடன் உரையாடிக்கொண்டிருந்தார். என் அலைபேசி பழுதடைந்து தெளிவாகப் பேச முடியாததால் ஒரு முறை மட்டும் நஞ்சுண்டன் சினந்து, அழைப்பைத் துண்டித்ததைக் கண்டேன். ஆனால் அதற்குப் பின்னால் நேசமான ஒரு செயல் ஒளிந்திருந்ததைப் பின்னர் அறிந்தேன்.

நஞ்சுண்டனான தொடர்பு முதலில் அலைபேசி வழியாகவே சற்றுக் காலம் நீடித்தது. ஒருவேளை அலைபேசிக் காதல் போல், அலைபேசி நட்பாக முடிந்திருக்கலாம். ஆனால் அவர் தரங்கம்பாடியில் செம்மையாக்க முகாம் ஒன்றை நடத்தினார். அதை எழுத்தாளர் கூடுகை என்றும் இலக்கியச் சுற்றுலா என்றும் சொல்லலாம். தரங்கம்பாடியில் அழகான தேவாலயத்தில் அதையொட்டிய பழமையான தங்கும் விடுதியில், அலையோசை கேட்கும் தூரத்தில் கூட்டம் நடந்தது. மூன்றுவேளையும் மிகத்தரமான சுவையான உணவு வழங்கப்பட்டது. நஞ்சுண்டன் மிகக் குறைவாக உண்கிற தீவிர உணவு ரசிகர். கூட்டத்தில் கலந்துகொள்ளும் அனைவருக்கும் அவர் இரயிலில் இருக்கைகள் பதிவு செய்திருந்தார். நான் செல்லும் வழியில் நள்ளிரவில் ஓர் இரயில் நிலையத்தில்தான் நஞ்சுண்டனைச் சந்தித்தேன். கழுத்துப்பட்டையற்ற ஜிப்பா போன்ற அரைக்கைச் சட்டையில், அளவான தாடியுடன், பளபளக்கும் கண்ணாடியுடன், அறிவுஜீவி பேராசிரியர் தோற்றத்தில் அந்நேரத்திலும் சுறுசுறுப்பாக இருந்தார். அசப்பில் வெள்ளைக்காரரைப் போல். "இங்க, பத்து நிமிஷம் நிற்கும். ஒரு டீ சாப்பிடலாம்" என்றார். உறுதியான தகவலுடனான கூற்று, அவர்தான் நஞ்சுண்டன். மீண்டும்

பயணித்து விடியற்காலை தரங்கம்பாடியை ஒட்டிய இரயில் நிலையத்தில் இறங்கினோம். அங்கு நடைமேடையில்தான் சுகுமாரன், தேவிபாரதி, எம். கோபாலகிருஷ்ணன், என். ஸ்ரீராம், எஸ். செந்தில்குமார், கணேசகுமாரன், சிவபிரசாத், குமாரநந்தன், சசி போனற எழுத்தாளர்களை நேரில் கண்டேன். என் என்றுமான கதாநாயகர் கவிஞர் சுகுமாரனை சென்னையில் அவர் பணிபுரியும் அலுவலகத்திற்குச் சென்று பார்த்திருந்தாலும் இம்முறைதான் நெருங்கிக் காண்பது. அவருடைய கவிதைகளை என்னுடையவையாக காதல் கடிதங்களில் உபயோகித்தவன். அதே போல் ஓயாமல் சிகரெட் புகை கசிய உரையாடும் தேவிபாரதி. எனக்கு அவர் கதைகளின் பாத்திரங்கள் நேரில் புறப்பட்டு வந்தது போல் தோன்றி வியந்து பார்த்துக்கொண்டிருந்தேன்.

செம்மையாக்க முகாமுக்கு நஞ்சுண்டன் அதி தொழில் நுட்ப வடிவத்தை வழங்க முயற்சித்துக்கொண்டிருந்தார். குறிப்பிட்ட நேரத்துக்குத் தொடங்குவது, பேசுவது, முடிப்பது, உரையாடுவது, இறுதியாக்குவது என்றெல்லாம் நிமிடக் கணக்கு வாரியாகத் திட்டமிட்டிருந்தார். இரண்டு மூன்று கணினிகள், அச்சு இயந்திரங்கள், டிஜிட்டல் திரை, ஒலிபெருக்கி எல்லாம் தயாராயிருந்தன. படிப்படியான செம்மையாக்கத்திற்கு வெள்ளை, மஞ்சள், நீல, பச்சை வண்ணத் தாள்களையும் கூட ஏற்பாடு செய்திருந்தார். அவர் வார, மாதக் கணக்கில் இந்தக் கூட்டத்திற்காக ஒவ்வொன்றுக்கும் நுட்பமாகத திட்டமிட்டதை அறிவேன். கூட்டம் முடிந்து ஓர் உலா செல்வதற்கும் நேரம் ஒதுக்கியிருந்தார். அனைத்துச் சிறுகதைகளையும் முன்கூட்டிப் பிழைகள் களைந்து அவர் செம்மைப்படுத்தியிருந்தார். ஒவ்வொரு சிறுகதை எழுதியவருடனும் ஒரு மேல்நோக்கு எழுத்தாளரைக் கதை குறித்து உரையாடவைத்தார். சிறுகதைகள் திருத்தி எழுதப்பட்டன. அவர் டிஜிட்டல் திரை விளக்கங்களுடன் மொழி இலக்கணங்களைப் பற்றி எளியமுறையில் சுருக்கமான உரை நிகழ்த்தினார். அவை பள்ளிப் புத்தகங்களின் பாடங்கள்தான் என்றார் முடிவில். இம்முகாமுக்கு எழுதப்பட்ட கதைகள் பல இதழ்களில் வெளியாகிப் பரவலான கவனத்தையும்பெற்றன.

நஞ்சுண்டன் ஒரு பேராசிரியர் போல் (உபயம்: கவிஞர் சுகுமாரன், முகாமைப் பற்றிய கட்டுரையில்) நடத்திய கூட்டத்தில் எழுந்த சிறு பிரச்சினைகளையும் அவரால் சகித்துக்கொள்ள முடியவில்லை. சில எழுத்தாளர்களால் வரமுடியவில்லை. அமர்வுகள் தொடங்கக் காலதாமதமாகிக்கொண்டிருந்தன. பங்கேற்பாளர்கள் அட்டவணையை மீறி இலக்கிய அரட்டையில் ஈடுபட்டிருந்தார்கள். ஓர் எழுத்தாளர் அங்கு வந்து மீதிக் கதையை எழுதினார். ஒரு கணினி வேலை செய்யவில்லை. அச்சுக்கான

இணைப்பு பழுதடைந்திருந்தது. நஞ்சுண்டன் அதிருப்தியில் ஒரு வயரைப் பிடுங்கி வீசினார். சிலருக்கு பூரி கிழங்கு கிடைக்கவில்லை. அவர் அவற்றைத்தாண்டி செம்மையாக்கக் கூட்டத்தைச் செம்மையாக நடத்தப் போராடினார். முதல்நாள் கூட்டம் முடிந்து இரவில் ஆளற்ற கடற்கரையில் அலைகளின் பாடலைக் கேட்டபடி நீண்டநேரம் எழுத்தாளர்களின் சுவாரசியமான பேச்சு நடந்தது. கூட்டத்துக்குத் தன் மனைவியையும் மகனையும் உடன் அழைத்து வந்திருந்தார் நஞ்சுண்டன். அவருடைய மகன் பாரதியாரின் பாடலை இனிமையாகப் பாடினார். அது பாரதியார் பாடிய அதே ராகத்தில் அமைந்தது என்று கவி சுகுமாரன் மனம் திறந்து பாராட்டினார். முடிவில் தரங்கம்பாடிக் கோட்டைக்கும், சீகன்பால்க் அச்சுக்கூடத்துக்கும் உலாச் சென்றதும் மறக்க முடியாத நினைவுகள். இருநாள் முகாம் முடிந்து இரவில் நஞ்சுண்டனும் நண்பர்களும் வாடகைக் காரில் திரும்பினோம். அவர் உணவு கூட உட்கொள்ள முடியாதளவுக்குச் செம்மை யாக்கக் கூட்டம் நிகழ்ந்ததில் மிகுந்த மனநிறைவிலிருந்தார்.

நஞ்சுண்டனுக்கு வெளிநாடுகளில் போல் முறையாக செம்மையாக்கம் நடைபெறவேண்டுமென்ற ஆசையிருந்தது. முதலில் ஒரு பிரதியானது ஆசிரியர்களால் பரிசீலிக்கப்பட்டுத் தேர்வுக்காக எடுத்துக்கொள்ளப்படும். பிறகு அது ஒவ்வொரு துறை சார்ந்த நிபுணர்களுக்கு அனுப்பப்பட்டுத் தகவல் பிழைகள் களையப்படும். பின்பு மொழிரீதியிலான தவறுகள் நீக்கப்படும். அடுத்ததாக இலக்கணப் பிழைகள். கடைசியாக அச்சுப் பிழைகள். இவை பலமுறை சரிபார்க்கப்பட்டுப் படிப்படியாகச் செம்மையாக்கம் பெற்றுப் பிரதி முடிவை எட்ட வேண்டும். பின்னரே அது பிரசுரிக்கப்பட வேண்டும். அதற்குத்தான் வண்ணக் காகிதங்கள். அவற்றைக் கோப்பு செய்வதற்குத் தாளில் துளைக்கு இடும் வட்ட பிளாஸ்டிக் துண்டுகளையும் எடுத்துவந்திருந்தார் நஞ்சுண்டன். ஓர் ஏழைத் தமிழ் எழுத்தாளனுக்கு இதெல்லாம் சாத்தியமில்லையென்பதையும் அவர் உணர்ந்திருந்தார். ஆனால் முகாமில் இவை ஒரு முறைமைக்காகக் கையாளப்பட வேண்டும் என்று நினைத்தார். அதை செயல்படுத்தியும் காட்டினார்.

தான் எழுதிய கதையைத் தானே மறுமுறை கவனமாகத் திரும்பப் படிக்காத எழுத்தாளர்களுள்ள சூழலில் இவை முக்கியமானவை. இலக்கியம் ஆழ்மனதின் வெளிப்பாடு எனினும் அதற்கு பிரக்ஞையின் கட்டுப்பாடு அவசியம் என்று நஞ்சுண்டன் நினைத்தார். தேர்ந்த ஆழ்மனமும் மொழியால்தான் வெளிப்பாடு கொள்ள முடியும். தொடர்புறுத்துவது மொழிக்கென்றுள்ள பணி. அதன் மரபுகள் கடைபிடிக்கப்பட வேண்டுமென்றார். வணிகப் பண்டங்களுக்குத்தான் தரப்படுத்தல் தேவை என்பதற்கு,

எப்படிச் செம்மையாக்கம் செய்யப்படுகிறது என்பதைச் சார்ந்தது அது என்பார். செம்மையைச் செயற்கையான ஒன்றாகக் கருத வேண்டியதில்லை, நம் மனம் தர்க்கப்படுத்தியே மொழியை வெளிப்படுத்துகிறது. அது முழுமுற்றாகத் தன்னிச்சையான தல்ல என்பார். மேல்நாடுகளில் செம்மையாக்கம் பெறாமல் எதுவும் பிரசுரமாவதில்லை. அங்கு தொழில்ரீதியிலான செம்மை யாக்குநர்கள் உண்டு என்பார். அதுபோன்ற செம்மையாக்க அமைப்பை நிறுவவும் அவர் எண்ணியிருந்தார். கிராமம் சார்ந்த இடத்தில் இயற்கை முறையிலான கட்டடம் ஒன்றைக் கட்ட அவர் நினைத்திருந்தார். அதில் செம்மையாக்கம் மட்டுமல்ல, கல்வி, வேலைவாய்ப்புகளில் அடித்தள மக்களுக்கு உதவும் அமைப்புக்கான கனவையும் கொண்டிருந்தார். அவர்களுக்குப் பயிற்சி நிறுவனத்தையும் உருவாக்க விரும்பியிருந்தார்.

நஞ்சுண்டன் செம்மையாக்குதலில் கொண்டிருந்த ஈடுபாடு அபாரமானது. அவர் அதைப் பற்றியே எண்ணிக் கொண்டிருப்பார். ஒரு பெயர்ப்பலகையைக் கண்டாலும் தான் ஆசிரியராகக் கருதிய எம்.எஸ்.ஸைப் போல் ஆராய்வார். தவறுகளிருந்தால் உடனே பிறரிடம் தெரிவிப்பார். வழியெல்லாம் கடை, ஊர் பெயர்ப்பலகைகளைப் படித்துக்கொண்டே வருவார். எழுதுகையில் சில சொற்களுக்குச் சரியான பொருள் காண துறை சார்ந்த பலரைத் தொடர்புகொண்டு விசாரிப்பார். அதற்காக யாரிடமும் எந்த எல்லைக்கும் எவ்வேளையிலும் போகத் தயார். ஒரு சொல்லின் அர்த்தம் தேடி நாட்கணக்காக அலைந்திருக்கிறார். ஓரிரு சமயங்களில் அவர் தவறாகவும் வழிநடத்தப்பட்டார். அதற்காகப் பெரிதும் நையாண்டி செய்யப்பட்டதில் வருந்தினார். அவருக்குத் தமிழைப் போலவே ஆங்கிலத்திலும் கன்னடத்திலும் தேர்ந்த புலமையிருந்தது. அது அவருக்குச் செம்மையாக்கம் செய்யும் முழுத் தகுதியையும் அளித்திருந்தது. அவர் பல சிறந்த செம்மையாக்கம் பற்றிய அளவான கட்டுரைகளை இதழ்களில் எழுதிவந்தார். அவற்றைத் தொகுத்து நூலாக்கம் செய்யத் திட்டமிட்டிருந்தார்.

கன்னடத்திலிருந்து கவிதை, சிறுகதைகள், நாவல்கள் மொழிபெயர்ப்பிலும் தொடர்ந்து நஞ்சுண்டன் ஈடுபட்டிருந்தார். இலக்குமொழி தாய்மொழியாக இருப்பது சிறந்தது என்றும் கூறுவார். மோர், தலையில் மலத்தைச் சுமந்து செல்லல் போன்ற வார்த்தைகளைப் பிறர் மொழியாக்கம் செய்ததை அவர் குறை சொன்னது தேவையற்ற தனிநபர் மோதலான விவாதத்தையும் கிளப்பியிருந்தது. சிறுகதைகளின் கச்சிதத் தன்மையையும், ஒருமையையும் அவரால் மொழியாக்கத்தில் சிறப்பாகக் கொண்டுவர முடிந்தது. கடைசியாக அவர்

உற்ற சொல்லைத் தேடி

மொழிபெயர்த்த "இத்தாத்" சிறுகதை எனக்கு மிகவும் பிடித்தது. அதன் ஒவ்வொரு சொல்லும் வாக்கிய அமைப்பும் தேர்ந்தவை. அதில் வரும் பெண்ணின் மனம் வெளியாகும் அழகியலைக் கதை கொண்டிருந்தது. அவள் உரையாடுவதே அதில் இல்லை. முழுக் கதையிலும் அவள் காத்துக்கொண்டிருக்கிறாள். அந்த இத்தாத் சொல் நீண்ட நாட்களாக என் மனதில் தங்கியிருந்தது. ஒரு மஹூதியைக் காணச் செல்லும்போதும் கூட அது என் நாவில் வந்துவிட்டது. இத்தாத் என்னும் அரபுச் சொல்லுக்கான தமிழ்ச் சொல்லை ஏன் வைக்கலாகாது என்று வழக்கம்போல் அவரிடம் விவாதித்தேன். வேறு மொழிச் சொல்லைத் தலைப்பாக வைப்பதற்கென்று ஒரு மரபு இருக்கிறது என அவர் சொன்னார். அது ஏற்றதாயிருக்கும் என்றும் தெரிவித்தார். எல்லாவற்றையும் மனம் தோய்ந்துதான் அவர் செய்வார். அதைப்பற்றியே பல நாட்களாகப் பலரிடமும் பேசிக்கொண் டிருப்பார். இவ்வளவு மன இணைவைக் கொண்டிருக்கும் எதுவும் இறுதியில் சிறப்பாகவே வெளிப்பட்டுவிடும்.

கவிதைகளையும் நஞ்சுண்டன் தொடர்ந்து மொழிபெயர்த்து வந்தார். அவை தலித்தியம் சார்ந்த கவிதைகளாக அமைந்தது தற்செயலாகவும் இருக்க முடியாது. அது பற்றிக் கேட்டிருக்கிறேன். தற்போது வெளியாகும் கவிதைகளை மொழிபெயர்ப்ப தாகவும் திட்டமிட்டதல்ல என்றும் அவர் கூறினார். அந்தக் கவிதைகளில் அவருடைய மொழிப்புலமை சற்றும் வெளித்தெரியாது. மிகச் சரியான, இயல்பான சொற்களில் அமைந்தவையாயிருக்கும். சில இடங்களில் இன்னவென்று அறுதியாகச் சொல்ல முடியாத கவிதைகளுக்குரிய அதர்க்கமும் வெளிப்பட்டிருக்கும். அந்தச் சொல்லிணைவுகளைப் பற்றியும் பேசியிருக்கிறோம். பொதுவாக மொழிபெயர்ப்புக் கவிதைகளில் அர்த்த வெளிப்பாடு தெளிவாயிருப்பது ஒரு குறையாக இருக்கும். கவிதையை மொழிபெயர்ப்பதுதான் ஆகச் சிரமமானது என்றும் சொல்லுவார். அதற்காக அவற்றை எழுதிய கவிஞர்களிடம் பலமுறை பேசியிருக்கிறார். அவர்களை நேரில் சந்தித்து விருந்துண்டும் மகிழ்ந்திருக்கிறார். அவருடைய மொழிபெயர்ப்புகளெல்லாம் இப்படியானவை என்றுதான் சொல்ல வேண்டும். மூல மொழி எழுத்தாளரை அவர் கொண்டாடித் தீர்ப்பார். நஞ்சுண்டன் மொழிபெயர்த்த ஒரு கவிஞரை நேர்காணல் செய்ய எழுத்தாளர் அழகியபெரியவன் விரும்பினார். அவரும் நஞ்சுண்டனும் நானும் பெரிய ஒரு நகரத்திலுள்ள கவிஞரின் வீட்டிற்குச் சென்றோம். அழகிய பெரியவன் விரிவான ஆழ்ந்த ஒரு நேர்காணலை நிகழ்த்தினார். அதற்கு நஞ்சுண்டன் மொழிபெயர்ப்பாளராக இருந்தார். அந்தக்

கவிஞரின் வீட்டில் சிறிய இடங்களிலும் பாத்திரங்களிலும் பசுமையான செடிகள் வளர்க்கப்பட்டிருந்தது அழகாயிருந்தது.

நஞ்சுண்டன் முன்பு கவிதைகள் எழுதியவர். சில தொகுப்பு களுக்கு முன்னுரைகளும் எழுதியிருக்கிறார். கதைகள், கட்டுரைகளையும் கிடைத்த நேரங்களில் எழுதி வந்தார். அவற்றைப் புத்தகங்களாக வெளியிட வேண்டுமென்ற எண்ணம் அவருக்கு எப்போதுமிருந்தது. கதைகளை மிகவும் திட்டமிட்டு உருவாக்குவார். உள்ளூரப் பூரண வடிவம் கொண்ட பின்னரே அவர் எழுத உட்காருவார். அதை இரவெல்லாம் அல்லது நீண்ட நாட்களாகவும் செப்பனிட்டு எழுதி முடிப்பார். பிரசுரிப்பதற்கு முன்பு சில எழுத்தாளர் நண்பர்களுக்கு அனுப்பிவைப்பார். அவர்களில் முக்கியமானவர் சிவபிரசாத். நஞ்சுண்டனின் கணினியிலிருந்து அழிந்தாலும் கூட சிவபிரசாத்திடம் எல்லாமும் சேகரமாயிருந்தன. நஞ்சுண்டன் கட்டுரைகளை எழுதும் முன்பாக அதைப்பற்றிய துல்லியமான தெளிவுடனிருப்பார். நாளிதழ்களுக்கேற்ற குறிப்பிட்ட எண்ணிக்கைச் சொற்களுள்ள கட்டுரைகளைக் கச்சிதமாக எழுதியுள்ளார். தெளிவான, தீர்க்கமான, பிழைகளற்ற மொழியாக அவை அமைந்திருக்கும். கவிஞர்கள் தேவதசசனையும், ஞானக்கூத்தனையும் பற்றி அவர் எழுதிய கட்டுரைகள் தமிழ் இந்து நாளிதழில் வெளியாகிப் பரவலான கவனத்தைப் பெற்றிருக்கின்றன.

நஞ்சுண்டன் இரண்டு மூன்று, எழுத்தாளர் கூடுகைகளை ஒழுங்குபடுத்தியிருக்கிறார். செம்மையாக்கம் பற்றி விவாதித்தலே முக்கிய நோக்கம் என்றாலும் சந்திப்புகளை அவர் பெரிதும் விரும்பினார். அவர் பணியாற்றிய கல்லூரியில் கூடியபோது ஏதோ ஆசிரமத்தில் தங்கி உரையாடி உண்டது போன்ற உணர்வே தோன்றியது. அப்போது தன் குடியிருப்புக்கும் அனைவரையும் அழைத்துச்சென்று சுவையான உணவு வழங்கினார். அங்கு எங்கு நோக்கினாலும் புத்தகங்கள், இதழ்கள், கழிவறையிலும் கூட. அவர் சில மாணவர்களுக்குக் கல்விக்காகவும் தனிப்பட்ட வாழ்க்கைக்காகவும் பிறரறியாமல் பெரும் பொருளாதார உதவிகளைச் செய்திருக்கிறார் என்று நினைக்கிறேன். வேறொரு மதத்தைச் சேர்ந்த ஒரு மாணவருக்கு, அவருக்குத் தமிழே தெரியாது, ஞானத்தந்தையாக இருந்திருக்கிறார். ஒரு பெண்ணுக்கு, வயதுக்கு வந்த சடங்குகளைச் செய்யும் செலவுகளை மட்டுமல்ல, திருமணச் செலவுகளையும் ஏற்றிருக்கிறார். அவர்கள் எப்போ தாவது செழித்துத் திரும்பத் தந்துவிடுவார்கள் என்ற நம்பிக்கை. அவர் திரும்ப அவற்றைக் கேட்டதில்லை. சில எழுத்தாளர் களுக்கு மிக நெருக்கடியான தருணங்களில் ஆறுதலாயிருந்து, வலிந்து நிதியுதவிகளையும் வழங்கியிருப்பதாக, அவர் கோடி

காட்டிய வாசகங்களைக்கொண்டு ஊகிக்கிறேன். அது நம் சூழலில் அனைவரும் கூடித்திரட்டினாலும் கிடைக்காத பெரும் தொகை. தனிநபராக அவர் கொடுத்ததைக் கேள்விப்பட்டு வியந்திருக்கிறேன். அவர்கள் பெயர்களை அவர் ஒருபோதும் தெரிவித்ததில்லை. அந்த உதவிகள் "ஞாலத்தின் பெரிது, கடலினும் பெரிது" என்றெல்லாம் அவரைப் புகழ்ந்திருக்கிறேன். "என்னால் முடிந்தது, தந்திருக்கிறேன்" என்பார் அடக்கமாக. "பலருக்குப் பணம் இருந்தாலும், தர மனமிருக்காது" என்பேன். அவர் மிக எளிமை யாக வாழ்ந்தார். அவருடைய ஆசைகள் பொருள்ரீதியாலானதல்ல. அதனாலேயே அவருக்குப் பிறருக்கு உதவும் எண்ணமிருந்தது.

ஒரு முறை நஞ்சுண்டனும் நண்பர்கள் சிவபிரசாத்தும் சசியும் நானும் கங்கைகொண்ட சோழபுரத்துக்கு உலாச் சென்றிருந்தோம். நஞ்சுண்டன் மொழிபெயர்ப்புக்காக சாகித்திய அகாதமி விருது வாங்கியதற்கு முன் தினம். அதை எனக்குப் பயணத்துக்குக் காரில் ஏறும்போதுதான் தெரிவித்தார்கள். அவருக்குப் பெரிய விருது கிடைத்ததில் மிகவும் மகிழ்ச்சியா யிருந்தது. அவர் பெரும் ஆனந்தத்தில் திளைக்கவில்லை, அமைதியாயிருந்தார் என்றும் தெரிந்தது. நான் குறிப்பிட்ட நேரத்தைவிட இரண்டொரு மணி நேரம் தாமதமாகத்தான் சென்றிருந்தேன். எனக்கு மிகவும் பிடித்த மலைக்கணவாயில் வழக்கம்போல் இரவு நேரப் போக்குவரத்துத் தடை. பல வாகனங்கள் நீண்ட வரிசையில் மூங்கில்காட்டின் நடுவில் நின்றிருந்தன. அடர்ந்த இருட்டில் நட்சத்திரங்களும் மின்மினி களும் ஒன்றாகக் கலந்து ஒளிவிட்டன. கணவாயில் சிள் வண்டுகளின் இரைச்சலுடன் உறைந்துள்ள ஆழ்ந்த அமைதி. நான் பலநாள் விரும்பிய விஷயம். பாதை சீரடைந்து போய்ச் சேர நீண்டநேரமாகிவிட்டது. நஞ்சுண்டனும் நண்பர்களும் சலிக்காது காத்திருந்தார்கள். நள்ளிரவில் வாகனத்தில் புறப்பட்டோம். நஞ்சுண்டன் வழியெல்லாம் சளைக்காமல் பேசிக்கொண்டிருந்தார். வழக்கம் போல் ஊர் பெயர்ப்பலகைகள் அனைத்தையும் படித்தபடி வந்தார். பெயர்களின் அர்த்தம் என்னவாயிருக்கலாம் என்று பேசிக்கொண்டோம். அழகிய சில ஊர்ப்பெயர்களை மீண்டும் மீண்டும் சாக்லெட்டை நாவிலிட்டுச் சுவைப்பதைபோல் சொல்லிக்கொண்டிருந்தார். வாழப்பாடி, தாழக்குடி போன்ற பெயர்களெல்லாம் அவருக்கு மிகவும் பிடித்திருந்தன. சில பெயர்கள் காலப்போக்கில் எப்படி மருவியிருக்கலாம் என்றும் கூறினார். அவ்வப்போது தோன்றும் இடங்களிலெல்லாம் நிறுத்தித் தேநீர் குடித்தோம். அது மார்கழி மாதமாதலால் "புள்ளும் சிலம்பின காண்" என்பதிலுள்ள காண் என்னும் வார்த்தை, கேட்பது என்பதற்கு மாற்றாக எப்படிப் போடப்பட்டுள்ளது என்று பேச்சுவாக்கில்

தொடங்கினோம். நஞ்சுண்டன் போர்ஹெஸ், ஹெமிங்வே போன்றவர்களை ஆங்கிலத்தில் ஆழ்ந்து படித்தவர். அதன் தடயங்களை அவருடைய கதைகளில் காணலாம். ஷேக்ஸ்பியரை யும் ஏற்ற இறக்கங்களுடன் பாடமாகச் சொல்லுவார். அதேபோல் சங்க இலக்கியங்களையும் கம்பராமாயணத்தை யும் சிலப்பதிகாரத்தையும் விரும்பிக் கற்றவர். அதுவும் கம்பராமாயணத்தின் பல பாடல்களை மனப்பாடமாகக் கூறுவார். அன்றிரவு பெரும் மனவெழுச்சியுடன் தொடர்ச்சி யாகப் பல பாடல்களைக் கூறினார். சிலவற்றுக்குப் புதிய விளக்கங்களையும் தந்தார். கம்பனைப் போல் சிறந்த கவி உலகமொழிகளிலும் இருக்க மாட்டான் என்றார். சில வரிகளைச் சந்தத்துடன் பாடுகையில் அவர் கண்கள் கசிந்தன. நீண்ட சாலையில் கார் வழுக்கிக்கொண்டு செல்கையில், எதிரில் வாகனங்கள் ஒளியுமிழ்ந்தபடி பாய்ந்து வருகையில், அங்கங்கே விளக்குகள் வெளிச்சம் வீசுகையில், இருண்ட அந்த இரவு இன்னும் நினைவில் நீடித்துக்கொண்டிருக்கும். காரோட்டி மெய்மறந்து ஒரு சொல்லின்றி அமைதியாக ஓட்டிக்கொண் டிருந்தார். நாங்களும் பெரும்பாலும் பேசவில்லை. எப்போதாவது விளக்கம் கேட்போம். அவர் சலியாது சொல்வார். அன்றைய இரவு கம்பனுக்கு அளிக்கப்பட்ட மாபெரும் கொடை.

“மைவண்ணத்து அரக்கி போரில், மழை வண்ணத்து அண்ணலே, உன் கைவண்ணம் அங்கு கண்டேன், கால் வண்ணம் இங்கு கண்டேன்” “வன்மருங்குல் வாள் அரக்கியர் நெருக்க அங்கு இருந்தாள்... மென்மருங்குல்போல் வேறுள அங்கமும் மெலிந்தாள்” என்ற மடிப்பு மடிப்பான பாடல்களை ரசித்துக் கூறிவிட்டு சொற்களின் மேல் மிகவும் மோகம் கொண்டவன் கம்பன் என்றார். ஒரே சொல்லை மீண்டும் மீண்டும் உபயோகித்து வேறுபொருளைத் தொனிக்கச் செய்துவிடுகிறான் என்றார். “கண்ணொடு கண் இணை கவ்வி, ஒன்றை ஒன்று உண்ணவும் நிலைபெறாது உணர்வும் ஒன்றிட, அண்ணலும் நோக்கினான், அவளும் நோக்கினாள்” இருவரும் ஒரேகணத்தில் காதலிக்கத் தொடங்குவது மிகவும் உளப்பூர்வமானது என்று விளக்க மளித்தார். ராமாயணம் வேறொரு மொழியிலிருந்து தழுவப்பட்டதென்றாலும் நாட்டார் வழக்காறுகளிலும் உள்ளதென்றாலும் கம்பன் தனக்கென மொழியையும் கற்பனையையும் கொண்டுள்ளது மிகமுக்கியமானதென்றார். “கிள்ளையொடு பூவை அழுத... உள் உறையும் பூசை அழுத...” எனும் பாடலில் அழும் பூனை போன்ற, காவியக் குறியீடு அற்ற சாதாரண விலங்கு இடம் பெறுவதை சுட்டிக்காட்டினார். இதுதான் நவீனமென்றார். “குகனொடும் ஐவர் ஆனேம் முன்பு, பின் குன்று சூழ்வான் மகனொடும், அறுவர் ஆனேம், எம்முழை

அன்பின் வந்த அகன் அமர் காதல் ஐய, நின்னொடும் எழுவர் ஆனேம், புகல் அருங் கானம் தந்து, புதல்வரால் பொலிந்தான் நுந்தை" போன்ற சில புகழ்பெற்ற முதலடிகளை நாங்கள் விரும்பிச் சொன்னதால் முழுப்பாடல்களையும் பாடினார். "கையால் எடுத்தது கண்டனர், இற்றது கேட்டார்" "கண்டெனன் கற்பினுக்கு அணியை, கண்களால், தெண்திரை அலைகடல் இலங்கைத் தென் நகர்" போன்ற பாடல் வரிகளைச் சுருக்கமான மொழிதலுக்கு உதாரணங்களாகக் கூறினார். "நதியின் பிழை அன்று நறும்புனல் இன்மை" என்ற வரியை இருத்தலியல் கருத்தில் பொருத்தியும் பார்த்தார். கம்பராமாயணப் பாடல்கள் அத்தனையும் அவராலும் சீடர்களாலும் செம்மையாக்கப் பட்டிருக்கலாம். காலப்போக்கில் பலரால் மேம்படுத்தப்பட்டு வந்திருக்கலாம் என்ற பொருள்படத் தெரிவித்தார். இன்று நமக்குக் கிடைத்திருப்பது நன்கு எடிட் செய்யப்பட்ட ஒரு பிரதி. "கற்பினுக்கு அரசினை, பெண்மைக் காப்பினை, பொற்பினுக்கு அழகினை, புகழின் வாழ்க்கையை தற் பிரிந்து அருள் புரி தருமம் போலியை, அற்பின் அத் தலைவனும் அமைய நோக்கினான்" என்ற பாட்டை நஞ்சுண்டன் எடுத்துக் காட்டினார். எவ்வளவு செம்மையாக எழுதப்பட்ட வரி!

அது நஞ்சுண்டனின் இரவு. அவர் சிறிதும் கண் துஞ்சவில்லை. இரவெல்லாம் கண் விழித்தும் ஓய்வெடுக்காதிருந்தும் மறுநாளும் உற்சாகத்துடன் இருந்தார். நாங்கள் சிறிது களைத்துச் சோர்ந்திருந்தோம். அவ்வப்போது கண்களை மூடி ஓய்வெடுத்தோம். அவர் சிலநேரங்களில் தனக்குள் தான் ஆழ்ந்து மௌனமாயிருப்பார். கண்கள் நம்மைத்தாண்டி நோக்கிக்கொண்டிருக்கும். நாம் எதிரில் இருப்பதால் மீண்டு வந்து, தான் நினைத்துக்கொண்டிருந்ததை எடுத்துப் பேசுவார். அது வரையிலுமிருந்த பேசுபொருள் வேறாக மாறியிருக்கும். அதுதான் நஞ்சுண்டன். மறுநாள் அதிகாலையில் அறையெடுத்துச் சில்லிட்ட நீரில் குளித்தோம். குளிர் தெரியாதிருக்க முதலில் முதுகில் குளிர் நீரை ஊற்ற வேண்டும் என்பார். அவர் தினமும் காலைவேளையில் குளிர்ந்த நீரில் குளித்து நடைப் பயிற்சி செய்யும் வழக்கமுடையவர். நண்பர் சசி விரும்பியவாறு விடியலில் கங்கைகொண்டசோழபுரம் கோயிலில் அடியெடுத்து வைத்தோம். "பளபளவென்று விடியும் வேளை" என்று நஞ்சுண்டன் சொன்னார். கோயில் நுழைவு வாயில், நந்தி, மதில் என்று சசி புகைப்படங்களை எடுத்துக்கொண்டு வந்தார். சாதாரணப் புகைப்படக்கருவியில் எடுக்கப்பட்ட அந்த புகைப்படங்களெல்லாம் மிக அழகாயிருந்தன. நாங்கள் கருவறைக்குச் செல்லும் வேளையில் அதைத் திறந்தார்கள். முழுக் கருவறைக்கும் மாபெரும் லிங்கம் பிரம்மாண்டமாக

நின்றிருந்தது. அதனருகில் மனிதர்கள் மிக அற்பமாகத் தோன்றினார்கள். அந்தக் கோயிலின் விசேஷ அம்சமான வெயில் எதிரிலிருந்து வீசிக்கொண்டிருந்தது. லிங்கத்தின் மேல் பொன்னைப் போல் உருகி ஊறியிருந்தது. மிகவும் மகிழ்ச்சியடைந்த சசி புகைப் படங்களாக எடுத்துக்கொண்டிருந்தார். அவருக்காகத்தான் நஞ்சுண்டன் இந்தப் பயணத்தை மேற்கொண்டிருந்தார் என்று தெரிந்தது. பிறகு கோயிலை ஒப்பீடு செய்வதுபோல் மாளிகை மேடு பகுதிக்குச் சென்றோம். சோழனின் அரண்மனை முழுவது மாக அழிந்திருந்தது. சிற்சில செங்கற்கள்தான் சுவடுகளாக எஞ்சியிருந்தன. சுற்றிலும் முட்புதர்கள் அடர்ந்திருந்தன. இன்னும் ஆயிரமாண்டுகளேனும் கோயில் நின்றிருக்கும். ஏனென்றால் அது மக்களுடையது. இந்த வசிப்பிடம் மன்னனுடையது என்று பேசிக்கொண்டோம்.

நஞ்சுண்டனுடன் சென்ற மற்றொரு பயணம் எழுத்தாளர் தேவிபாரதியைச் சந்திக்கச் சென்றது. அவருக்குத் தொடர்ந்து எழுத்தாளர்களைச் சென்று சந்திக்கும் இலக்கியப் பயணங் களை மேற்கொள்ளும் ஆசையிருந்தது. எங்களைக் கண்டதும் தேவிபாரதி மிகவும் மகிழ்ந்தார். நாங்கள் அடைவதற்கு முன்பிருந்து வருகையை முகநூலில் பதிவுகளிட்டுக்கொண்டிருந்தார். அவருடைய எழுத்துகளைப் பற்றிப் பயணிக்கையில் பேசியவா றிருந்தோம். நஞ்சுண்டனுக்குத் தேவிபாரதி குறித்து உயர்ந்த அபிப்ராயமிருந்தது. நம் காலத்து வாழும் சிறந்த கலைஞன் என்றார். காலத்தில் முன் பின் உலவும் சிக்கலான அவருடைய நடையைச் சிலாகித்தார். அதை மார்க்வெஸுடன் ஒப்பிட்டார். எனக்கு "கறுப்பு வெள்ளைக் கடவுளு"ம், "பிறகொரு இரவும்" மிகவும் பிடித்தமானவை. அவை முன்பின் உதாரணமற்ற அபூர்வ நிகழ்வென்றேன். நஞ்சுண்டன் அதை ஆமோதித்தார். தேவிபாரதியின் தனித்திருந்த வீட்டை அடைந்தோம். நீண்ட நாள் கழித்து சந்தித்த இரு உற்ற நண்பர்களும் கட்டித்தழுவிக் கொண்டார்கள். நஞ்சுண்டன் எப்போதும் அதிகப்படியாக உணர்ச்சிகளைக் காட்டிக்கொள்ளாதவர். அவருடைய அதிகபட்ச வெளிப்பாடு உரத்த சிரிப்புதான். தெளிவான, வெளிப்படையான சிரிப்பு. தேவிபாரதி எழுத்தாளரான தன் மனைவியை அறிமுகப்படுத்தினார். அனைவருக்கும் தான் எழுதிய புத்தகங்களைப் பரிசு வழங்கினார். புயல் போல் காற்று சுழன்று வீசும் அவருடைய மாடியறையில் உட்கார்ந்தோம். தேவிபாரதி தனக்கு வந்த எழுத்தாளர்களின் கடிதங்களையும் கற்றை கற்றையாக எழுதப்பட்ட இன்னும் பிரசுரமாகாத தன் நாவல்களையும் காண்பித்துக்கொண்டிருந்தார். பிறகு வீட்டு முறையிலான சமையல் உணவு விடுதிக்குச் சென்றோம். அங்கு இரண்டு பேருக்கு ஓர் வாழையிலை போடுவார்கள். அதில்தான்

உண்ண வேண்டும். நஞ்சுண்டனும் தேவிபாரதியும் ஓரிலையில் உண்டார்கள். உணவு சுவையாகவும் அதிகமாகவுமிருந்தது. நஞ்சுண்டன் ருசித்துக் குறைவாகச் சாப்பிட்டார். அதுதான் அவரைக் கடைசியாக நேரில் சந்தித்தது.

நஞ்சுண்டன் உடல்நலமில்லாதிருந்த அன்று கடைசியாக "இத்தாத்" கதையைப் பற்றித்தான் அலைபேசியில் பேசிக் கொண்டிருந்தார். அது இணையதளங்களில் மிகவும் பாராட்டப் படுவதை அவருக்குச் சொன்னேன். "அந்தக் கதையில் வரும் நாயகி பாத்திரம் "தௌபா" என்ற வார்த்தையை மட்டும்தான் பேசுகிறாள், வேறு சொற்களை உபயோகிப்பதில்லை. கதை மிகச்சிறந்த உதாரணமான வடிவத்தைக் கொண்டிருந்தது" என்று சொல்லிக்கொண்டிருந்தேன். அவர் எல்லாவற்றையும் மௌனமாகக் கேட்டார். அந்த அரபு வார்த்தைகளின் அர்த்தத்தை அவர் எழுதுகையில் பலரிடம் கேட்டறிந்திருந்தார். அவற்றின் பொருள்களை அடிக்குறிப்பாக எழுத வேண்டிய தேவையில்லாமல், கதை முழுவதுமாக உணர்த்திவிடுகிறது. கதைக்குள் சொற்கள் இப்படித்தான் துருத்தலில்லாது அமைய வேண்டும் என்று அவர் எப்போதும் விரும்புவார். சொற்கள் தம் தனித்தன்மையை இழந்து பிரதியில் ஒன்றுவது, அவரைப் போலவே. தான் சிறந்த எழுத்தாளராக, எடிட்டராக, உதவுபவ ராக, பேராசிரியராக இருந்தாலும் தன்னை வாழ்க்கையில் கரைத்துக்கொள்வது. நஞ்சுண்டன் இறந்த அன்று காலையில் ஏனோ எனக்குள் தெளிவற்ற காட்சியொன்று தோன்றியது. அவர் உட்புறம் மூடிய கதவை நிராதரவாகப் பார்த்துக்கொண் டிருக்கிறார். படுக்கையிலிருந்து எழமுயன்று தோற்றுக்கொண் டிருக்கிறார். இரவு பகல்கள் தெரிவதில்லை. கதவு இடுக்கிலிருந்து ஒளி கோடாகக் கண்ணைக் கூசுமளவு கசிந்துகொண்டிருக்கிறது. அவர் மிகுந்த வேதனைப்பட்டுக்கொண்டிருக்கிறார். இதை நானும் நண்பர் சிவபிரசாத்தும் பகிர்ந்துகொண்டோம். பிறகு அவர் இறந்துவிட்ட துயரச்செய்தி கிடைத்தது. நான் என்னையறியாமல் பல மணி நேரம் பயணித்து மயானத்தை அடைந்தேன். அவருடைய உடல் தகனத்துக்காக உள்ளே எடுத்துச் செல்லப்பட்டிருந்தது. வெளியில் கண்களில் நீருடன் உற்றார் உறவினர்கள். அவர் முகம் கடைசியாகப் புகைப்படமாக எடுக்கப்பட்டிருந்ததைக் காட்டினார்கள். அதை எப்போதும் மறந்துவிடவே முயலுகிறேன். அங்கு முதலிலிருந்து கடைசிவரை உடனிருந்த இலக்கியவாதி யான க. சீனிவாசனும் நானும் திரும்பினோம். மற்ற சாதாரண மனிதர்களைவிட எழுத்தாளர்களுக்கு ஒரு மேன்மை. அவர்கள் மறைந்துவிட்டாலும் அவர்களுடைய எழுத்துகள் காலத்துக்கும் வாழும். மொழி உள்ளளவும் நஞ்சுண்டனுடைய எழுத்துகள் ஆழமான நினைவுகளாக உயிர்த்திருக்கும்.

சசியின் சிறுகதைகள்

மரணத்துக்குப் பின்னான வாழ்வு

சசி தனக்கு அமைந்த வாழ்க்கைச் சூழலுக் கேற்ப சில சிறுகதைகளை எழுதியிருக்கிறார். அவர் எழுதி வெளியிடாமல், சில கதைகளிருக்கலாம். அதைப்போல் அவர் தன் மனதுக்குள் பல கதைகளை இயற்றி வைத்திருக்கலாம். அவை இன்னும் முடிவை அடையாமலுமிருக்கலாம். போர்ஹெஸின் கதையில் ஒரு பாத்திரம் மரணத்தை எதிர் நோக்கிய தருணத்தில் துப்பாக்கி முனையில் முழு நாடகக்கதையையும் எழுதும். அதுவரை எல்லா இயக்கங்களும் ஸ்தம்பித்து நிற்கும். கடைசி வரியும் எழுதப்பட்ட பிறகுதான் குண்டுகள் பாயும். அப்பாத்திரம் தான் எழுதிக்கொண்டிருந்த நாடகம் முடிவடைந்த பின்னால்தான் சாகும். சசிக்கு எழுதுவதற்குப் பல கதைகளிருந்தாலும் அவரால் கடைசிவரை நிறைய எழுதவியலாமல் போனது பெருந்துயர். அவருக்கு நல்லதொரு சூழல் வாய்த்திருப்பின் மேலும் பல இலக்கிய ஆக்கங்களை விட்டுச்சென்றிருக்கக் கூடும். அதற்கேற்ற ஆழ்ந்த வாசிப்பு, கூடுதல் அவதானிப்பு, படைப்பாக்க மனோநிலை, கலை ரசனை எல்லாமும் அவர் பெற்றிருந்தார். பல சிறுகதைகள், நாவல்கள், கவிதைகள், கட்டுரைகள், திரைப்படங்கள் பற்றி அவர் சிறந்த கருத்துகளைக்கொண்டிருந்தார்.

அவருக்கு எதைத் தர வேண்டும், நீக்க வேண்டும் என்பதைப் பற்றி உறுதியான அபிப்ராயங்களிருந்தன. அவற்றை வெளிப்படை யாகச் சமூக வலைதளங்கள் போன்றவற்றில் குறிப்பிட்டும் சென்றிருக்கிறார். அவையெல்லாமும் அவருடைய தொடர்ந்த வாசிப்பாலும் அவற்றின் மீதான புரிதலாலும் உருவானவை. இந்தப் பின்னணியில்தான் அவருடைய படைப்புகள் வைத்துப் பார்க்கப்பட வேண்டும். ஒழிய வெறும் எண்ணிக்கைகளைக் கொண்டு அல்ல.

சசி எழுதிய மூன்று கதைகளுக்குமுள்ள பொதுச்சரடுகளில் முதன்மையாகப்படுவது மரணமே. சாவைப்பற்றி அவர் தன் எழுத்துகளில் ஆழ்ந்து பரீசிலித்திருக்கிறார். அவை திடீரென ஏன் ஏற்படுகின்றன, அதனால் உண்டாகும் பாதிப்புகள், பின்னான விளைவுகள் எவை என்பவற்றைத் தீவிரமாக விசாரித்திருக்கிறார். மரணத்திற்கு நிஜ வாழ்க்கை மூலமாக அறிந்த அர்த்தங்களிருக்கின்றன. அது மாபெரும் இழப்பு, முற்பிறப்பின் ஊழ், மற்றொன்றால் ஈடு செய்யவியலாதது என்பது. மாறாக, மரணம் மிக அபத்தமானது, அதன் இழப்பு தன்னளவில் மட்டும், தான் இல்லாது போனாலும் உலகு இயங்கும் போன்ற கருத்துகளே அவர் புனைவுகளின் வழி கண்டடையப்படுபவையாயிருக்கின்றன. இப்படி ஒருவர் மரணத்தைப்பற்றி பயம் கொள்ளாது நேராக நின்று சந்திப்பதன் வழி அதை எதிர்கொள்ளச் சித்தமானவராகிறார். சுயவாழ்க்கையில் இல்லாவிட்டாலும் இலக்கிய உலகிலாவது என்று கூறலாம். அதனால் இறப்பின் மீதான கூடுதல் அச்சம் தவிர்க்கப்படுகிறது. காலருகில் காலனை அழைத்துச் சற்று மிதிக்கும் எண்ணம் உருவாகும். அவர் இறப்பை அழுந்த விவரிப்பதால் அதற்கு எதிரிடையான இருப்பை அவர் மறைமுக மாக உத்தேசித்திருக்கலாம். மரணங்களைக் கொண்டாடும் அளவுக்கு இப்புனைவுகள் மாறுகின்றன. அவர் சதா இறப்பை நினைத்தவராயிருப்பதால் தன் முடிவையும் நனவிலியிலாவது முன்னூகித்துவிட்டாரோ என்று தோன்றுகிறது. அவருக்குத் தன் அகால மரணம் குறித்த அறிவிப்பு அளவற்ற பிரபஞ்ச சக்தியால் முன்னால் அறிவிக்கப்பட்டுவிட்டதோ என்றும் ஐயமுண்டாகிறது. அதை அவர் நம்மைப்போல் பொருட்படுத்தத் தவறியுமிருக்க லாம். அல்லது கவனித்துத் தான் முன்னுணர்ந்ததைப் படைப்பு களில் வெளிப்படுத்துவதை உயர்வாக எண்ணியிருக்கலாம்.

சசியின் கதைகளில் காணப்படும் மற்றொரு அம்சம் அவர் எழுத்தில் கொண்டுள்ள மொழிப்பிரக்ஞை. அவர் ஒவ்வொரு சொல்லையும் உரிய மதிப்புடன் எழுதியிருக்கிறார். அதனால் கருத்து, பார்வை, எழுத்து ஆகியவற்றிலுள்ள

பிழைகள் அபூர்வமாகின்றன. ஒவ்வொன்றையும் தேர்ந்து சீர்தூக்கி வாசிப்பதோடு அவர் எழுதுபவர். இன்னொரு பொதுக்குணம் அகச்செயல்பாடு. அவர் கதைகளின் பாத்திரங்கள் புறச்செயல்களைப் புரிய மறந்தவர்களாயிருக்கிறார்கள். அவர்கள் உலகியல் நடவடிக்கைகளுக்கு மனதால் மட்டும் எதிர்வினையாற்றிக் கொண்டிருப்பவர்கள். இக்கதைகளின் சொற்ப சம்பவங்கள் அதை உறுதிப்படுத்துகின்றன. கனவு, கற்பனை போன்ற அகச்செயல்பாடுகள்தான், புறக்காரியங்களுக்கு மாறாக கதைகளில் நிகழ்ந்தேறுகின்றன. மரணமும் தன்னளவில் அகத்தில் நடப்பதுதான்.

"டோமிக்குட்டி" அகால மரணத்தையும் மரணத்துக்குப் பின்னான வாழ்வையும் பற்றிய கதை. நாம் என்றும் மரணம் எய்தாமல் தொடர்ந்து வாழ விரும்புகிறோம். அது சாத்தியமில்லை யாதலால் நம் வாழ்வை வேறு வகைகளில் காலத்தில் நீட்டிக்க விரும்புகிறோம். ஒன்று, நம்மைப்பற்றிய மற்றவர்களின் வழியாக. இதில் நாம் உருவாக்கிய படைப்புகளும் அடங்கும். அவை ஒருபோதும் இறப்பதில்லை. நாம் எதையும் படைப்பதில்லை யென்றால் நாம் ஆற்றிய செயல்கள் மூலமாக. அதுவும் இல்லையெனில் நாம் பெற்ற பிள்ளைகள் வாயிலாக நம்மைத் தொடர்ந்திருக்கச் செய்கிறோம். நம் பிள்ளைகள், அவர்களால் தோன்றிய பிள்ளைகள் என்று சங்கிலித்தொடர் நீள்கிறது. டோமிக்குட்டி கதையில் அது நிகழ்கிறது. தகப்பன் இறந்துவிட, மகன் ஊர் சுற்றிக்கொண்டும் குடித்துக்கொண்டும் அலைபவனா யிருக்கிறான். அவனை நல்வழிப்படுத்த மாரியம்மனுக்குத் தாய் வேண்டுதல் வைக்கிறாள். அவன் நோன்பிருந்து வாயில் அலகு குத்திக்கொள்கிறான். இதில் மூன்று வெவ்வேறு கதைகள் ஒனறோடொன்று ஊடாடி ஒன்றையொன்று நிரப்பி அர்த்தப்படுத்திக்கொள்கின்றன. முதலில் சொல்லப்பட்ட கதை ஒன்றென்றால், பிறகு டோமி என்கிற நாய்க்குட்டிகள் தொடர்ந்து வளர்வதைப் பற்றி மற்றொரு கதை. வெவ்வேறு காலங்களில் குடும்பத்தோடு வளரும் எல்லா நாய்களுக்கும் டோமி என்றே பெயர். ஒரு டோமி, இறந்த தந்தை முருகேசனோடு ஒட்டிக்கொள்கிறது. அவன் தற்கொலைக்கு முயலுகையில் கத்துவதால் அதன் வாயில் அவன் திராவகத்தை ஊற்றி விடுகிறான். இது மனிதர்கள் தங்கள் வளர்ப்புப் பிராணிகளிடம் அன்பைப் போலவே செலுத்தும் வன்மத்துக்கு ஓர் எடுத்துக்காட்டு. கடைசியில் முருகேசன் இறந்துவிடுகிறான். மகன் கோபால் அலகு குத்திக்கொள்கையில் மற்றொரு டோமி வந்து சேர்கிறது. முருகேசன் இறப்பது இன்னொரு வாழ்வின் அபத்தத்தின் கதை. திருடு போன நகைகளை வாங்கியதாக அவன்மீது அபாண்ட

பழி சுமத்தப்படுகிறது. அக்குற்றத்தின் அவமானத்திலிருந்து விடுபட தன் சொத்துகளை, தொழிலை, தன்னையே பணயம் வைக்கிறான். அவனால் மீள முடிவதில்லை. இந்த முழுக்கதையையும் சரண்யா என்கிற மகள் நூலைப்போல் பிணைத்துக் கட்டியிருக்கிறாள். மற்றொரு பிரதானமான கோர்ப்பு: மனைவி ரஞ்சனி. இதன் மொழிச்சிறப்புக்குச் சில உதாரணங்கள்: நாய்ச்சங்கிலி தனிமையில் அழுதது, சாக்கடை உடைப்பெடுத்ததுபோல் தீர்மானமற்ற வாழ்க்கை.

“வனம்” என்கிற மற்றொரு சிறந்த சிறுகதை முழுக்கப் படிமத் தன்மையாலானது. வடிவம், மொழி, கரு என்று அனைத்தும் ஒத்திசைந்து உருவாகியுள்ளன. ஆச்சரியமூட்டும்படி இந்தக் கதையும் மரணங்களைப் பற்றிய குறுக்கு விசாரணைதான். தன் மரணத்துடன் மற்றவர்களின் மரணங்களையும் சேர்த்துக் காட்டுகிறது. பிகாசோவின் குவர்னிகா ஓவியம் போல் கதையின் காட்சி கலைத்துப் போடப்பட்டதாகத் தோன்றுகிறது. போர் இலக்கியங்களிலும் காணக்கிடைக்காத அவலச்சித்திரம் விரிகிறது. எங்கும் வாழ்வே இல்லாமல் சாவே நிறைந்திருக்கிறது. வாழ வேண்டிய இடம் என்பது மரங்களும் செடிகொடிகளும் அற்றுச் சவங்கள் நிரம்பிக்கிடக்கின்ற வனமாகிறது. அதில் கண்கள் பிடுங்கப்பட்டும், கைகால்கள் பிய்க்கப்பட்டும், குறிகள் சிதைக்கப்பட்டும், உறுப்புகள் துண்டாடப்பட்டும், கருப்பை குதறப்பட்டும், உடல்கள் குறுக்கு நெடுக்காகப் பிளக்கப் பட்டும் வனமெங்கும் பிணங்கள் இறைந்து கிடக்கின்றன. மரங்களேயில்லாமல் பெரும் மண்மேடாக பூமி காட்சியளிக்கிறது. உள்ளிருந்து இரத்த ஊற்று பீச்சியடிக்கிறது. இவையெல்லாம் உண்மையல்ல என்ற உபபோதமும் கதைசொல்லிக்குக் கூடவே வருகிறது.

“இது மரணத்திற்கு முந்தைய புள்ளி. மிச்சமிருக்கும் ஒரேயொரு உண்மை. அடுத்த மேடு ஏறினால் தானும் மரணத்தைத் தரிசிக்கப் போகிறோம்.” “ஆழ்மனதில் எங்கோ ஒரு புள்ளியில் உருமாறிப் பதிந்திருக்கும் படிமமொன்று அதன் உண்மையான உருவிலும் வெவ்வேறு வடிவங்களிலும் மாறிமாறிச் சபிக்கப்பட்ட நொடியொன்றில் சட்டென்று நூலறுந்துவிட்டது.” இந்தக் கதை வரிகள் கூரிய உரைநடைக்குச் சான்று. இத்தகையவற்றை மிகத்தேர்ந்த மொழிநடையாளரான சுந்தர ராமசாமியின் ஒருவன் தொலைந்த பாதையைத் தேடுகின்ற “வழி” போன்ற கதைகளில் சந்திக்கலாம். இந்தக் கதையில் கதைசொல்லியின் அறை நண்பனாக ஒருவன் நுழைகிறான். அவனை இவனுடைய மாற்றுச்சுயம் எனலாம். தன்னுடைய விருப்பங்களையும் எண்ணங்களையும் மற்றவனின் மேல் பிரதிபலித்துப் பார்ப்பது.

அவன் கனவுகளை ஆராயும் ஓர் ஆராய்ச்சியாளனும்கூட. அவன்தான் ஒரு பெரும் வனம் இங்கு இருந்ததைச் சொல்கிறான். அது வளமாகவும் இயற்கையானதாகவுமிருந்தது. மனிதர்கள் சுதந்திரமானவர்களாயிருந்தார்கள் என்கிறான். பின்னர் அவர்கள் வேறுபாடுகள் கொண்டவர்களாக மாறிவிட்டதையும் தெரிவிக்கிறான். அந்த நண்பனே பிணக்கூட்டத்தில் ஓர் அங்கமாக வீழ்ந்திருக்கிறான். கடைசியில் அவனைக் கண்டுபிடிக்கிற கதைசொல்லி அந்த நண்பனின் முகம் தன் முகம் போலிருப்பதைக் காணுகிறான். போரையும் வாழ்வையும் ஒருசேர இக்கதை உருவகப்படுத்திவிடுகிறது. எல்லோரும் மற்றவர்களோடு ஓயாது போரிட்டு மடிந்திருக்கிறோம். உயிரிருந்தும் செத்த உடல்களாக வாழ்கிறோம். மற்றவர்களுக்கு நேர்கிற ஒவ்வொரு சாவிலும் நம்மைத் தரிசிக்கிறோம். தான் முற்றாக மரிக்கவில்லையென்று கருதி மறுபடி எழுந்து நடக்கிறோம். கதையை வாசிக்கையில் இத்தகைய எண்ணங்கள் மேலெழுகின்றன. கனவுக்கும் நனவுக்கும் இடையிலுள்ள கற்பனைக் கோட்டை, கதை அழித்து எழுதிவிடுகிறது. புறம் ஒன்றில்லை, அது மாயமானது என்று எண்ணுமளவு இதன் நடை புகைமூட்டமாய் அமைந்துள்ளது. இந்த முழுக்கதையும் அறை நண்பனால் சொல்லப்பட்டுக் கொண்டிருப்பதாகவும் அதே நேரத்தில் கதைசொல்லியாலும் கூறப்படுவதாகவும் தோன்றுகிறது.

"அஞ்சலி: தாணுமாலயன் – தீயைப் புசித்தவர்" என்கிற கதையும் மரணத்தைப்பற்றியதுதான். தாணுமாலயன் என்கிற எழுத்தாளர் இறந்தபிறகு முகநூலிலும் நேர்ப்பேச்சுகளிலும் செலுத்தப்படும் அஞ்சலிகளில் போலித்தனம் நிலவுவதாக கதைசொல்லி உணர்கிறார். அதனால் அந்த எழுத்தாளரைப் பற்றிய அஞ்சலிக் கட்டுரை போல் அவருடைய வாழ்வையே புனைவாக மாற்றிக் கூறுகிறார். இரண்டு சிறுகதைத் தொகுப்புகளும் ஒரு கவிதைத்தொகுப்பும் எழுதியுள்ள எழுத்தாளரைப்பற்றி உருவாகியுள்ள பொய் பிம்பத்தை இரக்கமில்லாமல் கட்டுடைக்க முயலுகிறார். மரணத்துக்குப் பின்னால் வெறுமனே புகழ்ந்து பேசுவதுதான் நாகரிகம் என்று புனிதப்படுத்தப்படுவதை மறுதலிக்கிறார். அந்த எழுத்தாளர் எழுதியவைகளைப்பற்றி மட்டுமில்லாமல் அவருடைய தனிப்பட்ட வாழ்க்கையையும் விமரிசிக்கிறார். அவை ஒன்றுக்கொன்று பிரிக்கவியலாமல் தொடர்புடையவையாயிருப்பவை என்று கருதுகிறார். எழுத்தும் வாழ்க்கையும் வேறல்ல, ஒன்றிலிருந்துதான் மற்றொன்று உற்பத்தியாகிறது என்று வாசிப்பவருக்கு எண்ணமேற்படுகிறது.

தாணுமாலயன் எழுத்தாளரே அல்ல, ஒரு குறுங்குழுவின் பேச்சாளர் என்கிறார் கதைசொல்லி. அந்த எழுத்தாளர் தீவிர

வாசகருமல்ல என்பதை மெய்ப்பிப்பதற்காக அவருடைய சாவுக்குச் செல்கையில் அவருடைய வீட்டிலுள்ள புத்தகங்களைக் கண்டதை ஆதாரமாக்குகிறார். அங்கிருப்பது வெறும் நூறு புத்தகங்கள்தான். அந்த எழுத்தாளர் காலந்தாழ்த்தித் திருமணம் செய்துகொண்டவர். பிறகு மணவாழ்க்கையிலிருந்தும் விலகியவராயிருக்கிறார். அவருக்கு எவ்விதத் தத்துவ விசாரணைகளும் கிடையாது. அவர் மனநோய்வாய்ப்பட்டுத் தீக்குளித்து நணபர்களால் காப்பாற்றப்பட்டவர். அவர் நெருப்பின் உக்கிரத்தை அறிந்துகொள்ள தீக்குளித்ததாகப் பொய் கூறுகிறார். மின்கசிவினால் ஏற்பட்ட விபத்து என்றும் சொல்கிறார். அந்தத் தற்கொலை முயற்சிக்கு முன்னால் ஞானியைப் போல் தீயைப்பற்றி எழுத்தாளர் பேசியதை ஏற்க முடியாது என்கிறார் கதைசொல்லி. அந்த எழுத்தாளர் எழுதியதாகக் குறிப்பிடப்படும் மூன்று புத்தகங்களின் பெயர்கள்: நீலவெளி, தீயைப் புசித்தல், பிழம்புகள் (கவிதைத் தொகுதி). மூன்று நூல்களும் நெருப்பின் தொடர்புள்ளவையாயிருப்பதைக் கவனிக்கலாம். ஓர் எழுத்தாளரைப் பற்றிய புனித பிம்பங்களைக் கட்டமைக்காமல் அவற்றை உடைப்பதாகக் கதை அமைகிறது. ஓர் அஞ்சலிக் கட்டுரையைப் போல் தோற்றமளிக்கும் இக்கதையில் ஒரு முழு வாழ்வும் – மரணம் வரை – சொல்லப்பட்டு விடுகிறது. எழுத்தைப்பற்றி எழுதப்பட்ட மீகதையாகவும் தோன்றுகிறது.

சசி மேற்கொண்டு இருந்திருப்பாரேயானால் தனக்கேற்ற நற்சூழலை உருவாக்கிக்கொண்டு மேலும் பல சிறந்த படைப்புகளை அளித்திருப்பார் என்று நம்பலாம். அதற்கு இக்கதைகள் வலுவான சாட்சியங்கள். இவை மரணம் அற்ற இலக்கிய வாதிகளின் பட்டியலில் அவரையும் சேர்க்கவைக்கும்.

பாகீரதியின் மதியம்

காதலும் போராட்டமும் கலையும்

இந்த நாவல் 1974ஆம் ஆண்டு மதியம் என்ற சிறு பொழுதில் தொடங்கி 1975, 76, 68, 37, 48, 65 என்று முன்பின்னாக நகர்ந்து நீண்ட காலமாக மாறுகிறது. அதேபோல் திலகர் திடல் என்னும் ஓர் இடத்தில் ஆரம்பித்து மதுரை, ஒசூர், காருகுறிச்சி, திருச்சி, திருவனந்தபுரம், கல்கத்தா, பேராச்சாப்பா என்று நாட்டின் முழு நிலப்பரப்பாகவும் விரிகிறது. முதலில் வாசுதேவனும் உறங்காப்புலியும் ஒருவரையொருவர் சந்தித்து மோதிக்கொள்கிறார்கள். வாசுதேவனின் மனைவி பாகீரதி, ஓவியர் ஜெமினியென உறங்காப்புலியைச் சந்திப்பதால் இருவரும் காதல் புரிகிறார்கள். ஓவியர் ஜெமினி, விபின்பாஸ்வானின் காதலியான சவிதாவைச் சந்தித்து மணந்திருக்கிறார். இளமையில் தன்னைக் காதலித்துச் சந்திக்க முடியாத ஒரு பெண்ணின் நினைவாக பாகீரதியை சந்தித்துவிட காதல் மிகத் தேடியலைகிறார் மனநல மருத்துவரான அரங்கநாதன் நம்பி. அவர் சொன்ன கதையின் மறுசொல்லல்தான் இந்த நாவல். இதில் அரங்கநாதன்நம்பியின் பிரதியென ஒன்றும் அத்துடன் ஆசிரியரின் பிரதியென மற்றொன்றும் கலக்கின்றன. அதனால் மொழி, ஓயாமல் அர்த்தங்களைத் தேடி முடிவின்மை வரை கிளர்த்திச் செல்கிறது. அரங்கநாதன் நம்பியின் கதையை ஆசிரியர் எழுதுகிறாரெனினும் அரங்கநாதன்நம்பிதான் கதைசொல்லியாயிருக்கிறார். இப்படியொரு சுழற்சியால், ஆசிரியருக்கு நிகர்த்த வாசகப் பங்கேற்பின் தேவை ஏற்பட்டுவிடுகிறது. எனவே இதிலுள்ள சம்பவங்கள் எதேச்சைகளாகவும் அதே நேரத்தில் ஒன்றுக்கொன்று தொடர்புடையவையாகவும் தோன்றுகின்றன. (உதாரணம்: பாகீரதி கனவு காண்பதுதான் வா॥சுதேவன் குடுமியறுப்புக்குக் காரணம்).

அனைத்துப் பாத்திரங்களும் கற்பனைகளாகவும் நிஜங்களாகவும் உலவுகின்றன. (உதாரணம்: ஆதிமூலம் நிஜமென்பதால் ஜெமினியும் நிஜமாகலாம்). இடத்துக்கும் காலத்துக்குமேற்ப எண்ணங்களும் கருத்துகளும் எழும் களமுமாகவும் நாவலிருக்கிறது. (உதாரணம்: பெரியாருக்கும் மணியம்மைக்கும் நடந்த திருமணம் பகுத்தறிவின்பாற்பட்டதாகவும் இருக்கிறது, இல்லாத காதலாகவுமிருக்கிறது).

இளமை முதல் வாசுதேவனும் பாகீரதியும் ஒருவரை யொருவர் அறிந்தவர்களாயிருக்கிறார்கள். அப்போது அதற்குக் காரணமாக அம்புலிமாமா ஓவியங்களுமிருக்கின்றன. பிறகு இருவரும் காதலித்து மணந்துகொள்கிறார்கள். இதற்காக வாசுதேவன் தன் குடும்பத்தைவிட்டும் வெளியேறுகிறான். பாகீரதி இளவயதில் தந்தையின் மேலுள்ள அன்பால் அவர் தந்த ஓவியங்களை வரைந்த ஜெமினி மேல் கொள்ளும் ஈடுபாட்டை மானசீகக் காதலெனலாம். உறங்காப்புலியை ஜெமினியென்று கருதி, அவன் தரும் ஜெமினியினுடைய ஓவியப் பரிசால் பாகீரதியும் உறங்காப்புலியும் காதலர்களாகிறார்கள். பாகீரதியின் காதல் நினைவாக பிரமீளாவுடன் உறங்காப்புலி உறவுகொள்கிறான். உறங்காப்புலியின் தங்கை மலர்விழி தன்னை விட வயதானவரைக் காதலித்து மணக்கிறாள். உறங்காப்புலியின் நண்பன் சுருளிநாதன் திருமணமான பெண் மீது காதலுள்ளவனாயிருக்கிறான். ஜெமினி ஓவியக்கலையின் மீதான தேடலில் சவிதாவைக் காதலித்து மணம் புரிகிறார். சவிதாதேவியும் தோழனான விபின்பாஸ்வானும் தொடர்ந்து காதல் கொண்டவர்களாயிருக்கிறார்கள். இந்தக் கதைகளைக் கூறும் அரங்கநாதன் நம்பியை காந்தியாசிரமத்தில் சந்தித்த பெண் காதலிக்கிறாள். அவள் நினைவாக அரங்கநாதன் நம்பி பாகீரதியைக் காதலிக்கத் தொடங்குகிறார். எல்லாவற்றுக்கும் மேல் உண்மையாகவே நடந்த பெரியார் – மணியம்மை திருமணமுமிருக்கிறது. முதன்முதலாக உறங்காப்புலியைச் சந்திக்க நேர்கையில் அந்தத் திருமணத்துக்குக் காரணம் இயல்பாக ஏற்பட்ட காதல்தான் என்கிறான் வாசுதேவன். மாறாக, அந்தத் திருமணம் கட்சியைக் காக்கும் செயல் என்கிறான் உறங்காப்புலி. தொண்டர்களையும் கொள்கைகளையும் இழக்கத் தயாராயிருந்த பெரியார் பெரும் காதலர் என்று வாசுதேவன் வாதிக்கிறான். உறங்காப்புலி சினம்கொண்டு அவன் குடுமியை அறுத்துவிட்டுத் தப்புகிறான். அவனும் நேரடியாகக் காதலில் ஈடுபட்ட பிறகு, வயதான பெரியார், மணியம்மையை மணம் செய்தது விளக்கங்களுக்கு அப்பாற்பட்ட காதலுணர்வால் என்ற நிலைபாட்டுக்கு வருகிறான். அந்தத் திருமணத்தை ஆண் பெண் கொள்கிற உறவில் மட்டும் அடக்க முடியாது என்று நீண்ட காலத்துக்குப் பின் வாசுதேவனும் எண்ணுகிறான். கணவனிடம்

கொண்டுள்ள காதலைப் போன்றதுதான் உறங்காப்புலியின் மேலுள்ளதும் என்று கருதுகிறாள் பாகீரதி. உறங்காப்புலி தன்னிடம் மட்டற்ற காதலைக் காட்டுகையில் தானும் பதிலுக்குக் காதலிப்பதாகக் கூறுகிறாள். அது உண்மையாயிருப்பதால் அவள் கணவனிடமும் மறைப்பதில்லை. அதனாலும் போலும் உடலுறவின்போது அவளை வேசியென்கிறான் வாசுதேவன். அவளைத் தேவடியாளென்கிறாள் உடன்பிறந்த தங்கை. ஆனால் சவிதாதேவிக்கும் விபின் பாஸ்வானுக்குமுள்ள மாறாக் காதல் ஜெமினிக்குப் புரிந்ததாயிருக்கிறது. சவிதாதேவியைச் சந்திக்கும் போது உண்மையான காதலைக் கண்டுணர்ந்த உறங்காப்புலி பெரும் விடுதலையை அடைந்தவனாகிறான். வாசுதேவன் தன் மனைவியின் காதலை உணர்ந்தவனாக அவனைத் தேடிச்செல்கிறான். பாகீரதியிடம் தோன்றும் காதலால் எல்லோருக்கும் பின்னால் நீண்ட பயணம் மேற்கொள்கிறார் அரங்கநாதன் நம்பி. இவ்வாறு பல காதல்கள் தவிர்க்க முடியாமல் ஒன்றையொன்று பின்னிப் பிணைந்திருக்கின்றன. அதனால் இந்த நாவல் உணர்ச்சிகள் ததும்பும் ஒரு பெரும் காதல் கதையாயிருக்கிறது.

தந்தை கொடுத்த ஜெமினியின் மூன்று ஓவியங்களை பாகீரதி தொடர்ந்து நேசிக்கிறாள். அவள் சிறுவயதில் அம்புலிமாமா, மணியம் ஓவியங்களின் ரசிகை. மணமான பின் ஜெமினியின் ஓவியங்களைத் தன் மதியத் தூக்கத்தில் கனவு காணும் திண்ணைச்சுவரில் தொங்கவிடுகிறாள். அவளுக்கு அவ்வோவியங்களின்பாலுள்ளது கலையைத் தாண்டிய ஈடுபாடுதான். அவள் வேறு ஓவியங்களையும், அவளென்று பரிசளிக்கப்படும் ஜெமினியின் லீலா நாயுடு ஓவியத்தையும் கூட வீட்டில் காட்சிக்கு வைப்பதில்லை. அந்த மூன்று ஓவியங்களைப் பற்றி பாகீரதி வெவ்வேறு சந்தர்ப்பங்களில் வெவ்வேறுவிதமாக விவரிக்கிறாள். அவை உணர்த்துவதை மிகுந்த படைப்பூக்கமுடன் கற்பனைக்கிறாள். ஜெமினி, பிராமணர்களின் மதுபானி ஓவிய முறைக்கு மாற்றாக இரு பரிமாணத்தன்மையும் தீர்க்கமான கோடுகளாலுமான துஸாத் பழங்குடியின வகையைத் தேர்ந்து வரைபவர். கம்யூனிசக் கட்சி கேட்டுக்கொண்டதற்கிணங்க தீபாகா எழுச்சியையும் பதிவாக்கியவர். அவரால் கட்சியின் விருப்பத்துக்கு இணங்க முடியவில்லை. அவர் காட்சிகளுக்குப் பின்னாலுள்ள ஆன்மாவாக மிதக்கும் வண்ணங்களைத் தேடுகிறார். அதை கடைசிவரை அடையமுடிவதில்லை. அந்த ஜெமினியை, நிஜப் பாத்திரமாயிருக்கும் ஓவியர் ஆதிமூலம் சந்திக்கிறார். கோடுகளாலான ஒளியும் நிழலுமாக அவரைத் தரிசிக்கிறார். இந்த அகத்தூண்டல்தான் ஆதிமூலத்துக்குப் புகழ்பெற்ற காந்தி வரிசைக் கோட்டோவியங்கள் வரையக் காரணமாகிறது. தன்

தேடலில் மைக்கத்தியால் தடவி உருவாக்கும் அரூப வண்ண ஓவியங்களை மிதக்கும் வண்ணங்களைப் போன்று பின்னாளில் வரைந்தவர் ஓவியர் ஆதிமூலம். பாகீரதிக்கு ஓவியர் ஜெமினியான உறங்காப்புலி, கூக்குகளின் பழங்குடித் தெய்வம் பேராபுடீமாவைக் கண்டதும் பித்யா நதியின், கீழ்மையெனக் கருதப்படும் கழிவுகளையே மிதக்கும் வண்ணங்களெனக் கண்டடைகிறான். அதில் பெற்ற உத்வேகத்தால்தான் பேராபுடீமாவை முதலாளி களின் பெருந்தெய்வம் பினீத் தேவியாக்கலை எதிர்க்கிறான். அதற்காக அவன் அநூபா எனும் காவல் தெய்வத்தின் சன்னதத்தைக் கொள்கிறான். அவன் மேல் பூசியிருப்பவையே வாசுதேவனுக்கு மிதக்கும் வண்ணங்களாகின்றன. ஜெமினியின் நிழலென்று உறங்காப்புலியைக் காதலிக்கிறாள் பாகீரதி. உறங்காப்புலியின் நிழலைக் காதலன் விபின் பாஸ்வானாகக் கண்டு உரையாடுகிறாள் சவிதாதேவி. அவள் நிழலை பாகீரதியாக எண்ணிக்கொள்கிறான் உறங்காப்புலி. பாலியல் தொழிலாளியைப் பிரமிளா என்றழைத்துப் பாகீரதியாகப் பார்க்கிறான் அவன். அரங்கநாதன் நம்பியும் தன்னை இளமையில் காதலித்துத் தேடி வந்த பெண்ணாகப் பாகீரதியை நினைக்கிறார். ஆதிமூலத்தின் ஓவியங்களில் எண்ணற்ற திட்டவட்டமான கோடுகளும் அவை இணைந்த ஆழமான நிழல் பிரதேசங்களும் உருவாகும். அவற்றைப் போல் இவையெல்லாம் பலவாறாக விளக்கியும் முடியாதவையாக எஞ்சி நிற்கின்றன. ஓவியங்களைப்பற்றி நாவலில் எழுதப்படும் பல கருத்துகள் நாவலுக்கும் பொருத்திப் பார்ப்பவனாகவுள்ளன. இப்படி நாவல், கலையின் கதையாக எழுதப்படுகிறது.

வாசுதேவன், உறங்காப்புலி, ஜெமினி, விபின் பாஸ்வான், இங்க்ளய்யா, உபேந்திரநாத் போன்ற எல்லோரும் வெளிப்படை யான சாதிய அடையாளங்களைக் கொண்டுள்ளார்கள். வாசுதேவனையும் அவனைச் சேர்ந்தவர்களையும் தவிர மற்ற அனைவருமே சாதியின் கீழான படிநிலைகளில் அடுத்தடுத்திருப்பவர்கள். வாசுதேவன் பிராமணன், மிகவும் படித்தவன், எந்த இயக்கத்தையும் சேராதவன். உறங்காப்புலி, தேவன், பெரியார், திராவிட இயக்கங்களைச் சார்ந்தவன். இருவரும் வேறுபடும் எண்ணங்களாலும் கருத்துகளாலும் மோதுபவர்களாயிருக்கிறார்கள். அவர்களுக்கு எதிரெதிர் அடையாளங்களாகக் குடுமியும் கன்னம் வரை மீசையுமிருக் கின்றன. கருத்துகளின் போராட்டத்தில் வெல்ல முடியாத நிலையிலுள்ளவன் மற்றவனுக்கெதிராகக் குடுமியை அறுக்க, கடைசியாக ஆயுதத்தை ஏந்துவதாகிறது. நீண்ட காலத்துக்குப் பின்னாலான சூழலில் வாசுதேவனும் உறங்காப்புலியும் தங்களது கருத்துகளை மாற்றியும் கொள்கிறார்கள். ஆனால் பாகீரதி,

சவிதாதேவி, மலர்விழி, பூரணி போன்ற பெண் பாத்திரங்கள் சாதிய உணர்வுகளைக் கொண்டிருப்பதில்லை. தங்களைப் பெரிதாக மாற்றிக்கொள்ள வேண்டிய தேவையு மில்லை. அவர்கள் எப்போதும் இயல்பாயிருக்கிறார்கள். சாதி வேறுபாடு களை, பிற்போக்குத்தனங்களைப் பேணும் பிராமணியத்தின் ஊற்றுக்கண் பிராமணரென்றும் பிறப்பால் விளைந்த அவற்றைச் சுலபமாகக் களைந்துவிட முடியாதென்றும் பிராமணர்கள் தாங்களே சந்தேகித்துக்கொள்ளும் சந்தர்ப்பங்களும் ஏற்படு கின்றன. ஈ.வெ.ராவின் கொள்கைகளில் ஈடுபாடுள்ள ஹாலாஸ்யம் தன் மகன் வாசுதேவன், பாகீரதியை மணப்பதை முழுதாக ஒப்புவதில்லை. பாகீரதிக்கு வாசுதேவன் ஏற்றவனல்ல என்று முதலில் அவர் நினைத்திருக்கிறார். கலப்புத் திருமணமில்லை என்றும், பழகியவர்களிடம் போய் பெண் கேட்பது தவறென்றும் கடைசியாக வசதியில்லாதவர்கள் என்றும் ஒவ்வொரு காரணமாக அடுக்குகிறார். அவர் கலப்புத் திருமணங்களால் சாதிகள் அழியுமென்கிறார். சாதிகள் தத்தமது கலாச்சாரங்களை உயர்த்திப்பிடித்துச் சம தகுதிகளுடனிருக்க வேண்டுமென்கிறான் வாசுதேவன். இப்படியான பல கருத்துப் போராட்டங்கள் நாவலில் நிகழ்கின்றன.

சாதியப் பொருளாதார ஏற்றத்தாழ்வுகளால் பாதிக்கப் பட்டுள்ள ஜெமினி அவற்றிலிருந்து விடுபடும் வழியாக கலையைத் தேடி வெளியேறுபவராயிருக்கிறார். பிராமணர்களின் மதுபானி ஓவிய முறையைத் தவிர்த்து துஸாத் பழங்குடியின வகையைத் தேர்ந்துகொண்டு ஓவியங்களை வரைகிறார். அவர் தீபாகா புரட்சியிலும் நக்சலைட் எழுச்சியிலும் மிகவும் விருப்பமுடன் நேரடியாகப் பங்கேற்கிறார். கருத்துகளாலான போராட்டத்தில் தோற்கும் நிலையில் தன்னுடனுள்ள விபின் பாஸ்வானுக்காகவும் இங்க்ளய்யாவுக்காவும் ஜெமினியும் துப்பாக்கியைப் பிடிக்கிறார். எல்லாவற்றிலிருந்தும் விலக நேர்கையில் அவர் அரூபமான தேடலைக் கொள்கிறார். தாங்கள் தொன்மங்களைக் கைவிட்டாவது கல்வியறிவு பெற வேண்டுமென்கிறான் பழங்குடியான இங்க்ளய்யா. அறிவு வலிமையான ஆயுதம், அதைப் பெற்றதும் இழந்ததையெல்லாம் போராடி மீட்டுக்கொள்ளலாம் என்ற பழங்குடியினரின் கருத்துகளும் எழுப்பப்படுகின்றன. நாவலின் துவக்கத்திலேயே வரப்போகிற அவசரநிலைக் காலத்தை முன்னறிவித்துவிடுகிறார் தீப்பொறி ஆறுமுகம். அவசரநிலை அமலாக்கம் எதிர்க்கட்சிகளின் மீது கடும் அடக்குமுறையையும், நாடெங்கும் கருத்துரிமை மறுப்பையும் கொண்டிருக்கிறது. இவை பொது ஜனத்தை நேரடியாகப் பாதிக்கவில்லையென்றாலும, வலிந்த சீர்திருத்த

நடவடிக்கைகளால் அவர்கள் உள்ளூரப் பீதியடைகிறார்கள். மக்களுக்காகப் போராடிய சிறு குழுக்கள் மீண்டும் எழ முடியாத வாறு கடுமையாக நசுக்கப்படுகின்றன. நக்சல்பாரிகள் என்று அறியப்பட்டவர்கள் மேல் அரசு பயங்கரவாதம் பிரயோகிக்கப் படுகிறது. தீவிரவாதி என சந்தேகிக்கப்படும் உறங்காப்புலி கைதாகி சிறைமுகாமில் மிக மோசமான வன்முறையைச் சந்திக்கிறான். இது ஒரு எடுத்துக்காட்டு, அரசாங்கத்திற்கு அதிகாரம் மிகும் பட்சத்தில் ஒடுக்குமுறையும் அதிகமாகுமென்பதற்கு. சித்திரவதைகளின் கலைஞனான மாரநாதன் என்னும் காவல்துறை அதிகாரியால் உறங்காப்புலியும் உயிர் போகுமளவு பாதிக்கப்படுகிறான். அவன் எங்கு சிறைப்பட்டிருக்கிறான் என்று கூட குடும்பத்தாருக்குத் தெரியப்படுத்தப்படுவதில்லை. பெற்றோர் நோய்ப்படுக்கையில் வீழ்கிறார்கள். உறங்காப்புலி கல்கத்தாவின் கிராமத்துக்கு அதிர்ஷ்டவசமாகத் தப்பிச் செல்கிறான். அந்த பேராச்சப்பாதான் ஜெமினி வந்தடைந்த இடம். உறங்காப்புலி, வாசுதேவன், பாகீரதி, அரங்கநாதன் நம்பி என்று ஒவ்வொருவரும் அதை நாடி வருகிறார்கள். ஆசிரியரும் அங்கு சென்றிருக்கிறாரென நன்றிகள் பக்கம் காட்டுகிறது. அவசரநிலையைப் பிரகடனப்படுத்திய இந்திராவுக்குத் தன் இருப்பைத் தக்கவைக்கும் அச்சமேற்படுவதால் அவர் மக்களிடையே பயமுண்டாக்குகிறார்.

இந்தக் கதையின் மேல் ப்ளூஃபர் சீமாட்டியின் கழுத்தில் ட்ராகுலா ரத்தம் குடித்த பற்துளைகளிருந்ததாலேயே அவரும் ரத்தம் குடிக்கும் காட்டேறியான கதை ஒப்புவமையாக எழுதப்படுகிறது. அவசரநிலையின்போது அரங்கநாதன் நம்பியிடம் மனநல மருத்துவத்துக்கு வருகிறவர்களின் எண்ணிக்கை அதிகரிக்கிறது. அவர்களில் கணிசமானோர் காவல்துறை அதிகாரிகள். தன்னை ட்ராகுலாவாக எண்ணிக்கொள்ளும் அரங்கநாதன் நம்பியுமே மனநோய்க்காளாகிறார். இந்தியா திறந்த நிலைப் பைத்தியக்கார விடுதியாகிக்கொண்டிருப்பதாக ஜெயப்பிரகாஷ் நாராயண், காமராஜர், கருணாநிதி ஆகியோர் கூறுகிறார்கள். அந்த நெருக்கடி நிலைக் கால கைதுகளைத் தவறெனத் தீர்ப்பளித்த ஒரு நீதிபதி பதவி விலக்கப்பட்டதையும், நியாயப்படுத்திய நீதிபதி பதவி உயர்வு பெற்றதையும்தான் பின் வந்த ஜனதா ஆட்சி செய்ய முடிந்ததும் காட்டப்படுகிறது. தன் சுயத்தைத் தாழ்வாக உணரும்படி அவசரநிலை செய்துவிடும் என உறங்காப்புலியின் தந்தை சுந்தரபாண்டியின் பாத்திரம் எண்ணுகிறது. இந்தி எதிர்ப்புப் போராட்டத்தின் போக்கையும் தனிமனித உணர்வுகள் தீர்மானித்தன என அதில் முக்கியப் பங்காற்றிய சுருளிநாதன் கருதுவதாயிருக்கிறது. தலைவர்கள் பொதுப்பிரச்சினைகளைப் போராடுபவர்களின் சொந்தப் பிரச்சினைகளாக்கிவிடுகிறார்கள்,

அதற்கு எதிரிகளை உருவாக்கி அழிக்கச் செய்து வெற்றி பெற்றதாகக் கருத வைக்கிறார்கள் என்கிறான் அவன். அந்த இந்தி எதிர்ப்புப் போராட்டத்தில் தன் காதலியின் மேலிருந்த வெறுப்பினாலேயே காங்கிரசாரின் ஜீப்புக்குத் தீ வைக்கிறான். அது வன்முறை யாக வெடித்து நாடெங்கும் பரவிப் பிறகு திமுக ஆட்சியைப் பிடிக்கவும் காரணமாகிறது. மாறாக, ஒவ்வொரு போராட்டமும் வன்முறையோடிருப்பதைத்தான் அரசாங்கம் எதிர்பார்க்கிறது என்கிறான் அவனுடனிருந்த உறங்காப்புலி. அதுவே போராடும் தலைமையாலும் எதிர்பார்க்கப்படுகிறது என்கிறான் சுருளிநாதன். இந்தி எதிர்ப்பு தனிப்பட்ட கோபதாபங்களின் போராட்டம், அது ஓர் அடையாளம் மட்டும் என்றெல்லாம் சொல்லப்படுபவையுடன் சமீபத்தில் நடந்த தமிழகத்தின் சல்லிக்கட்டுப் போராட்டத்தைப் பொருத்திப் பார்க்கலாம். இதற்கு முன் இரு இந்தி எதிர்ப்புப் போராட்டங்களும் நடந்து சிறை சென்றவராயிருக்கிறார் உறங்காப்புலியின் தந்தை. போராட்டத்துக்கான காரணங்கள் ஒருபோதும் முடியாமலிருக்கின்றன. அழிக்க வேண்டிய பொது எதிரியென்று யாரையும் உருவகிக்காமலிருப்பதால்தான் காந்தியால் அகிம்சைரீதியிலான போராட்டத்தை நடத்த முடிந்தது என்றும் சுருளிநாதன் முன்வைப்பது முக்கியமான பார்வையாயிருக்கிறது.

இருப்புப் பாதைத் தொழிலாளர்களின் மாபெரும் போராட்டமும் வன்முறையற்றதாயிருப்பதை அரசாங்கம் விரும்பவில்லை. அதனடியிலிருந்துதான் அவசரநிலைப் பிரகடனமும் செய்யப்படுகிறது. ஆரம்பக் கட்டத்திலேயே போராட்டத்தின் தலைவர் கைது செய்யப்பட்டுவிடுகிறார். பிறகு இருப்புப் பாதை தகர்ப்புச் சதியின் ஆதாரங்கள் மறைக்கப்படு கின்றன. அச் சதியை தன் தனிப்பட்ட விருப்பங்களுக்காக அற்புதானந்தன் என்னும் இடைநிலை அதிகாரி நடக்க வேண்டுமென விரும்புகிறார். ஆதாரங்களான கடிதங்களை மறைத்ததற்காக உறங்காப்புலி பணிநீக்கம் செய்யப்படுகிறான். நக்சல்பாரி போராட்டத்துக்கும் முன்பாக தீபாகா எழுச்சி இந்தியா–பாகிஸ்தான் பிரிவினைக்கு முன்பு ஒன்றாயிருந்த வங்காளத்தில் நடந்திருக்கிறது. விவசாயிகள் விளைச்சலில் நான்கில் மூன்று பங்கை நிலவுடமையாளர்களிடமிருந்து கோரிய உரிமை வெற்றிகரமாக நிறைவேறியிருக்கிறது. அதை இந்தியக் கம்யூனிசக் கட்சிக்காக ஓவியங்களாகப் பதிவு செய்யத்தான் விபின் பாஸ்வானுடனும் இங்க்ளய்யாவுடனும் ஜெமினி செல்கிறார். அதில் சாதியத்தின் கொடூரமுகம் வெளிப் படுகையில் விபின் பாஸ்வானைவிடவும் ஜெமினியே ஆயுதத்தை திறம்பட ஏந்தியவராயிருக்கிறார். முத்தாய்ப்பான அந்நிகழ்ச்சி போராட்டத்திலிருந்து மூவரையும் வெளியேற்றிவிடுகிறது.

பிறகு வசந்தத்தின் இடிமுழக்கமென எழும் நக்சல்பாரிப் போராட்டம் நாடெங்கும் பரவுகிறது. அதற்கு சாருமஜும்தாரின் தேர்ந்த பிரச்சாரமே முக்கியமான காரணம். அந்த ஆயுதப் போராட்டம் இன்னும்கூட உயிரோட்டத்துடனிருப்பதைக் காணலாம். தனி நபர்களின் வாழ்க்கைதான் போராட்டங்களை உற்பத்தி செய்கிறதென்றால் அதை மாற்றியமைப்பதும் போராட்டங்களாகவேயிருக்கின்றன. வரலாறு என்பதே போராட்டங்களின் வரலாறாயிருக்கின்றன. அந்த வரலாறே ஒவ்வொருவரின் குணாம்சங்களையும் தீர்மானிப்பதாகவும் அமைகின்றன. இவ்வாறாக இந்த நாவல் முடிவுறாத பல போராட்டங்களின் கதையாக நீள்கிறது.

இந்த நாவல் காதல், கலை, போராட்டம் போன்றவை கலந்ததாயிருக்கிறது. அவற்றின் பின்னணியில் மிதந்தெழும் எண்ணங்களை ஆழம்வரை தேடிட முயலுகிறது. அதற்கு ஆசிரியரின் அன்னியமில்லாத ஆதிக் கதை சொல்லும் பாணி மிகவும் பயனுடையதாயிருக்கிறது. அது பேச்சு வழக்கையும் எழுத்துமுறையையும் ஒன்றாகக்கொண்டு அனைத்தையும் அறிந்ததாயிருக்கிறது. மொழியின் உச்சபட்ச சாத்தியங்களால் அறிந்த அனைத்திலும் திரும்பவும் உண்மைகளைத் தேடிப் பார்க்கிறது. அது அரசியல், கலை, வாழ்க்கையைக் கலைத்துப் போட்டு மீளவும் அடுக்கி முழுமையாகக் காண முயலும் செயல்பாடு. அப்படி அறிவார்த்தமான காரியத்தில் தன்னைத் தான் இழந்து, தேடல் முற்றிக்கனிகையில் உணர்வுகளின் உச்ச நிலையை அடைகிறது. காதல் கவித்துவ விவரணை, சவிதாதேவியும் உறங்காப்புலியும் தம்மை மறந்தவர்களாகச் சந்திப்பது, வாசுதேவன் பாகீரதியை வலுவில் புணர்வது, பாகீரதி மூன்று ஓவியங்களை வெவ்வேறாக விவரிப்பது, பூகம்பத்தில் பாதிக்கப்பட்டும் பழங்குடிகள் பன்றிச் செல்லங்களைக் கொண்டாடுவது, நிஜ ஓவியர் ஆதிமூலம் ஓர் ஓவியமாகவே ஜெமினியைக் காண்பது, ஜெமினியின் நிழலாகும் உறங்காப்புலி, பழங்குடிகளின் பேரபுடீமா தெய்வத்தைத் தரிசிப்பது, பித்யா நதியில் மிதக்கும் வண்ணங்களைக் கண்டடைவது, அவன் அநூபா காவல் தெய்வத்தின் சன்னதம் கொள்வது போன்ற பகுதிகளை அதற்காகப் பட்டியலிட்டுக்கொண்டு போகலாம். மொழி வெளிப்படும் வேகத்தில் தடைகளாயிருக்கும் முற்றுப் புள்ளிகளை இழந்து, வெறும் காற்புள்ளிகளுடன் ஓடி, பின்னர் அவற்றையும் துறக்கிறது. மேற்குறிகளற்றிருப்பதாலேயே வேற்றுமொழி உரையாடல்களை இடையூறு ஏதுமில்லாமல் இயல்பாகப் பெயர்த்தும் விடுகிறது. இவையெல்லாம்தான் இது உலகத்தரத்திலான தலைசிறந்த நாவலை வாசிக்கும் மேலான அனுபவத்தையளிக்கிறது.

நிழலின் தனிமை

பழி தீர்ப்பதாகும் மன்னிப்பு

சீரிய வாசிப்பையுடைய மகிழ்வும் அர்த்தப் பெருக்கமுமுள்ள நெடுங்கதைகளைப் படைப்பவர் தேவிபாரதி. பெருந்தலைவர்கள் சாதாரணப் பாத்திரங்களான மாற்றுச்சிந்தனைகளை உருவாக்கும் அரசியல் கட்டுரைகளைப் புனைபவர். அவர் நெடுங்கதையென அழைத்துக்கொள்ளும் நாவலை முதன்முறையாக எழுதியிருக்கிறார். அது முன்பின்னான நீண்ட காலங்களை ஒன்றாகக் காட்டி மிகப்பெரும் கதையாக விரிகிறது. விலக்கப்பட்ட பல சிறு கதையாடல்கள் அதில் உள்ளும் புறமுமாக் வெளிப்பட்டு நாவலாகியிருக்கிறது. வெளிநாட்டு முகாமில் எழுதப்பட்ட இந்த மண்ணினுடைய கதையைப் பிற மொழிகளிலுள்ள மேன்மையான வற்றுக்கு ஒப்பாக வாசிக்க முடிகிறது, தன்மையில் சொல்லும். சவாலையேற்றுத் தன்னையும் பிறரையும் ஊடுருவும் அசாதாரண ஆழத்துக்குச் செல்கிறது. ஆழ்மனதின் நனவோடை மொழியை எழுதி அதன் உச்சங்களான மாயங்களையும் வளங்களையும் விளைவிக்கிறார் தேவிபாரதி. அதில் உருவாகி வரும் எண்ணற்ற படிமங்கள் வாசிப்பனுபவத்தை எல்லையற்றதாக மாற்றுகின்றன. தொடர்ந்து உலகத்தைக் கூர்ந்து கவனிப்பதால் கிடைக்கும் நுட்பமான அவதானிப்புகள் கதையை உயிர்த்துடிப்புள்ளதாக்குகின்றன. இதன் செவ்வியலின் கருணையும், நவீனமுடையதான பழியும் ஒன்றோடொன்று கலந்து பிந்தைய நவீனத்துவப்போக்கை அடைகின்றன.

தனிமையும் குற்றவுணர்வும் பெருகத் தன் பழிக்கதையைக் கதைசொல்லி முன்வைக்கிறான். பழிவாங்குபவனாயிருந்து பழிக்காளானவனாக மாறுவது என்று எதையும் இவன் மறைப்ப தில்லை. விதியில் தொடங்கும் புள்ளியிலிருந்து முப்பதாண்டு களுக்கு முன்னுள்ள நினைவுகளை மிகத் துல்லியமாக மீட்கிறான். அந்தக் காலத்தின் புதைகுழியிலிருந்து மேலே தோண்டியெடுக்கப் படுபவை இவனுடன் பிறந்த அவலமும் சாதி இழிவும். அத்துடன் மிகவும் துரதிர்ஷ்டமானதென்று வர்ணிக்கப்படும் நாளின் பல துண்டுகளான நிகழ்வு. அதற்கு இவன் பழிவாங்க ஏற்கும் சபதத்தை நிறைவேற்ற முயலுவதின் போராட்டம் கதையா கிறது. பழி தீர்ப்பதாக நினைத்து இறுதியில் மன்னிப்பு வழங்கப்படுவதற்கு இவன் சாட்சியமாகிறான். இவனுடைய அற்புதத் திறனுள்ள ஞாபகங்களும் கதையில் உண்டாக்கப்படும் இடைவெளிகளை நிரப்புவதில்லை. அக்காவுக்கு இழைக்கப் பட்ட தீங்கு முழுமையாக நினைவு கொள்ளப்படாதது ஓர் உதாரணம். அதற்கு அம்மாவும் காரணமாயிருக்கலாம் என்ற சந்தேகமும் எழுப்பப்படுகிறது. அப்போது பழிவாங்குவதாகத் தான் சூளுரைத்தது உண்மையா எனவும் இவனுக்குத் தெரிவதில்லை. இவன் சிறுவனாயிருப்பதால் குடும்ப உள் விவகாரங்கள் மிகவும் சூட்சுமமாயிருக்கின்றன. இளமையில் தப்பித்த ஒற்றை நாசுவன் பறவையின் கண்களில் தெரிவது பழியா துக்கமா என்பது தீர்மானிக்கப்படாததாகிறது. பிறகு பழிவாங்கக் கையில் கத்தியைப் பிடித்தபடி தயங்குவது கோழைத்தனத்தாலா கருணையாலா என்பது அறிதலுக்கு அப்பாலுள்ளது. இவன் கொள்ளும் காதலும் பழியும் பிரிக்க இயலாதவையாயிருக்கின்றன. தன் பழிவாங்கும் செய்கைகள் பாவங்களாகத் தோன்றி வதைக்கின்றன. கதையினூடாகக் குழப்பங்களும் சந்தேகங்களும் இவனுக்குள் எழுகின்றன. சம்பவங்களெல்லாம் ஒத்திசைவோடும் எதிர்பார்க்காதபடியும் நிகழ்ந்தேறுகின்றன. அதற்கேற்றவாறு அக்காவும் எல்லாம் விதிப்படி நடப்பதாக எண்ணுகிறாள். அதனால் இவன் தன் கதையை வேறு யாரோ கைப்பற்றிவிட்டதாக ஐயப்படுகிறான். அவர்கள் வாசகர்களாகத்தான் இருக்க முடியும்.

முப்பதாண்டுகளுக்குப் பிறகு கெட்ட ஆவியைப்போல் திடீரென்று கருணாகரன் தோன்றுகிறான். அக்கா சாரதாவை அவன் கெடுக்கையில் சிறுவனாயிருந்த கதைசொல்லி பழிவாங்கும் சபதமேற்றிருந்தான். அதைத் தமிழ் சினிமாவின் பாதிப்பு என்று கருணாகரன் ஏளனத்தால் ஒதுக்குகிறான். சினிமாக் கொட்டகையில் தின்பண்டம் விற்கும் பையனாயுள்ள கதைசொல்லி அறியாதவாறு திரைப்படங்கள் தாக்கங்களை

ஏற்படுத்தியிருக்கும். பங்கப்பட்ட சாரதாவும் குடும்பத்தார்களும் நடந்ததைச் சாதாரணமாக எடுத்துக்கொள்கிறார்கள். மற்றவர்களிடமிருந்து மறைப்பதாகவும், ஒரு ரகசிய பேரமாகவும் கடந்து செல்பவர்களாயிருக்கிறார்கள். புதிதாக சுயமைதுனம் பழகிக்கொண்டிருக்கும் நண்பனுக்கும் அது மற்றொரு தாங்க முடியாத சுயமைதுனம் செய்துகொள்ளும் சந்தர்ப்பமாகிறது. பிற உப பாத்திரங்களாகப் படைக்கப்பட்டவர்களும் கூட அதைச் சங்கடத்துடன் விழுங்குகிறார்கள். கதைசொல்லி ஊர் மாறியிருப்பினும் முப்பதாண்டுகளாக மறதியின் ஆழத்தில் அதை மூழ்கவைக்கிறான். ஆனால் கருணாகரனைச் சந்தித்த வேளையிலிருந்து யாருக்கும் இருக்காதவாறு இவனுக்கு நினைவுகள் ஒவ்வொன்றும் மிகவும் முழுமையாக மீள்கின்றன.

கதைசொல்லி கருணாகரனைச் சந்தித்தபிறகுதான் பழியெண்ணத்தை சாரதா தூண்டுகிறாள். அவளுடைய பழுப்பு நிறக் கண்கள் அதற்காக இவனை நுட்பமாகத் திட்டமிட வைக்கின்றன. அந்தஸ்தின் பாதுகாப்பான உயரத்தி லுள்ள கருணாகரனுக்கு வேறுவழியில்லாமல் பயமுறுத்தும் வாசகங்களடங்கிய கடிதத்தை எழுதுகிறான். அதை மாயம்போல் ஊரிலுள்ள அஞ்சலகத்துக்குத் தன்னையறியாமல் சென்று சேர்க்கிறான். இவன் முகவரியில் உருவாக்கிய அதீதப் பிழை களால் போலும், கடிதம் கருணாகரனை அடைவதில்லை. அந்த அஞ்சலகக் கட்டடத்தின் மேலேயுள்ள அறையில்தான் கருணாகரன் சாரதாவைக் கெடுத்தது. அதேயிடத்தில்தான் மறுமுறையும் இவனும் குடும்பமும் அவமானப்பட்டிருக் கிறார்கள். எப்போதும் போல் பாழடைந்துள்ள அஞ்சலகத்தில் முதியவர் போஸ்ட்மாஸ்டராயிருக்கிறார். பழியை ஞாபகப்படுத்த இவனைப் பிறகும் அஞ்சலகத்துக்குச் சாராதா அழைத்து வருகிறாள். அஞ்சலகமும் மேலேயுள்ள கருணாகரனின் அலுவலக அறையும் பழைய தோற்றத்துடனிருக்கின்றன. அதே போஸ்ட்மாஸ்டர் முன்புபோலவே நடந்துகொள்கிறார். மறுமுறை இவன் பழி படிந்தவனாக வர நேர்கையில் அஞ்சலகக் கட்டடம் புதிதாக உருமாறியிருக்கிறது. உள்ளேயிருப்பது இளம் பெண்ணாயிருந்தாலும் முன்பு நடந்தவையே திரும்ப நடக்கின்றன. பழி தீர்க்கக் கதை சொல்லியின் ஒரே செயல் கடிதம் எழுதியதுதான். பிறகு தானும் சுகந்தியெனும் பெண்ணை அவள் கணவன் அறிய சுகிப்பதால் பழி வாங்கும் ஒரு கடிதத்தை எதிர்பார்த்துக் குற்றவுணர்வு கொள்கிறான். கடிதம் போய்ச்சேராமல் கருணாகரனால் அந்த உணர்வையும் அடைய முடிவதில்லை. அவன் தன் பாவத்தை வாழ்ந்து தீர்க்க வேண்டி யிருக்கிறது.

கதைசொல்லி முன்கூட்டித் தீர்மானிக்கப்பட்டதைப் போல் கருணாகரனுக்கு அணுக்கமாகிறான். இவனுடைய துணையால் கருணாகரன் வளர்ச்சியின் படிகளில் உச்சத்துக்குச் செல்கிறான். அது பின்னர் வீழப்போவதின் வலியும் ஆழமும் தெரிவதற்காகத்தான் போலும். அதுவே கருணாகரனுக்கு விதிவசத்தால் கிடைக்கும் தண்டனையாகிறது. இளமையான சாரதாவைப்போலுள்ள, கருணாகரனின் மகள் சுலோசனாவுடன் இவன் காதலிலும் ஈடுபடுகிறான். அது அன்பாலும் பரஸ்பரம் உணர்வதாலும் உருவான காதலாக இருப்பதில்லை. உருகும் உள்ளங்களும் கவர்ச்சியான உடல்களும் கூட காட்டப்படுவ தில்லை. இளமையில் கண்ட நாசுவன் பறவையின் கழுத்தைச் சுற்றியுள்ள பிங்க் நிறம்தான் சுலோவிடம் முக்கியமாயிருக்கின்றன. அவளுடைய பிங்க் நிற விளிம்புகளுடைய உதடுகள், பிங்க் நிற விளிம்புகளுடைய ஜாதி மல்லிச் சரம், பிங்க் நிற வளையல்கள் போன்றவை இவனைத் திரும்பத் திரும்பக் கவர்கின்றன. பின்னர் அஞ்சலகத்தில் பணியாற்றும் இளம் பெண்ணின் பிங்க் நிற நகப் பூச்சுள்ள விரல்களைத் தீண்டுமளவு இவன் பிங்க் நிறத்தால் ஈர்க்கப்பட்டுள்ளான். சுலோவை சற்று வற்புறுத்திப் புணரும் போது அவளுடைய முலைகள் கவிழ்த்து வைக்கப்பட்ட சாமந்திப்பூக்களைப் போல் தெரிகின்றன. இதேபோல்தான் கெடுதிக்காளாகையில் அக்கா சாரதாவின் இள முலைகளும் நகக் கீறல்களுடன் தோற்றமளித்தன. சாரதாவைப் போல் சுலோவும் உடலுறவு முடிந்ததும் அழுகிறாள். பிறகும் அவளுடன் பல முறை உறவு கொள்கிறான். எல்லாமும் தன் பழிவாங்கலின் நடவடிக்கைகளெனச் சந்தேகப்படுகிறான். வேறொருவனுடன் கல்யாணமானதும் சுலோ கறுப்பு வெள்ளையாகத் தென்படு கிறாள். பின்னர் சுகந்தியுடன் அவள் கணவனுக்குத் தெரிய தொடர்ந்து உடலுறவு கொள்கிறான். நடந்த கொடுமைக்குப் பழிவாங்கும் உணர்வுடன் தனிமையுணர்வும் இவனை இயக்குவதாயிருக்கலாம். தனக்கு மட்டும் உடமையாகாத சுகந்தியை விலக்கிவிடுகிறான். மீண்டும் சுலோவுடன் உறவு கொள்ள முயலுகையில் அவளும் முழுவதுமாக விலகுகிறாள். இவன் பிறருடைய நிழலாகத் தன்னை உணரும் தனியனாகிறான்.

முப்பதாண்டுகளுக்குப் பிறகு கருணாகரனைச் சந்தித்ததைக் கூறி சாரதா கெடுக்கப்பட்டதை அம்மாவுக்கு மீண்டும் ஞாபகமூட்டக் கதைசொல்லி விரும்புகிறான். ஏனெனில் அதை அவள் ஒருபோதும் விளக்கியதில்லை. அதற்கு அவளும் ஒரு காரணம் என்று இவனுக்குச் சந்தேகமும் உள்ளது. ஆனால் அம்மா நோயுற்று எப்போதும் மருந்துகளின் மயக்கத்தில் ஆழ்ந்திருக்கிறாள். சாராதாவைக் கெடுத்ததற்கு நஷ்டஈடாக

ஐந்து ரூபாயைக் கருணாகரன் தருகிறான். அக்காலத்தில் ஓரளவு பெரும் தொகையான அதை வாங்கிக்கொள்ளாமல் அம்மா கிழித்தெறிந்திருப்பாளெனக் கற்பனை செய்துகொள்கிறான் இவன். அவள் ஏற்கெனவே கருணாகரனிடம் நிறையக் கடன்பட்டிருந்தவள். சம்பவத்தன்று கூட கதைசொல்லியைக் கடன் வாங்கவே அனுப்புகிறாள். இவன் மறுத்தாலும் உடன் வந்தவள்தான் சாரதா. இதுபோன்ற கடன்கள் தவறினால் திரும்பப் பெறுவதற்குப் பாலியல் அவமானங்களை இழைப்பதை ஒரு வழிமுறையாகக் கொண்டிருப்பவன் கருணாகரன். அம்மாவிடம் இயற்கையாக எழுந்த எதிர்ப்பை அவன்மேல் சாதி பண பலங்களினால் எதிர்கொள்கிறான். சமூகம் மற்றும் இன்ன பிற காரணங்களினால் அம்மா அடங்கிவிடுகிறாள். மறுபடியும் கருணாகரனைக் காண நேர்ந்ததால் கதை சொல்லிக்கும் அதனால் சாரதாவுக்கும் பழியுணர்வு எழுகிறது. கடைசிவரை எதையும் நினைவுகூராமல் அம்மா இறந்துபோகிறாள்.

கதைசொல்லி தன்னை ஒடுக்கப்பட்ட நாவித சாதியாகக் கதை முழுவதும் உணர்கிறான். பாதுகாப்பற்றவையும் பயந்தவையுமான நாசுவன் பறவைகளோடு இளமையில் தன்னை ஒப்பிட்டுக்கொள்கிறான். அக்குருவிகள் மண்ணில் வளை தோண்டிக் கூடு கட்டுபவை என்ற உண்மை இவனால் மட்டும் கண்டுபிடிக்கப்படுகிறது. தான் காட்டிக்கொடுப்பதால் மேல் சாதி சிறுவனால் நாசுவன் பறவைகள் கொல்லப்படுகையில் தன் சாதி வேட்டையாடப்படுவதாகத் துயரமேற்படுகிறது. அதை அந்தச் சக சிறுவனும் வெளிப்படையாகச் சொல்லிக் காண்பிக்கிறான். ஆண் நாசுவன் குருவிகளுக்குக் கழுத்தைச் சுற்றிப் பிங்க் நிற வளையங்களுள்ளன. நாவித சாதி அடையாளம் போன்றதாகும் அந்தப் பிங்க் நிறம் இவனை எப்போதும் கவர்கின்றன. அதுவும் சுலோவை மோகிப்பதற்கு காரணமெனில், அதிலிருந்து விடுபட நேரெதிராகவுள்ள சுகந்தியை நாடுகிறான். அவளிடமுள்ளவை பெருத்த முலைகள் மட்டுமல்ல, கருத்த உதடுகளும். இவன் உறவுக்காரனான பாட்டுக்காரனிடம் கடிதமெழுதும் உத்வேகத்தையும் பின்னர் கத்தியையும் பெற்றான். அவனே இவனுடைய ரகசியங்களை அறிந்தவனாகவும் எச்சரிப்பவனாகவுமுள்ளான். சுலோவின் மாமியாரால் கதை சொல்லியின் சொல்லப்படாத பரம்பரைக் கதை வெளியாகிறது. அவள் இவனுடைய பிறப்பை மறக்கவொட்டாதவாறு உணர்த்திக் கொண்டிருக்கிறாள். எப்போதும் கருணாகரனின் குடும்பத்தின் விளிம்பிலுள்ள வேலைக்கார நாவிதன் இவனுடைய உறவினன். அதை இவன் வெளியேற்றப்பட்டு அவனுடன்

உற்ற சொல்லைத் தேடி

நிற்கையில்தான் ஞாபகப்படுத்திக்கொள்கிறான். இவன் சாதித் தாழ்வுணர்விலிருந்து இறுதிவரை விடுபட முடியாதவனாகிறான்.

கதைசொல்லி சிறுவனாயிருக்கையிலும் வயதான பிறகும் சில வேட்டைகளுக்குத் துணையாகிறான். இளமையில் தனக்கு நெருக்கமான நாசுவன் பறவைகளைத் திறமையுடன் உண்டி வில்லை வீசும் தங்கவேலுக்குக் காட்டிக் கொடுக்கிறான். வளர்ந்த பின் கருணாகரனுடனும் மற்றொரு வேட்டைக்குச் செல்கிறான். அவன் தேர்ச்சியுடன் முயல்களைத் துப்பாக்கியால் சுடுவதையும் பார்க்கிறான். தங்கவேலின் கூர்மையான பார்வையும், கருணாகரனின் வேட்டை விளக்கின் பிரகாச ஒளியும் இரைகளின் கண்கள் மேல் ஒன்றேபோல் பாய்கின்றன. அவர்களிருவருக்கும் வயது வேறுபாடிருந்தாலும் ஒரே சொற்களைப் பேசுகிறார்கள்: “கண்டாரோழுது / வக்காலோழுது நம்புகிட்டய வேலையக் காட்டுது.” வேட்டைகளில் கதை சொல்லியின் பங்கு நெருக்கமான பார்வையாளனாக மட்டுமிருப்பதுதான். ஆனாலும் இவனுக்கு ஆயுதங்கள்பால் மிகக் கவர்ச்சியிருக்கிறது. இளமையில் அந்த நாளின்போது கருணாகரனுக்கெதிராகப் பெரிய அரிவாளைத் தூக்குகிறான். அவனுடன் வேட்டைக்குப் போகையில் பழி வாங்க ஏற்றதான துப்பாக்கியைக் கண்டு பெரும் மகிழ்ச்சி கிட்டுகிறது. பயமுறுத்தல் கடிதமெழுதச் சென்ற பாட்டுக்காரனிடமிருந்து பிறகு ஆட்டுக்குருதி தோய்ந்த கத்தியை இவன் திருடுகிறான். அந்தக் கத்தியைப் பற்றிக்கொண்டு நிற்கும்போதுதான் கருணை யுண்டாகிறது. இவன் முன் உலவும் அரிவாள், உண்டிவில், கத்தி, துப்பாக்கியென எந்த ஆயுதங்களையும் உபயோகிப்பதில்லை.

கதைசொல்லிக்குப் பழி தீர்க்கும் வாய்ப்புகள் கிடைத்தாலும் பயன்படுத்துவதில்லை. காட்டில் கருணாகரனுடன் தனியா யிருக்கையில் கத்தியைப் பிடித்துக்கொண்டு வேட்டை யாடலில் போல் எதிரியைப்பற்றி யோசிக்கிறான். பின்னர் கோழைத்தனமா கருணையா என்று தெரியாமல் கொல்லாமல் விடுகிறான். மற்றொரு தருணத்தில் பழிவாங்குவது முக்கியமாகப் படுவதில்லை. காரணம் பழிபாவம் நிறைந்தவனாக தன்னைக் கருதுவதாயிருக்கலாம். கருணாகரனைப் பழி தீர்க்க இவன் களங்கமற்ற சுலோவைக் காதலித்தவன். இவனுடைய பாவவுணர்வு சுகந்தியுடனான உறவாலும் பிரிவாலும் இன்னும் வளர்கிறது. இவனைக் கருணாகரனென்று பழைய ஊரிலுள்ள ஒருவன் நம்புகிறான். இவனுக்கும் தன் அடையாளம் அவ்வாறே தெரிகிறது. கருணாகரனைப் போல் தன்னையும் ஒரு கெட்ட ஆவியாகக் கருதுகிறான். தான் தூக்கியதைப் போன்ற அரிவாளும், பழி தீர்க்கும் கடிதமும் தன் மேலும் திரும்பலாமென இவனுக்கு

அச்சமுண்டாகிறது. பழி வாங்குவதற்கு மாறாகக் கருணாகரனுக்கு மீண்டும் மீண்டும் உதவி புரிகிறான். அவன் செல்வாக்கிலும் உடல் நலத்திலும் நன்றாயிருந்தாலும் மோசமாயிருந்தாலும் பழியை விடுத்து இவன் கருணையைக் கொண்டிருக்கிறான்.

சாரதா தான் கெடுக்கப்பட்டபோது எந்த சபதங்களையும் செய்வதில்லை. அவள் ஒருவனைக் காதலிக்கவும் செய்கிறாள். இப்போது அவள் வேறொருவருக்கு மனைவியாகி இரு பிள்ளைகளுக்குத் தாயான பொறுப்புள்ள குடும்பத்தலைவி. முப்பதாண்டுகளுக்குப் பின்னால் கதைசொல்லி கருணாகரனைச் சந்தித்ததை விதியென்று நம்புகிறாள். அதுமுதல் இவனைப் பழி வாங்கத் தூண்டிக்கொண்டிருக்கிறாள். கூடவே உக்கிரமான கடவுள்களிடமும் வேண்டுகிறாள். இவனை துர்ச்செயல் நடந்த அஞ்சலகத்துக்குத் திரும்ப அழைத்துச் சென்று நினைவூட்டு கிறாள். இவன் மறக்க முயலும்போதெல்லாம் பழியை ஞாபகப்படுத்துவது சாரதாதான். கருணாகரன் விஷம் வைத்துக் கொல்லப்படாமல் தன் பாவத்தை உணர்ந்துதான் இறக்க வேண்டுமென்பது அவள் எண்ணமாகிறது. சமூக, பொருளாதாரரீதியாக கருணாகரன் வீழ்ச்சியடைவதை அவள் கடவுளின் தண்டனையாகக் கருதுகிறாள். அவன் மரணப்படுக்கை யில் கிடப்பது தெரியும்போது தான் எதிர்பார்த்தவாறு நடப்பதாகத் திருப்தியுறுகிறாள். கடைசியாக அவனைக் காண வீட்டுக்கு வருகையில் பழைய புகைப்படங்களைப் பார்த்து உணர்ச்சிவயமாகிறாள். அவளை முதன்முறையாக முத்த மிட்டவன் கருணாகரன்தான் என அப்போது கதை சொல்லி நினைத்துக் காரணம் கற்பிக்கிறான். நடந்ததெல்லாம் போதுமென்பதாலோ மகத்தான மனம் உருவாவதாலோ சாரதா கருணை கொள்கிறாள். அவள் கருணாகரனைப் பார்க்கப் படுக்கை யறைக்குள் தனியாகச் செல்கிறாள். உடனே திரும்பி வந்து "அவன் வேற யாரோ" என்று மன்னிப்பதைப் போல் சொல்லி விட்டுச் செல்கிறாள். அது கதைசொல்லிக்குக் கிடைத்ததைப் போன்ற பெரும் பழிவாங்குதலாகிறது.

லக்ஷ்மி மணிவண்ணன் கவிதைகள்

ஊழி நடனம்

இது லக்ஷ்மி மணிவண்ணனின் மூன்றாவது கவிதைத் தொகுப்பாகும். ஒரு தொகுப்பாக வாசிக்கக் கிடைக்கிறபோது அதனுடைய அனைத்துக் கவிதைகளும் கலந்துவிடுகிற மாயம் அடைகின்றன. அவை தனித்துவமான ஒரு மொழியையும், ஒத்த சில படிமங்களையும் குறியீடுகளையும் கொண்டிருப்பதும் தெரிகிறது. ஆச்சரியமூட்டும்படி அவை ஒன்றுக்கொன்று தொடர்புகொண்டவையாய் இருக்கின்றன. ஆகவே வினோதமான அர்த்தங்களையும் அனுபவங் களையும் அளிக்கின்றன. கவிதை சொல்லியை முன்வைத்து இந்த வாழ்க்கை முழுமைக்கும் அவற்றைப் பொருத்தி விடலாம். கவிஞன் நடைமுறையிலிருக்கிற உலகத்தை ஒவ்வாமையால் கலைத்துப் போட்டுத் தனக்கான ஒன்றைப் படைக்கிறான். அந்த மொழியின் வழியாக அதை மறுபடியும் நமக்கானதாகப் படைத்துப் பார்க்கிறோம்.

இன்றைய நவீன கவிஞர்கள், கடவுள் இருந்தால் உண்டாகும் கடவுளின் தன்மையைப் படிமங்களாக உருவாக்குகிறார்கள். வெளியில் தூலமாக இல்லாத கடவுளைக் கவிதைகளில் தொடர்ந்து மீள் படைப்பாக்கம் செய்கிறார்கள். கடவுள் ஒரு மௌன முன்னிலையாக்கப்பட்டுக் கவிதை ஓர் உரையாடலாகவும் ஆக்கப்படுகிறது. நவீன கவிதைகளில், காலம், இடம் போன்ற பொதுப்படிமங்களுக்கு இணையாகக் கடவுளும்

மு. குலசேகரன்

கவிதைப் படிமமாக ஆகிவிட்டார். "கடவுள் நான்கைந்து முறை எனது பாதையில் தென்பட்டார்" என்று கவிதைசொல்லி எழுதுகிறார். மற்றொரு இடத்தில் கடவுள் கவிதைச் செயலில் துணை நிற்பதாகவும் கூறுகிறார். கடவுள் அவருக்குள்ளேயே இருப்பவராகவும் உள்ளார். கடவுள் வெளியேயிருக்கின்ற சமூக நிறுவனங்களைக் கட்டிப்பேணுகின்ற நிறுவனராகவும் காட்டப்படுகிறார். எனவே அவர் கடவுள் எனப்படுகிறார். இந்த நிறுவனங்களும் ஒவ்வொரு போதமனத்திலும் உள்ளதுதான். அதனாலேயே கடவுளை நேராகச் சந்திப்பதைக் கவிதைசொல்லி விரும்புவதில்லை. ஆனாலும் கடவுள் தவிர்க்க முடியாத பெரும் நியதி. அந்தக் கடவுளை எதிர்ப்பதால் "நொய்மையும் பிசாசுகளும்' தண்டனைகளாகக் கிடைக்கும் என்றும் கவிதை கூறுகிறது. இருந்தாலும் தான் விரும்பி ஏற்றுக்கொண்ட சீரழிவுதான் தண்டனையாகக் கிடைக்கிறது. உச்சமான நிலைகளில் எல்லாவற்றுக்கும் காரணமெனக் கடவுளைக் குறியீடாக்கி இறந்து போகச் சொல்கிறது. கடவுள் தனக்குள் இருப்பதால் தற்கொலைக்கும் முயலுகிறது.

இவற்றில் கடவுளுக்கு எதிர்வாக சாத்தான் அமைக்கப் படுகிறார். எதிர்ப்புத்தன்மை கொண்டவராகச் சாத்தான் செயல்படுகிறார். ஆனால், கிராமத்துச் சாமிகள் உடன் வாழ்ந்து கொண்டிருப்பவர்கள். அவர்கள் குடிக்கின்ற, புகைக்கின்ற, புணர்கின்ற சக மனிதர்கள். அவர்களுடைய கலக மனப்பான்மை கொண்ட இடம்தான் கவிதை சொல்லிக்கானது என்று படுகிறது. நாட்டார் தெய்வங்களான பல்வேறு இயக்கிகள் உண்மையான பெண்களாகப் பிரச்சினைகளோடு போராடிக் கொண்டு இருக்கின்றன. (ஆனால், பெண் கவிஞர்களின் மொழி கணவர்களைக் குறைகூறும் தொனியை மீறுவதில்லை என்று இங்கு குறிப்பிடப்படுகிறது). இயக்கிகளை வடிவப்படுத்தும் நாட்டுப்புறக் கலைஞனோடு தன்னைக் கவிதைசொல்லி ஒப்பிட்டுப் பார்த்துக் கொள்கிறார். இந்த வகையில் கடவுள் தன்னை மீறிய நிலையாகக் கருதுகிறார் எனலாம். அதனால் கடவுளைக் குறுக்கீடு செய்ய இயலுமே தவிர நிராகரிக்க முடியாது போலவும் காட்டப்படுகிறது.

அதேபோல், மறுபடியும் மறுபடியும் வீட்டிலிருந்து வெளியேறும் சித்திரத்தைக் கவிதைசொல்லி உண்டாக்கிக் கொண்டேயிருக்கிறார். அப்படியும் அது அவரைப் பின் தொடர்ந்து கொண்டிருக்கிறது. அந்த வீடு அவர் கட்டுப்பாட்டை மீறியதான வனவிலங்கால் சிதைந்திருக்கிறது. "தொடர்ந்து கண்காணித்தபடி உடன் வருகிறது வனவிலங்கு குலைத்துச் சென்ற வீடு" என்பது கவிதையின் வரிகள். அந்த வனவிலங்கையும்

கூட அவர் நேசிப்பதாக இருக்கிறது. குலைந்த வீட்டுக்குள் எதிர் உணர்வுகளாகப் பிசாசுகளும் நொய்மையும் குடியிருக்கின்றன. அவருக்கு வீடுகள் வெறுமையாகவும் தோன்றுகின்றன. அவை தரையில் கட்டப்படாமல் அந்தரத்தில் மிதந்துகொண் டிருக்கின்றன. அதில் தொடர்ந்து இருக்கப்பிடிக்காமல் அவர் வெளியேறுகிறார். சுதந்திரக் கனவுகளைக் காணவும், உச்ச உணர்வு நிலையாகப் போதையை அடையவுமே செல்கிறார் என்று கருதலாம். உண்மையான உயிரியாக விளங்கும், வெளியி லிருந்து வீட்டுக்கு வந்த புறாக்களைத் தின்றுவிட்டதான மனஉளைச்சலில், உறக்கத்தை விரும்பாமல், அந்த உளைச்சலை நேர்நின்று எதிர்கொள்வதற்காக வெளியேறுகிறார். அந்த வீடுகளில் குழந்தைகளும் மனைவியும் தனித்துவிடப்பட்டு இருக்கிறார்கள். ஆனால் அவர்களைக் கனவுகளும் கடவுளும் காப்பாற்றுமெனவும், அதனால் தான் காக்க வேண்டியதில்லை எனவும் நம்புகிறார். ஒரு முறை வீடு வழக்கத்திற்கு மாறாக அது வெளியேறுகிறது. அவர் தன்னுடைய பழைய நினைவுகள் எஞ்ச அங்கேயே கைவிடப்படுகிறார். அடிக்கடி வெளியேறிச் சென்று திரும்பும் அவருக்கு வீடு பாழ்பட்டு அன்னியமாகி விடுகிறது. மற்றொரு வீட்டைக் கடக்கும் போது கூட அது கொலை நடந்த குற்றவாளிகளை அறிய முடியாத வீடாகத் தெரிகிறது. குடும்பம் என்கிற அமைப்பு சிதைந்து வருவதின் உருவகமாகக் குலைந்த வீடுகளை எழுதுகின்ற கவிதைச் சொல்லிக்கு வருத்தமோ அல்லது விருப்பமோ இருப்பதாகத் தெரியவில்லை. மாறாக அவரும் அங்கமாயிருப்பதைப் பார்வையாளனைப் போல்தான் சொல்கிறார்.

கதவற்ற வீடு இவருடைய கவிதைகளில் தொடர்ந்து வருகின்ற ஒரு படிமம். இது "சங்கருக்கு கதவற்ற வீடு' என்கிற முந்தைய தொகுப்பிலும் கூட அடிக்கடி பயின்று வந்திருக்கிறது. இதனாலேயே இது வாசிப்பில் ஒரு தொடர் படிமமாக மாறுகிறது. பிறருடைய வருகைக்காகத் திறந்திருக்கும் வீடென்பதை விட, கவிதைச் சொல்லியின் வெளியேறலுக்கும் பின் திரும்பலுக்கும் ஏதுவான வீடாக இருக்கிறது. நுழைவையும் வருகையையும் சமமானதாக ஆக்கும் வீடு இது.

குழந்தைகள் மட்டுமே இந்தக் கறுப்பான பிரதியின் நடுவில் பிரகாசமாகக் காட்டப்படுகிறார்கள். இந்தச் சிதைவுகளுக்கு மத்தியில் குழந்தைகள் எப்போதும் பொம்மைகளை வைத்து விளையாடிக்கொண்டிருக்கிறார்கள். அவர்களுடைய உலகத்தில் சேர்ந்து வாழ்வதற்கு வேறு யாருமில்லை. அவர்களால் உடைந்து போன கரடி பொம்மையோடு கூடப் பேச முடிகிறது. அவை நிஜக் கரடிகளைப் போல் கவிதை சொல்லிக்குத்

மு. குலசேகரன்

தெரிந்தாலும், உரையாடும் நிலையை அவராலும் எட்ட முடிவதில்லை. வாழ்க்கைச் சுழித்தோடும் மாபெரும் இயக்கமான பேருந்து நிலையத்தையே பொம்மையாக்கி ஒரு நாடோடி நரிக்குறவக் குழந்தை விளையாடிய மகிழ்வில் நடனம் ஆடிக் கொண்டிருக்கும் அம்மாவிடம் தாய்ப்பாலைக் குடிக்கிறது. நண்பர்கள் வீடுகளுக்கு வந்து விட்டுச்சென்ற இடங்களையும் பொம்மைகளாக்கி விளையாடக் குழந்தைகளால் முடிகிறது. குழந்தைகளுமே எவ்வித நடவடிக்கைகளுமற்று இவற்றில் பொம்மைகளைப் போல்தான் இருக்கிறார்கள். குழந்தைகளுக்கு மாற்றாக பொம்மைகள் உரத்து அழுவதையும் வீறிடுவதையும் கவிதை சொல்கிறது. மின்சாரமில்லாத கொடும் இரவில் பொம்மைகள் தனிமையையும் பயத்தையும் அடைகின்றன. இவற்றைக் கூட குழந்தைகள் வெளியில் சொல்ல முடியாமல் ஒடுக்கப்பட்டுக் கொண்டிருக்கின்றன. "சிமெண்ட் மூட்டை அளவுக்குப் புத்தகங்களை முதுகில் சுமந்தபடி குழந்தைகள் பள்ளிக்குச் செல்வதாக" எழுதுகிறார். பள்ளிகளை ஏறக்குறைய மியூசியக் கூண்டாக்குகிறார். சாகடிக்கப்பட்டுக் கொண்டேயிருக்கும் அவர்களின் உடல்களைத் தன்னைச் சித்திரவதை செய்துகொள்ளும் இந்த வெளியில் பயங்கரமாகக் காட்டுகிறார் கவிதை சொல்லி. "காட்சிக்கான தலைக்குள் எரிந்த குழந்தைகளின் கட்டைகள் படுத்துத் துயில்கின்றன அழுகுரல்கள் ஏதுமின்றி" என்பது கவிதையின் வரிகள். (இக்குறிப்பிட்ட கவிதை, கும்பகோணம் பள்ளியில் எரிந்த குழந்தைகளின் அஞ்சலிக்கு எழுதப் பட்டிருக்கிறது.)

மது அருந்துவதைப் பற்றி மிகவும் வலியுறுத்துவதைப் போல இவற்றில் எழுதப்படுகின்றன. கவிதைசொல்லி குடிப்பதென்பதில் கனவுநிலையான போதையை உத்தேசிக் கிறார். அதில்தான் குகை ஓவியங்களைப் போல் குழப்பமாக இருந்தாலும் எல்லாமே துலக்கமாகத் தெரிகின்றன. அதிலேயே மிகுந்த போதையிலும் எல்லாவற்றையும், எப்போதையும் விட தெள்ளத் தெளிவாக அறிய முடிகின்ற விழிப்புணர்வு கிடைக்கின்றது. அந்த உச்ச நிலையிலேயே அவர் தன்னுடைய மனக்கட்டுப்பாடுகளையும் பெரும் காமத்தையும் கடக்கிறார். தன்னுடைய எல்லாத் தளைகளையும் காண முடிகிற ஒரு விடுதலையை அடைகிறார். அதற்காகவும் அதனாலுமே அவர் சிதிலமாகிக் கொண்டிருக்கும் வீடுகளிலிருந்து வெளியேறிக் கொண்டிருக்கிறார். குடிப்பதை எதிர்ப்புணர்வாகவும் காட்டுகிறார். அதனால் நிபந்தனைகளற்ற தூய அன்பு கிடைக்குமானால் அதையும் தேடுகிறார். "அன்பு தேடி கடல் உயிரியாய் அலைந்து ஆழ் கடலடியில் சென்று கடலைப் பெரிய அக்வேரியமாக்கலாம்" என்றிருக்கின்றன கவிதை வரிகள். இந்தக்

குடியின் வாயிலாகவே நடைமுறை யதார்த்தத்தை மறுதலிக்கிறார். அதற்காக அவர் புனைவான கனவு நிலையையயும் நாடவில்லை. மாறாக அவர் உச்சகட்ட விழிப்பு நிலையை வேண்டுகிறார். "மதுவிடுதிக்குச் செல்லாமல் நோக்கங்களை நிறைவேற்றுவது இயலாது" என்று எழுதப்படுகிறது. பிற கவிஞர்களைப் போல் அவர் குடிப்பதைக் கொண்டாட்டமாகக் கருதவில்லை போலவும் தெரிகிறது. இங்கு ஒரு மாற்று யதார்த்தமே எதிர்பார்க்கப்படுகிறது.

கவிதை சொல்லி சிறைச்சாலையை வீடு போலவும் உருவகிக்கிறார். சிறைச்சாலை அதன் குரூர முகத்தோடும் கோபத்தோடும் சித்திரிக்கப்படுவதில்லை. மாறாக அதன் வேடம் பூண்ட கட்டிடம் மறைவாக நம்மைச் சுற்றி வளைத்துக் கொண்டிருப்பதாகவும் காட்டப்படுகிறது. "ஏகதேசமாக வீட்டின் சூழலை அடைந்து கொண்டிருக்கிறது அல்லது வீடு சிறைச்சாலையின் உருவமடைந்து வருகிறது" என்பது கவிதை. சிறைச்சாலையில் அவர் தன்னை வந்து ஒப்படைத்துக் கொள்வதாகவும், எப்போதும் சிக்கியிருப்பதாகவும் உள்ளது. பஷீர், டாஸ்டாவஸ்கி போன்ற படைப்பாளிகளின் சிறைகள் நினைவூட்டப்படுகின்றன. அதற்குள் காவலர்கள், கைதிகள் எல்லோருமே ஒன்றாக அடைக்கப்பட்டிருக்கிறவர்கள்தான். சிறைச்சாலையென்பது சிறுமீறலில் கூட உடைபடும் சாத்தியத்தையே கொண்டிருப்பதாகவும் கூறப்படுகிறது. வன்முறையின் சின்னமான போலிசாரின் புதை மிதியடிகள் இதன் வரிகளில் அழுத்தமாக எழுதப்படுகின்றன. இந்த அடக்குமுறைகளே நிரம்பிய சூழலில் குற்றம் மிகவும் கவர்ச்சிகரமானதாகவும் தவிர்க்க முடியாததாகவும் உள்ளது. ஆகவே அது தண்டனைக்குள்ளாவதும் இயல்பானதாயிருக்கிறது.

மரணத்தை மிக வெளிப்படையாகவும் அருகாமையில் எப்போதும் காத்திருப்பதாகவும் காட்டப்படுகிறது. "மரணத்தை எதிர்நோக்கியிருக்கும் வீடுகள்" என்றும் கவிதை சொல்லி கூறுகிறார். அது எங்கோ வாழ்க்கையில் ஒளிந்திருப்பதாக இல்லாமல் பகிரங்கமாக முன்னால் வைக்கப்படுகிறது. அதை ஒரு தீர்வாகக் காட்டவும் முயலுவதாகப்படுகிறது. மரணம் களிப்பான விஷயமாகவும் உருவகிக்கப்படுகிறது.

புணர்ச்சி மரணமற்ற தன்மையுடையதாகவும் கூறப்படுகிறது. குழந்தைகள் தூங்கிய பின்னால் இந்த வீடுகள் புணர்ச்சியில் ஈடுபடுவதால்தான் அவை தங்களின் மீறலை நிகழ்த்துகின்றன. "நள்ளிரவுக் காற்றில் அசைந்து நெளிவு கொள்கின்றன" என்பார் கவிதை சொல்லி. புணர்ச்சியைச் சிறைச்சாலையும், மருத்துவமனைகளும் தடை செய்வதைப் போலவே குழந்தைகளும் தடுக்கின்றன.

அதனாலேயே சுதந்திரமான காமம் பெரும் விடுதலையாக இருக்கிறது. "புணர்ச்சியின்போது செடியில் பூக்கள் மலர்வதாக" எழுதுகிறார்.

எதிர்ப்புகளிலிருந்துதான் கலகம் பிறக்கிறது, அதிலிருந்தே போராட்டங்கள் துவங்குகின்றன என்று கவிதைகள் கூறுகின்றன இக்கவிதைகளில் கலகத்தின் குறியீடாகப் பிசாசுகளும் சாத்தான்களும் உலவுகின்றன. "வெற்று உடலுக்குள் பேய்கள் நடனமாடுகின்றன" "பேய்கள் அவனை வழிநடத்திச் செல்கின்றன" என்று எழுதப்படுகின்றன. பிறர் கடவுளை வணங்கிக் கொண்டிருக்கும் போது கவிதை சொல்லி, பிசாசுகளைத் துணை கொள்கிறார். கடவுள்கள் கையாலாகாதவர்களாகவும் வெறுமையானவர்களாகவும் இருக்கையில், பேய்கள் கவிஞனை உந்தும் செயலூக்கத் தன்மை கொண்டவையாக இருக்கின்றன. அதனாலேயே கவிதை சொல்லி, எல்லாவற்றையும், வேலை புரிவதையும் குழந்தைகளைப் பேணுவதையும் வீட்டைக் கட்டிக்காப்பதையும் நிராகரிக்கிறார். இந்தக் கலக உணர்வே விதிகளை மீறிய காலி மைதானத்தின் விளையாட்டாகின்றன. புனிதமெனப் புணர்ச்சிகளையே செய்திகளாகக் கூறுகின்றன. சாத்தான்களைக் கடவுளென்றும் குற்றங்களைச் சாகசமாகவும் குடிப்பதை விழிப்பாகவும் தெரிவிக்கின்றன.

பொதுவாகப் பெரும் சமூக உணர்வைச் சக கவிகளிடம் இல்லாத அளவுக்கு இந்தக் கவிதைசொல்லி கொண்டிருக்கிறார். சமூகத்தின் மேற்கட்டுமானங்களெனப்படும் கடவுள், வீடு, சிறைச்சாலை, மருத்துவமனை, அலுவலகம் போன்றவற்றின் மீதான விமரிசனங்களாகக் கவிதைகள் காணப்படுகின்றன. இந்தக் கட்டுமானங்களெல்லாம் இருக்கின்ற சமூக அமைப்பை மறுஉற்பத்தியாக்கம் செய்துகொண்டிருப்பவை. அதைக் குலைக்கவே, வெளியேறலும் குடிப்பதும், குற்றமிழைப்பதும் மனநோய்களைக் கொள்வதும் வேலையை மறுப்பதும் பிசாசுகளைக் கொண்டாடுவதும் நடக்கின்றன. இந்த எதிர்நிலைக் கவிதைகள், எப்போதும் தான் கவிஞன் என்கிற உணர்வோடும் உக்கிரமான மொழியிலும், எழுத்துக்கு மிக நேர்மையோடும் எழுதப்பட்டிருக்கின்றன. இவையே இந்தத் தொகுப்பை மிகச் சிறந்ததாக ஆக்குகின்றன.

நரன் கவிதைகள்

உருவ வெளி

இன்றையக் கவிதைகள் அதி யதார்த்தம் என்பதைத் தம் புனைவாகக் கொண்டுள்ளன. முன்பு கவிதைகளில் யதார்த்தம் என்பது தவிர்க்க முடியாத முன் நிபந்தனையாக இருந்தது. அதன் அடிப்படையில்தான் யதார்த்தத்தை மீறும் முயற்சிகள் கட்டப்பட்டன. இப்போது யதார்த்தத்துக்கும் மாய யதார்த்தத்துக்குமான இடைவெளி அழிக்கப்பட்டுவிட்டது. கவிதைகள் அதி யதார்த்தத்தையே தம்முடைய யதார்த்தங் களாக மாற்றியிருக்கின்றன. அவை கவிதைகளின் கவித்துவமாகவும் விளங்குகின்றன. இந்த மாய யதார்த்தங்கள் தரும் அனுபவம் கவிதைகளின் அர்த்தங்களாகவும் உள்ளன. இயல்பான யதார்த்தங்கள் மிகவும் இறுக்கமானதால் அவற்றிலிருந்து கவிதை தப்பிக்க விரும்புகிறது. இதனால் கவிஞர்கள் நடைமுறை உலகுக்கு மாற்றான வேறொன்றை மொழியின் வழியாகப் படைக்கிறார்கள்.

நரனுடைய சில கவிதைகள் குழந்தைத் தன்மையைப் பாவனை புரிபவை. சில கவிதைகள் குழந்தைகளாக மாறுகின்ற நிலையை முன் வைப்பவை. வேறு சில கவிதைகள் குழந்தைகளாக அடைந்த தன்மையைக் காட்டுபவை. குழந்தை களைப் போல் புதிதாக உலகத்தைப் பார்ப்பதால் வியப்பும், விநோதமும் கிடைக்கின்றன. இதற்கு

மு. குலசேகரன்

"37 கொக்குகள்" என்ற கடைசிக் கவிதை உதாரணம். இதில் கொக்குகளின் கால்கள் காரட்டுகளாகவும் அதனால் நிறையக் கொக்குகள் பறக்கும் வானம் காரட் தோட்டமாகவும் தோன்றுகின்றன. கால்கள் காரட்டுகளாக இருப்பதற்கான காரணம் கவிதையில் செங்கால் கொக்கு என்று முதலில் பார்க்கப்பட்டுவிடுவது. பின்னணியாக ஒரு கொக்கு மேலே ஏறவோ, கீழே இறங்கவோ செய்கிறது என்ற ஐயப்பாடான நிலை உண்டாக்கப்படுகிறது. குறிப்பிட்ட கால இடைவெளிக்குப் பிறகு பிற கொக்குகளைக் காண்கிறபோதுதான் காரட் தோட்டம் என்கிற மாயத்தோற்றம் ஏற்படுகிறது. உண்மையில் கொக்குகளின் கால்களைக் காட்டிலும் காரட்டுகள் அழகு குறைந்தவைதான். ஆனால் கவிதையில் வேறொன்றுக்குப் பதிலியாகக் கூறப்படும்போது மேன்மையடைகிறது.

"கொக்குகள்" என்ற மற்றொரு கவிதையில், இறக்கை களோடும், கால்களை மடக்கிக்கொண்டும் கொக்குகளைப்போல் வானில் மேகங்கள் பறக்கின்றன. "முயல்கள் கொக்குகள்" என்ற மற்றொரு கவிதையில் மருத்துவர்கள் கொக்குகளைப்போல் தென்படுகிறார்கள். காரணம் மருத்துவர்கள் கொக்குகளைப் போல் வெள்ளைச்சட்டையை அணிந்திருக்கிறார்கள். அவர்களுடைய கால்கள் வேறு நிற உடைகளில் கொக்குகளின் ஆரஞ்சு நிறக் கால்களைப் போலிருக்கின்றன. பிறகு அவர்கள் பிரசவ அறையிலிருந்து கொக்குகளின் குஞ்சுகளோடு வருவதாகவும் எழுதப்படுகிறது. இவை எல்லாவற்றிலும் கொக்குகளின் வெண்ணிற உடல்களும் ஆரஞ்சுக் கால்களும் மிகவும் கவனமாக ஒப்புமைப்படுத்தப்படுகின்றன. வாசிப்பில் சிறு விலகலும் ஏற்படக் கூடாது என்று முயற்சிக்கப்படுகிறது. இதனால் காரட்டுகளாலான வானமும் கொக்குகளைப் போல் பறக்கும் மேகங்களும் கொக்குக் குஞ்சுகள் பிறக்கும் மருத்துவமனையும் உள்ள திரிபான உலகை வாசிப்பில் ஏற்றுக்கொள்ள வேண்டியிருக்கிறது.

"முதலை" என்கிற தலைப்பில் இரண்டு கவிதைகள் இருக்கின்றன. ஒரு கவிதையில், ஊர்கின்ற புழுவை விழுங்குகின்ற மீனை விழுங்குகின்ற பறக்கும் கொக்கை விழுங்குகிறது முதலை. இப்படி இயல்பற்ற ஒரு தருணம் உண்டாக்கப்படுகிறது. வெவ்வேறு காலத்தில் நிகழ்வதை ஒன்றாக்கி கற்பனையான ஒற்றைக் கணத்தில் அடைக்கிறது. இதனால் ஏதோ ஒருவகையில் இயற்கையின் சுழற்சியை உணர்த்தி வினோதச் சுவையைத் தோற்றுவிக்கிறது. மற்றொரு கவிதையில் கடலிலும் கரையிலும் முதலை படுத்திருப்பது மழையிலும் கோடையிலும் ஒரு சேர

இருப்பதாகக் காட்டப்படுகிறது. இங்கு பருவ வேறுபாடுகளென்ற தர்க்கம் அழிபடும் மாயம் நிகழ்கிறது.

இதேபோல் வேறொரு கவிதையில் வெட்டுண்ட மண் புழுவின் உடல்கள் ஏக காலத்தில் பல திசைகளில் பயணிக்கின்றன. (உடல் துண்டாக்கப்பட்டாலும் மண் புழு மரணமடைவதில்லை.) எண்ணற்ற வகைப்படுத்த முடியாத வண்ணத்துப்பூச்சிகள் மற்றொரு கவிதையில் வருகின்றன. இதுவரை அறிந்திராத விநோதப் பறவையொன்று ஒரு கவிதையில் உள்ளது. மற்றொரு கவிதையில் பிள்ளைத்தாய்ச்சி எறும்புக்குத் தருவதற்காக மற்ற எறும்புகள் பிள்ளைத்தாய்ச்சிப் பெண்ணிடமிருந்து ஹார்லிக்ஸைத் திருடுகின்றன. ஓர் அன்னப்பறவை பால்காரனின் சைக்கிளில் உட்கார்ந்திருக்கிறது. அதே கவிதையில் அந்தக் கற்பனையான அன்னம் மேலும் இரண்டாக மாறுகிறது. இன்னொரு கவிதையில் நாயும் நிழலும் சேர்ந்து குரைக்கின்றன. பிறகு இறந்துவிட்ட நாயின் குரைப்பொலி இறந்த மனிதர்களுக்குக் கேட்கிறது. கவிதையில் அது படிம நாய் என்று வெளிப்படையாகக் குறிப்பிடப்படுகிறது. மற்றொரு நாயைப் பற்றிய கவிதையில் நாயை முழுவதுமாக வெளியில் துரத்துவதற்குப் பெரும் வன்முறையுடன் அது சாகடிக்கப்படுகிறது. அந்த நாய் கருப்பு என்று கூறப்படுகிறது. (இந்தக் கருப்பு என்கிற நிறம் குறிப்பிடுகிற சமிக்ஞையை வைத்துக் கவிஞருடைய வர்ண சாதி ஏற்றத்தாழ்வு பற்றிய கருத்தையும் ஆராயலாம்.) வரிக்குதிரைகளைப் பற்றியும் சில கவிதைகள் எழுதப்பட்டுள்ளன. பொதுவாக எல்லாவற்றிலும் அருகருகே அமைந்த அவற்றின் கறுப்பு வெள்ளைக் கோடுகளைப்பற்றிய மயக்கம் முன் வைக்கப்படுகிறது. ஒரே வரிக்குதிரை கறுப்பு வெள்ளையாகப் பிரிந்து சண்டை போடுகிறது. அதனுடைய வரிகள் இரவும் பகலுமாகக் காட்டப்படுகின்றன. செஸ் ஆட்டத்தின் கட்டங்களைப் போலிருப்பதாகவும் எழுதப்படுகிறது. இதே போல் மனிதனைப் பார்த்துக் கத்தும் எறும்புகளும் புத்தகத்திலிருந்து எழுத்துகளைப் போன்று உதிரும் எறும்புகளும் கூட கவிதைகளில் வருகின்றன.

இப்படிக் குழந்தைமைக்கு நகர காலத்தில் பின்னால் நடக்க வேண்டியிருக்கிறது. 4 வயதுக்கும் 8வயதுக்கும் 15 வயதுக்கும் 5வது படிக்கும் சிறுமி வயதுக்கும் 17 வயதில் வசித்த வீட்டுக்கும் திரும்பலைப் பற்றிக் கவிதைகள் புனைந்து பார்க்கின்றன. ஆனால் குழந்தைகள் பெரிய காலணிகள் அணிந்து பெரிய அடிகளால் முன்னோக்கிச் செல்லவே முயலுகின்றன என்று ஒரு கவிதையும் சொல்கிறது. காலத்தைப்பற்றிய பிரக்ஞை கவிதைகளில் தொடர்ந்து வருகிறது. காலம் மிகத் துல்லியமுடையதாக வரையறுக்கப்படுகிறது. “திரு. பெலிக்ஸ்” மற்றும் “வைஸ்ராய்

மார்ஷலின் டைரிக் குறிப்பு" "ஆய்வறிக்கை" "அதே வீடு", "செவி வழிக் கதைகள்" போன்ற கவிதைகள் வயது பற்றிய குறிப்புகளால் நிரம்பியிருக்கின்றன. 63 வயது பெலிக்ஸ், 7 வயது வங்கப் புலி, 4 வயதுக் குட்டிக்குழந்தை, 27 வயதுப் பெண் குழந்தை, 72 வயது அச்சுதன், போன்றவை உதாரணங்கள். இப்படிக் காலத்தின் கணக்குகள் மிகவும் சரிவரக் குறிப்பிடப்படுவதால் பெரும் காலப் பரப்பில் இவை அபத்தமாக்கப்படுகின்றன. மேலும் காலத்தை ஊதி பிரம்மாண்டமாக்குகின்றன.

காலம் தவிர்த்து வேறு வகையாக ஐம்புலன்களால் அறிவதைப் பற்றிய ஐயங்களும் உண்டாகின்றன. "குளியல் அறை" கவிதையில் வேளை குறித்த மயக்கம் ஏற்படுகிறது. "நிழல் மரம்" கவிதையில் நிஜத்துக்கும் நிழலுக்குமான குழப்பம் உண்டாகிறது. "நீர்" கவிதையில் திசைகள் பற்றிய சிக்கல் உள்ளது. "மழை": கவிதையில் இடம் தொடர்பான வேறுபாடு நிகழ்கிறது. நனவும் நனவிலியும் ஒன்றான எண்ணம் "தேயிலைத் தோட்டம்" கவிதையில் வருகிறது. "நான்கு பேர்" கவிதையில் சுயம்பற்றிய சந்தேகமுண்டாகிறது

இவையெல்லாம் ஒருவகைக் குழந்தைத்தனமான விளையாட்டுத்தான். குழந்தைத்தனமான வியத்தல்தான் ஒரே வார்த்தையை அடுக்கடுக்கி உபயோகப்படுத்த வைக்கிறது. மேலும் சில கவிதைகள் வரி வடிவங்களாலும் கவிதையைச் சித்திரிக்க முயலுகின்றன. "உலகை அணுகுதல்" கவிதையில் எழுத்துக்களால் அறிமுகமாகும் உலகத்தின் இயக்கங்கள் யாவும் ஆங்கில எழுத்துக்களாகத் தென்படுகின்றன. குழந்தைகளுக்கு வழங்கப்படுகிற ஏட்டுக்கல்வியைப் பற்றிய பார்வையாகவும் வெளிப்படுகிறது.

இந்த வகையில் "மலையுச்சி வீடு" மிகச்சிறந்த கவிதை. அதில் மலையுச்சி வீட்டிலிருந்து தலைவாரிக் கொண்டிருக்கும் பெண்ணின் அழகிய படிமம் உருவாகிறது. தேவதைக் கதைகளில் வருவதைப் போல் அவளுடைய கூந்தல் நீண்ட சாலைகளாக இருக்கின்றன. அவள் மேல் காலம் தன் தடயங்களைப் பதித்திருக் கிறது. அவளுடைய தலைமயிரில் உள்ள நரைத்த முடிகள் சாலையின் வெண்ணிறக் கோடுகளைப் போலிருக்கின்றன. அடிவாரப் பசுமை அவளுடைய குழந்தைப் பருவமாகவும் அதற்கு அப்பாலுள்ள சிறு நீர்நிலை அவள் பிறந்த கருப்பையாக வும் தோன்றுகின்றன. (கர்ப்பகிரகம் என்று கருப்பையை உயர்த்தி எழுதுகிறார் கவிஞர்.)

"இரவில் பால் அருந்தினேன்" என்ற கவிதையில் இந்தக் கணத்தை அனுபவிப்பது ஞானத்தை அடைந்ததாக உள்ளது.

“விநோதப் பறவை” கவிதையில் சிறுமியைப் போலிருப்பது தியானநிலையாகக் காட்டப்படுகிறது. கடைசியில் பரிசாகக் கிடைப்பது அதிவிநோதமாயிருக்கிறது. குழந்தைமையை எட்ட முடிகிற தன்மையைப் “பேரமைதி” கவிதையில் உள்ள புத்தரின் நிர்வாணநிலைக்குச் சமப்படுத்திக்கொள்ளலாம். அப்போது தடையாயிருப்பது காலத்தின் ஓட்டம்தான். அதைக் கடக்க முயன்றால் பேரமைதியை அடையலாம். அந்தப் பேரமைதியில் பெரும் சலனமும் இருக்குமென்கிற போதமும் கவிதைகளில் இருக்கின்றன.

நரனுடைய கவிதைகள் ஆற்றொழுக்கான நடையுடன் யாரோலோ செம்மைப்படுத்தப்பட்டன போல் தோன்றுகின்றன. அதனால் சொற்பிழைகளற்ற குழப்பங்கள் ஏற்படுத்தாத முன்னுதாரணமான பதிப்பாக இது விளங்குகிறது. இப்போது வழக்கத்திலில்லாத முறையில் கவிஞரே வரைந்த நல்ல ஓவியங்களும் இடையிடையில் உள்ளன.

நீலகண்டன் கவிதைகள்

விழித்தபடி காணும் கனவு

இது நீலகண்டனின் முதல் கவிதைத் தொகுப்பு என்றும் கடந்த பத்தாண்டுகளாக அவர் எழுதியவையென்றும் பின்னட்டையில் குறிப்பு உள்ளது. அந்தக் காலக்கிரமப்படி கவிதைகள் உள்ளே வரிசைப்படுத்தப்பட்டுள்ளனவாகத் தெரியவில்லை. இருப்பினும், நடுப்பகுதியிலுள்ள இறுக்கமான, இருண்மையான கவிதைகள் ஆரம்பக் காலங்களில் எழுதப்பட்டவையென்றும் முன் மற்றும் பின்னாலுள்ள உரைநடைத்தன்மை வாய்ந்தவை பிற்காலத்தில் எழுதப்பட்டவை என்றும் கொள்ளலாம். ஏனெனில், ஆச்சரியமூட்டும்படி தமிழ்க் கவிதைகளின் போக்கும் இப்படியேதானிருக்கிறது. அதை இக்கவிதைகள் கவனமாக பிரதிபலித்திருக்கின்றன.

முதலாவதாக, இந்தக் கவிதைகளில் மிகுந்துள்ள படிமங்கள் மிக அசாதாரணமானவையாகவும் அதனால் ஈர்ப்போடும் உள்ளன. ஒரு கவிதையிலேயே பல மாறுபட்ட படிமங்கள் அடுக்கப்பட்டுள்ளதால் பலகுரல் தன்மையை இவை இயல்பாகக் கொண்டிருக்கின்றன. உதாரணமாக, "வெட்டப்பட்ட முடிச்சு மரம், கிழிந்த பாவாடை வானமென, சுனைநீரின் பிரசவ முனகல், ஒட்டகங்களாகத் திட்டுக்கள்" போன்றவை. இநதப் படிமங்களும் காட்சிகளால் அல்லாமல் சொற்களாலேயே உருவாக்கப்படுகின்றன. "முயல் போல் மறைந்து வாழும்" என்பதில் குழி முயல் என்று கூறப்படாமல் வெட்டவெளியில் அலைகின்ற முயல் என்று குறிப்பிடப்படுவதால் இது வேறு தளத்துக்கு மாற்றமடைவது ஓர் எடுத்துக்காட்டு.

மனித முயற்சியால் எழுதப்படவியலாத ஒரு கணிப்பொறி இயற்றியவை போன்ற அமானுடத்தன்மை வாய்ந்த பல சொற்சேர்க்கைகளும் கவிதைகளில் இணைக்கப்பட்டிருக் கின்றன. (பாலைவனம் தலை சாய்த்தவாறு, மணல் பயணிகள் தீராத வேட்டையை, ஆண் உணர்வு எலும்பு முறிய.) கவிதை சொல்லிக்கு மட்டுமே அனுபவமான பிரத்யேகமான வினோதக் காட்சிகளும் கலந்து வருகின்றன. (தண்டவாளத்தினடியில் காகம் உணவைப் பதுக்கி வைத்தல், மேல்வானில் அஸ்தமிக்கும் சூரியன், எலும்புகளைச் சுட்டு எரித்தல்.) இம்மொழியில், நாட்டார் பேச்சு வழக்குத் தன்மை படிந்திருப்பது மட்டுமில்லாமல், சில கவிதைகளின் வெளிப்பாட்டு முறையாகவும் அமைந்துள்ளன. (சாரைப் போடும் எறும்பு, உதிரிய, எலும்பு வரியிட்டு.) அதேபோல் அற்புதக் கதைகளை மாற்று வாசிப்புச் செய்வதையும் இந்தக் கவிதைகள் மேற்கொள்கின்றன. (தங்க நிற மீன், சூரிய மகாராஜா, நாடிழந்த மகாராணி போன்ற கவிதைகள் உதாரணங்கள்.)

இவை பெரும்பாலும் தன்னிச்சையான எழுத்து முறையின் விளைவுகள் என்று எண்ண ஏது இருக்கிறது. ஏனெனில், பிரக்ஞை பூர்வமான எழுதுதலில் இத்தகைய சாத்தியங்களை உருவாக்க முடியுமா என்ற சந்தேகம் ஏற்படுகிறது. மேலும், இம்முறையிலுள்ள ஆபத்தாகப் படிமங்கள் வற்றி ஓய்கிறபோது நேர்மாறாகத் தேய்ந்து போன உருவகங்கள் தோன்றுவதையும் காணலாம். (வெப்ப தேவன், யோனிக் கடல், விழிக்குவளைகள், வெளிச்சப் பூக்கள், வெறுமைச் செடி, மனக்கரங்கள் போன்றவை.) அதேபோல், ஒரு படிமத்தால், குறியீட்டால், அதர்க்கமான வார்த்தைகளாலும் கூட நிரப்ப முயற்சிக்கப்பட வேண்டிய நிறைய இடங்கள், காலம் சார்ந்த உருவகங்களால் போகிறபோக்கில் இட்டு மூடப்படுகின்றன. (கால தேவன், காலத்தோட்டம், காலத்தின் தாழ்ப்பாள், காலத்தின் கால்கள், காலத்தின் கங்குகள்.) அவை கவித்துவமற்று வெறும் சொல்லாக மிதக்கின்றன. ஏனெனில், அத்தகு கவிதைகள் தன்னளவில் எவ்விதக் காலப்பிரக்ஞையையும் கொண்டிராமல், அவற்றை இணைப்புச் சொற்களாக வைத்திருக்கின்றன .என்பதே. இந்தவகையில், நனவோடையைப் பின்பற்றிக் கவிதை எழுதுகையில், சக பிரதிகளின் வரிகளையும் எடுத்தாள நேர்வதையும் நிரூபிப்பது பெரும் சிரமமுடையது."அன்று துடித்த வீழ்ந்த பகலை மீண்டும் மிதித்து நடப்பவளே" (பிரமிள் கவிதை) என்கிற வரி "பருவத் திமிரோடு மிதித்து நடந்தாள் துடித்துக் கதறியது ஒரு பகல்" என்பதாகக் கவிதை சொல்லியின் கட்டுப்பாட்டை மீறியும் நிகழலாம். "சுசீலாவின் கர்ப்பம் அலசி விடுவதாக" (நகுலன்) என்பது "காதலியின் கர்ப்பம் அலசி விடுகிறது" என்று திரிந்து

மு. குலசேகரன்

வரலாம். "பறவையையும் சிறைக்கம்பிகளையும் வரைவது" (மூாக் பிரேவர்) வேறொன்றாக உருவாகலாம். "அன்பின் கைப்பள்ளம், இடமும் இருப்புமற்று, சிறுமணல" என்ற ஏற்கெனவே பிறருடைய வார்த்தை இணைப்புகளும் ஆழ் மனதினின்று அங்கங்கே வெளிப்படலாம். "பகலின் ஒற்றைக் கதவைத் திறந்து", "பகலைத் தட்டி உள்ளே நுழைந்தேன்" என்று கூறியது கூறலாக நேரலாம்.

இப்படித் தானாக எழுதிச்செல்வதை மிகுதியாகச் சார்ந்திருப்பதால்தான் கவிதை சொல்லி, அளவற்ற அதி யதார்த்த பாணியையும், அதிகமாக மாய யதார்த்தத்தையும் கைக்கொண்டு கனவுநிலைக்குச் செல்கிறார் என்று படுகிறது. "விந்து ஆறோடும் நட்சத்திரப் பிரதேசம், முதலையின் அறும் அந்தரங்க உறுப்பு, நரம்பில் புடைத்த வானிலிருந்து உதிரும் வெண்ணுதிரம்" என்பவெல்லாம் காட்சிப்படுத்திக் கொள்வதில் சிக்கல் பெறுகின்றன. மாய யதார்த்தங்களோவெனில் அவற்றின் முக்கியத்துவம் கூட்டப்படாமலே சர்வ சாதாரணமாக நிகழ்த்தப்படுகின்றன. "அறைகள் நகர்வது, அறை சுழல்வது, இருப்பிடம் அசைவது" போன்றவை கவிதைப் போக்கில் முழுதான நம்பகத்தன்மையை உண்டாக்கத் தவறுகின்றன. இவற்றை வலிந்து புனையப்பட்டவையாகவும், கவிதையனுபவத்திற்குப் புறம்பாக உள்ளவையாகவும் சிலர் வாசிக்கக் கூடும். ஏனெனில், அவை கவிதை உருவாகி வரும் அனுபவத்தைச் செழுமை யாகத் திரட்டிக் கொள்வதில் தடைக்கற்காளாகிவிடுகின்றன. மேலும், மனித யத்தனங்கள் எல்லைக்குட்பட்டன என்பதால் இவற்றின் வீச்சும் வரையறைக்குட்பட்டே இயங்கும் எனக் கருதவும் வேண்டியிருக்கிறது.

இத்தொகுப்பின் தலைப்புக் கவிதையை வாசித்துப் பார்க்கலாம். ஓர் இளம்பெண் உடலுறவு அற்றிருக்கிறாள். ("நிரப்பப்படாமல் காலியாயிருக்கிறாள்" என்பது கவிதை வரி) அதனால் அவளை எவ்வித முன் நிபந்தனைகளும் கொள்ளாமல் புணர உங்களை வேண்டுவதாக உள்ளது இக்கவிதை. ஆனால், பல விதத் தடைகளால் நீங்கள் செயலற்று இருப்பதால் அவள் இறந்து போய் விடுகிறாள். இதிலுள்ள படிமங்களின்படி பார்த்தால், கழுகிடமிருந்து தப்பிக்க முயல் முயன்றுகொண்டிருக்கிறது. அதாவது, மனிதரின் இயல்புணர்ச்சிகள் எப்போதும் அவர்களை செலுத்திக்கொண்டிருப்பதை எப்படியோ உணர்த்துகிறது. எனவேதான் படிமங்களே கவிதைகளை ஆளுகின்றன எனலாம்.

இக்கவிதைகள், காதலினால் உண்டாகும் தனிமையையும் அதனால் குரோதத்தையும் கொண்டிருப்பதாகப் பின்னட்டைக் குறிப்பில் கவிஞர் ஸ்ரீநேசன் கூறியுள்ளார். அவ்வகையிலான "குரோதம்" என்கிற ஒரு கவிதை "கடவுளின் விளக்கு அணைந்து

விட்டிருந்தது" என்ற உருவகத்தோடு ஆரம்பிக்கிறது. இரவில் வெறித்தபடி நடப்பதையும் துல்லியமாகக் கூறுகிறது. பின்னால் தவிர்க்கவியலாமல் நிகழவிருப்பதற்கு இருட்டு சாதகமாக இருக்கின்ற பீடிகையையும் முன்வைக்கிறது. அவன் மரணத்தருவாயின் மனோநிலையில் உள்ளதையும் அறிகிறோம். அதற்கான காரணமாக அவன் எதிர்பாலிடம் தாய்மைப்பண்பு கலந்த உடல் சார்ந்த ஈடுபாடு கொண்டிருக்கிறான் என்று கொள்ளலாம். (அது காதல் என்று குறிப்பிடப்படுவதில்லை.) இதைவிடவுமான ஆழ்ந்த அன்பைப் பலர் அவள் மேல் செலுத்து வதையும் அவன் தெரிந்து வைத்திருக்கிறான். அதனால் தன் மீதே அவன் சலிப்பும் வெறுப்பும் கொண்டிருக்கிறான். ஆனால் சமூகச்சூழல் மிக ஒழுங்காக இயங்கிக்கொண்டிருக்கிறது. இந்த அமைதியைக் குலைக்கும் விதமாக, வேறொன்றுமில்லை, சிறிதளவு தண்ணீரை உதைக்கிறான். இந்தக் குரோதத்தையும் அவன் அறிந்திருக்கிறான். இதை, காதலைப் பற்றி என்பதை விட, சமூக எதிர்ப்புணர்வுள்ள கவிதை என்றே சொல்லலாம். இது ஒரு வகையில் இப்போதிருக்கும் சமூகத்தின் மீதான திட்டவட்டமற்ற கலகத்தை வெளிப்படுத்துகிறது.

அதேபோல் "மாபெரும் குற்றவாளி" என்கிற கவிதையில், எதற்காகவோ பெரும் குற்றவுணர்வு கொண்டு தன்னைத் தண்டித்துக் கொள்ள (சிலுவையில் அறைய) நினைத்துக்கொள் கிறது ஒரு நான். அதனால் விகாசப்பட்டு இரு கரங்களையும் இரட்சகனைப் போல் நீட்டுகிறது. (பரப்பிக் கொள்கிறேன் என்றிருக்கிறது கவிதையில்.) இயேசுவுக்கும் மேலாக தன்னை உயர்த்திக்கொண்டு அதிக அன்பு பாராட்டவும் முனைகிறது. இயேசுவினுடைய காலத்தில் மொழியில்லாமலிருந்தது என்கிற தவறான தகவலும் இங்கு தேவையற்றோ, திசைமாற்றவோ தரப்படுகிறது. இவ்வாறாகக் கடவுளுக்கு மாற்றாக, அல்லது அதிகமான ஆளுமையோடு நான் என்கிற தன்னிலையைத் தொடர்ந்து உருவாக்கவும் இதுபோன்ற கவிதைகள் முற்படு கின்றன. அவை கடவுள் இல்லாத காலியான பீடங்களில் தம்மைப் படைத்துக்கொள்ள முயலுகின்றன. மற்றொரு கவிதையில், காஃப்காவின் கதையில் ஒருவன் பூச்சியாக மாறுவதைப் போல் 'நான் ஒரு தவளை"யாக மாறுகிறது. அப்படி மாறினாலும் சிறியதொரு கலங்கிய குட்டையைக்கூடப் பிரபஞ்சமாகவே எண்ண விரும்புகிறது. இதைப் போல் ஏதோ ஒரு வகையில் சுயம் தொடர்ந்து திருப்தியை அடைய முயற்சிப்பதைக் காட்டுகிறது.

கடைசிக் கவிதையாக உள்ளது "தங்க நிற மீன்" நீண்ட காலமாக வறண்டிருக்கும் பூமியில் மழை பெய்வதால் விவசாயிகள் தொடர்ந்து நிலத்தை உழ வேண்டியிருக்கிறது. அதைப் போலவே, இரவெல்லாம் அவர்கள் புணர்ந்துகொண்டிருக்கிறார்கள்.

மு. குலசேகரன்

முதலில் உழுவதற்குச் சமமாகப் புணர்ச்சி வைக்கப்பட்டு, பிறகு வறட்சியான மண்ணுக்குப் பசுமை நிலமும் ஆற்றுக்குச் சமுத்திரமும் நீலவால் மீனுக்குப் பின்னால் தங்கநிற மீனும் கவிதையின் இணைகளாக உண்டாக்கப்படுகின்றன. இதன் விளைவாக சந்தோஷமும் துயரமும் ஒன்றாக ஆக்கப்படுகிறது. நாட்டார் வழக்குச் சாயலுள்ள இந்தக் கதையைக் கூறும் இக்கவிதை இப்படி முரண்நிலைகளாலேயே வளர்ந்து இனம் புரியாத உச்சத்தை அளிக்கிறது.

“சவாரித் தோழி” என்கிற கவிதை களவு போன இரு சக்கர வாகனத்தைப் பற்றித் திருடனிடமும் நண்பர்களிடமும் கடைசியாகக் கடவுளிடமும் கூறுவதைப்போல் தனக்குள் உரையாடுகிறது. பொதுவாக வாகனத்தில் செல்வதைப் புணர்ச்சி உறவுக்கு ஒத்ததாகச் சொல்வார்கள். ஆனால் இக்கவிதை மேலும் வலிந்து மழைக்காகக் குடிசையில் ஒதுங்கி வாகனத்தோடு உடலுறவு கொள்வதாகக் கூறுகிறது. (இதைக் கற்பனை செய்யவும் முடியவில்லை.) பிறகு, அந்த வாகனம் கிடைக்காது என்று தெரிந்த பின்பு அது இழப்பை ஏற்றுக் கொள்கிறது. இப்படியாகக் கவிதை மிகையாக நடித்துப் பிறகு அசலான கவித்துவத்தை அதன் இறுதி வரிகளில் நிகழ்த்துகிறது. மௌனியின் கதாபாத்திரங்கள் காரணமே இல்லாமல் துயரம் கொண்டவர்களாகவும் அதில் இன்பம் அனுபவிப்பவர்களாகவுமிருப்பார்கள். அதுபோல் இந்தக் கவிதை ஏனோ உண்டாகும் துயரத்தைக் கொண்டாடு வதற்காகப் புணர்ச்சியைக் காட்டிலும் அதை இழந்த துன்பத்தை நிரந்தரமாக்க முற்படுகிறது.

“பூமி இறந்துவிட்டது” என்கிற கவிதையில் பூமி இறந்ததற்கான காரணங்களாகப் பின்னாலுள்ள வரிகளை எதிர்நிலைகளில் வைத்துப் புரிந்துகொள்ளலாம். வானத்தைப் பறையாக்கி சற்று வருத்தமிருந்தாலும் ஆனந்தமாக அடிக்கும் தோட்டியைக் கவிதை சொல்லியாகவும் காணலாம். ஆனால் அகில உலகத்தை யும் படைக்க வல்லமையுள்ள அவன் அதை அழிப்பதிலேயே மகிழ்ச்சி கொள்கிறான். பொதுப்புத்திகளுக்கு மாறான இக்கவிதை யையும் எதிர்க் கவிதை என்று சொல்லலாம்.

“கால கதி” என்கிற கவிதை, கடும் தனிமையிலும் வெறுமை யிலும் எழும் சில பிரமைகளைப் படிமங்களாக முன் வைக்கிறது. காரண காரியமற்று எழும் நட்பின் சிக்கல்களையும் ஆராய்கிறது. இதில் காலம் பற்றிய பிரக்ஞை இல்லாமல் அது ஒரு சொல்லாகத் தனித்து நிற்கிறது. இடையில் நிறையப் படிமங்கள் கற்களைப் போல் சுதந்திரமாக அடுக்கப்பட்டுள்ளன. உள்ளுக்குள் எல்லா வற்றையும் கலைத்துப்போட்டு பரிசீலித்துக் கொண்டிருப்பதால் வாசிப்பிலும் பெரும் ஆளுமைப் பிளவைப் பாறை உடைகிற படிமமாக உண்டாக்கிவிட முடிகிறது.

"நீர்க்குமிழ்" என்கிற கவிதை வினோதங்களையே வாழ்க்கையாகக் கொண்டிருக்கும் சிறுவனின் உலகமாக விரிகிறது. பூவாங்காய், பப்பாளிக் குழாய் சகிதமாக அவன் நீர்க்குமிழை உண்டாக்குகிறான் என தர்க்கத்தோடு எழுதப்படுகிறது. ஆனால் அந்த நீர்க்குமிழியில் அவன் விழுகிற காரணம் காட்டப்படுவதில்லை. அது வாசிப்புக்கே விடப்படுகிறது. வெட்ட வெளி என்பதற்கு பதிலாக வெற்று வெளி என்று குறிப்பிடப்படுவதால் சிறுவன் தனிமையிலிருக்கிறான் என்பதாகவும் அதனால் அவன் குமிழியில் புகுவதாகவும் கருதலாம். ஆனால் அதைப் பால் வீதியில் சுழன்று கொண்டிருப்பதாக எண்ண ஏதில்லை, புத்தகப் பாடங்களோடு அவன் பிணைந்திருந்தால் தவிர. அவன் மற்றொரு குமிழிக்குத் தாவுவதின் விருப்பமும் வெளிப்படையாகச் சுட்டப்படுவதில்லை. அதேபோல், புகும்போது உடையாத குமிழி தாவும் போது மட்டும் உடைகிறது. ஆயின், அதன் வாழ்க்கை அந்த ஒரு கணம்தான் என்பதாகப் பின்னுள்ள வரிகளின்படி வாசிக்கலாம். பிறகு அச் சிறுவன் நீர்க்குமிழிகளையெல்லாம் உடைத்துவிட பால்வீதி காலியாகின்றது. இப்போது சிறுவனின் நீர்க்குமிழியாக அவனுடைய சிறார் உலகு உடைபடப் போகிறது எனப் பொருட்படுத்தலாம். ஏனெனில் சிறுவன் எழுப்புகிற குமிழியில் தானும் உருமாறும் மாயம் இயல்பாக நடத்தப்படுவதில்லை. அதை வாசிப்பே நிகழ்த்திக்கொள்ள வேண்டுமென எதிர்பார்க்கிறது.

இக்கவிதைகள், கலைத்துப் போடப்பட்ட தனித்துவமிக்க படிமங்களாலும், வித்தியாசமான சொல்லிணைவுகளாலும் நேரடியான ஒற்றை வாசிப்பை நிராகரிக்கின்றன. கவிதைகள் தாம் உருவாக்குவதை தாமே மறுத்தும் கொண்டிருக்கின்றன. சிக்கலும் சிடுக்கும் கொண்ட மொழியின் வழியாக எளிமையின் மகத்துவமுள்ள அனுபவங்களையும் தர முயலுகின்றன. கவிதையின் சாராம்சமான குழம்பிய மனநிலையிலிருந்து அபூர்வமான தெளிவை எட்டவும் முனைகின்றன.

பொதுவாகத் திரும்பவும் உருவாகி நிலைபெற்றுக் கொண்டிருக்கும் கவிதை வடிவத்தைப் பரிபூர்ண சுதந்திரத்துடன் இந்த கவிதைசொல்லி முதலில் உடைக்கிறார். தனக்கென்று கட்டுப்பாடுகள் எதையும் விதித்துக்கொள்ளாமல், தன்னை அதற்கு ஒப்பும் கொடுக்கிறார். சுயேச்சையாக மன ஓட்டங்களைத் தொடர்ந்து சென்று பிரக்ஞை நிலையிலிருந்து கவிதைகளைத் திறந்த பிரதியாகப் படைக்கிறார். இதனால் புத்தம் புதிய வாசிப்புகளை அடைய முடியும் பேரனுபவம் கிடைக்கிறது.

பெருமாள்முருகன் கவிதைகள்

அங்கு இயற்கை இயல்பாயிருந்தது

கவிதை, சிறுகதை, நாவல், கட்டுரை என்று அனைத்து இலக்கிய வடிவங்களிலும் கால் நூற்றாண்டாக நம்பிக்கையுடன் தொடர்ந்து இயங்கி வருபவர் பெருமாள் முருகன். இவற்றில் அகராதி உருவாக்கத்தையும் சேர்த்துக்கொள்ள வேண்டும். அதிகமும் பேசப்படாத அடித்தட்டு மக்களையும் அவர்கள் வாழ்க்கையையும் புனைகதைகளில் மிகவும் கவனமுடன் கட்டுபவா அவர். கால்நடை மேய்ப்பவர்கள், திரையரங்கு களில் தின்பண்டங்கள் விற்பவர்கள், சிறு விவசாயிகள், கிராமத்தவர்கள் போன்றவர்களே, அதிலும் முக்கியமாகச் சிறார்கள், இவருடைய கதை மாந்தர்களாயிருக்கிறார்கள். சமூகத்தால் விலக்கப்பட்ட "பீ" என்கிற வார்த்தையைத் தன் படைப்பில் உபயோகிப்பதில் தடைகளேதும் இல்லாதிருப்பவர். நிலவும் அமைப்புகளுக்கெதி ராக அவருடைய உள்ளார்ந்த கலகக்குரலுக்கான குறியீடாக அந்தப் பீயைக் குறிப்பிடலாம். அவருடைய எழுத்துக்கள் மிகுதியும் கொங்கு வட்டாரப் பகுதியைச் சேர்ந்தவை. அவ் வட்டாரத்தின் கலாச்சார அடையாளங்களை நுண்ணிய அவதானிப்புகளுடன் பதிவாக்குபவை. அடிமட்டத்திலுள்ள சாதிகளின் எதிர்ப்புக்

குணங்களைக் கூறுகளாகக்கொண்டவை. மிகைப்படுத்தல் களும் குறுக்கல்களும் இல்லாத, படைப்பு சாத்தியங்கள் மிக்க யதார்த்த பாணியில் அமைந்தவை. அவருடைய மொழி, எளிமையான நேரடியான தேர்ந்த வார்த்தைகள் பொருந்திய அழகான மொழி. இந்தத் தன்மைகள் இந்தக் கவிதைத் தொகுப்பி லும் படிந்திருக்கக் காணலாம்.

இந்தக் கவிதைகள், சாதாரணமாக நேரும் அனுபவங்களின் வாயிலாகப் பெரும் தரிசனங்களை அடைவதை கவித்துவ மாகக் கொண்டவை என்று சொல்லலாம். அன்றாட வாழ்க்கை யில் கிடைக்கப்பெறும் எளிய சம்பவங்கள், காட்சிகள், எண்ணவோட்டங்கள் பாடுபொருட்களாயிருக்கின்றன. எழுதியவரின் தீர்க்கமான பார்வை கலந்த அசலான அனுபவங் களுள்ள கவிதைகளாயிருக்கின்றன. இவற்றில் மனிதனின் வாழ்தலுக்கான இயல்பூக்கம் உள்ளூறைந்திருக்கிறது. அதற்கான வழிமுறைகளாக இயற்கையோடு இயைந்திருக்க முனைதல், இளமைக்காலத்தை மீட்டெடுத்தல், அரசதிகாரத்தையும் பெரும் பொருளாதார சக்திகளையும் பழித்தல் போன்ற செயல்பாடுகள் நிகழ்ந்தேறுகின்றன.

இயற்கையுடன் இணைந்த வாழ்வு என்னும்போது ஆதி வாழ்க்கைக்குத் திரும்புதல் என்று அர்த்தமில்லை. அது இயற்கையான மனநிலையுடன் இருத்தல்தான். அதனால் அப்படியிருந்த காலமான இளமைக்குத் திரும்புதல், அதற்காக ஏங்குதல், தவிர்க்க முடியாததாகிறது. அங்குதான் இயற்கை செழிப்போடிருந்தது மட்டுமல்ல இயல்பாகவுமிருந்தது. அப்போது வாழ்வாதாரத்துக்கு மனிதகுலம் இயற்கையைப் பெரிதும் சார்ந்திருந்தது. பால்ய காலம் இயற்கையை ரசிப்பதாக இல்லாமல் அதனுடன் சேர்ந்துள்ளதாக இருக்கிறது. ஆனால் வளர்ச்சி என்பது செயற்கையாக இருக்கிறது. இயற்கை அழிப்புடன் அரசு இயந்திரம் தொடர்புடையதாயிருக்கிறது. அது ஒருபோதும் சாதாரண மக்களையும் அவர்களின் ஒரே உடைமையான இயற்கையையும் பாதுகாத்ததில்லை. இல்லாதவர் –இருப்பவர் என்கிற இருநிலைகளைப் பிணைக்கும் செயலையும் அரசாங்க அமைப்பு ஆற்றுவதில்லை. அது பொறுப்புகளைத் துடைத்துக்கொண்டே வந்து வெறும் அதிகாரமாக மட்டும் எஞ்சி நிற்கிறது. அமைப்பின் உறுப்பாயிருக்கின்ற தன்னிடமும் அதிகாரம் ஒட்டிக்கொண்டிருப்பதை அருவெருப்போடு ஒருவன் பார்க்க வேண்டியுள்ளது. மேல் நிலையிலிருப்பவர் களைப் பாதுகாப்பதற்காகவே அதிகாரம் உள்ளது. அந்த மேலாயிருப்பவர்கள்தான் இயற்கையை முழுவதுமாக நுகர்ந்து அழிப்பவர்களாயிருக்கிறார்கள். எனவே இந்தத் தொகுப்பின்

கவிதைகள் சாதாரண மனநிலையிலிருந்து மறைமுகமாக இந்தப் படிநிலைகளை அங்கங்கே தொடுபவையாயிருக்கின்றன.

இந்த அமைப்பு மோதி உடைக்க முடியாதளவு மிகப் பெரிதாயிருப்பதால்தான் இக்கவிதைகள் தனித்துப் போராட முற்படாமல் அடங்கிய தொனியில், விமரிசனமாகவும் அங்கதமாகவும் சிறு எதிர்ப்பாகவும் அல்லது பணிதல் என்பதாகவும் கூட உள்ளன. இதுவே மனிதன் மனிதனிடம் பேசுகின்ற கலை. அந்த மொழியையும் மனித மனநிலையையும் பிரதிபலிப்பவனாக கவிஞன் இருக்கிறான். இதனால்தான் இத் தொகுப்பின் பெரும்பாலான கவிதைகள் சாதாரணத்துவத்தைப் பாவனை செய்கின்றன. இந்த வாழ்க்கையை அப்படியே ஏற்றுக் கொள்ளுதல், சிறு மகிழ்ச்சியையும் துய்த்தல், துன்பத்தைக் கண்டு ஒதுங்குதல் அல்லது விட்டு விலகுதல் போன்றவை பண்புகளாகின்றன.

பாதாள ரகசிய அறை, கிழமைகள் குழம்பும் வாரம், அழைப்புப் பாடல், உன் சொல், அம்மாவுக்கு ஒன்றும் தெரியவில்லை, 2009 ஜனவரி 1, நீலப்படக் காட்சிகள் போன்ற சில கவிதைகளைத் தவிர்த்து மற்றவை ஆச்சரியமூட்டும்படி இயற்கையுடன் நேரடித் தொடர்பு கொண்டவையாயிருக் கின்றன. இயற்கையான பொருட்களையே படிமங்களாகவும் குறியீடுகளாகவும் கொண்டிருக்கின்றன. தன்னுடைய மகனைப் பற்றியுள்ள கவிதைகளிலும் மறைமுகமாக இயற்கையே இயங்கு கிறது. ஏனெனில் அவன் வளர்ச்சியடையாத இளமைக் காலத்திலிருக்கிறான். "புகழ் சேர்க்கும் ஊர்" கவிதையில் சின்னஞ்சிறு பையன்தான், கோழிப்பண்ணைகளையும் பள்ளிக்கூடங்களையும் இணைத்து தன் அப்பாவுக்குக் காட்டுமளவுக்கு இயல்பான பார்வை பெற்றிருக்கிறான். "குட்டிப் பையன்" கவிதையில் எதிர்காலத்தில் இயற்கை அழியப்போவதின் குறியீடாகிறான். சில கவிதைகளில் இப்போது பால்யத்தி லிருக்கும் மகனில் தன் இழந்த இளமைக் காலத்தைத் தந்தை காண்கிறான். இரண்டும் இயற்கை வளமுடனிருந்த பழைய ஞாபகங்கள்தான்.

இயற்கைக்கு எதிரான நிறுவனங்களான அரசு, அதிகாரம் ஆகியவை எள்ளலுடன் கவிதைகளில் சித்திரிக்கப்படுகின்றன. அவை செயல்படும் களங்களான வீடு, வெளி ஆகியவற்றில் இல்லாமல் கழிப்பறையில் வைத்து அவை, "கழிப்பறைகள் வாழ்க", "இன்று பகல்" போன்ற கவிதைகளில் குறுக்குவெட்டுத் தோற்றத்தில் காட்டப்படுகின்றன. அந்த அதிகாரத்துக்கு நாம் பணிவது மட்டுமல்ல, நம்மிடமிருந்து அதிகாரம் கதிர்

வீச்சைப் போல் வெளிப்பட்டுக் கொண்டிருப்பதையும் "பிடி இறுகிக்கொண்டிருக்கிறது" கவிதை காட்டுகிறது. இந்த அதிகாரத்தை விவரிக்கும் கவிதைகளில் அதிகாரமெனும் ஆண்மையின் குறி விறைப்பு குறிக்கப்படுகிறது. மிதமிஞ்சிய அதிகாரத்தால் அரசாங்கத் தலைமை இனி மீள முடியாதளவு மக்களிடமிருந்து அந்நியப்பட்டிருப்பதைப் "பாதுகாவல்" கவிதை கேலிச்சித்திரமாக்குகிறது. அதில் சாதாரண ஒரு குடும்பத் தலைவியினுடைய பாதுகாப்பற்ற வாழ்க்கை ஒப்பிடப்பட்டு இரண்டுக்குமுள்ள பெருத்த இடைவெளி காட்டப்படுகிறது. "பல்லக்கு" கவிதையில் அதிகார மையம் எல்லாவிதமான புகழையும் அடைந்து முடிவில் கடவுள் சிலையாக இறுகுகிறது. அந்தச் சிலையும் பயனற்ற வெறும் வேடிக்கைப் பொருளாகக் "கடவுளின் சவம்" கவிதையில் எஞ்சுவதாயிருக்கிறது. அதிகார, அரச பீடங்கள் ஏளனமாகப் பார்க்கப்படுவதற்கான காரணம் அவற்றுக்குள்ளே சுய அழிவு அடங்கியிருப்பதால் இருக்கலாம். அல்லது கவிதைகளுக்கு அவை ஒரு பொருட்டாக இல்லாமலிருப்பதால் இருக்கலாம்.

இயற்கை அழிந்த சூழலில் நுகர்வுக் கலாச்சாரம் பூதாகரமாக வளர்கிறது. பல்பொருள் அங்காடியில் தானும் ஒரு விலை பொருளாகிற அவலம் "அடுக்குமாடி அங்காடி" கவிதையில் நேர்கிறது. அதில் ஆறுதலான அம்சம் குழந்தைகளுக்கான பொம்மையாவதுதான். அந்த அங்காடி, ஏரியின் அளவுக்குத் துல்லியமாக வர்ணிக்கப்படுகிறது. நாகரிகத்தின் உச்சமாக விளங்கும் அடுக்குமாடிக் குடியிருப்பை ஒவ்வாத ஒருவன் "தற்கொலை முனை" கவிதையில் தற்கொலை கூட செய்து கொள்ள வேண்டியிருக்கிறது. ஆசுவாசமளிக்கும் "சாலைகளும்" ரத்தம் குடிக்கும் தாகத்துடனிருக்கின்றன.

இவ்வாறாக இயற்கையற்ற தன்மைகளைச் சில கவிதைகள் கொண்டிருக்க பெரும்பாலான கவிதைகள் இயற்கையைப் பாடு பொருட்களாக்கியுள்ளன. பெரும் நீர்நிலைகளையும் அவற்றில் எல்லாவற்றையும் மறந்து மூழ்கியிருப்பதும் சில கவிதைகளில் வருகின்றன. அது வெளியில் நிலவும் கடும் வறட்சியையே உணர்த்துவதாக அமையலாம். "பறத்தலின் ஆயுள்" என்கிற முதல் கவிதையில் கணவன்-மனைவியான இருவரும் தங்களுக்கு உருவகமாக வந்துசேர்ந்த இரு குருவிகளைக் காண்கிறார்கள். அவற்றிடம் அவர்களைப் போலவே அன்பும், விரோதமும் கலந்திருக்கின்றன. அவற்றின் இயல்பான சுதந்திரமாகப் பறத்தல் தடைபட்டாலும் அதையும் அவர்கள் ஏற்றுக்கொள்கிறார்கள். "மரங்கொத்திகள்" கவிதையில் புளியமரச் செதில்களைச் சேகரிக்கும் சிறுமியை மரங்கொத்தியாகப் பொருத்திப் பார்க்க

முடியாத ஆற்றாமையுள்ளது. அந்தப் பறவையும் சிறுமியும் இயல்பு திரிந்தவர்களாயிருக்கிறார்கள். அழியவிருக்கும் வாழைக்குலை மேல், இயல்பூக்கத்தால்தான் குருவி கூடு கட்டியிருக்கிறது, "ஆதி" கவிதையில். எங்கு சென்றாலும் தான் வாழுமிடம் மரம் என்று அணிலுக்குத் தெரிந்திருக்கிறது என "தனக்குரியது" கவிதையிலும் வருகிறது. "அரளி உதிர்த்த பூக்கள்" கவிதையில் தெரு நாய் ஒன்று இறந்துகிடக்க, அதன்மேல் அரளிப்பூக்கள் மட்டும் தாமாக அஞ்சலி செலுத்துவதாக விழுகின்றன. இந்த இரண்டு கவிதைகளிலும் மனிதர்களைப் போலில்லாமல் குருவியும் நாயும் வாழ்க்கைப் பற்றிய பதற்றம் கொள்ளாமலிருக்கின்றன. "காட்டுச் செடி" கவிதையில் பால்யமும் இயற்கையும் ஒன்றிய நிலை தெரிய வருகிறது. தொட்டியில் நடப்பட்ட அந்தக் காட்டுச் செடி இளமையைப் போல் கட்டுப்பாடில்லாமல் வளர்கிறது. நீச்சல் குளத்தைச் சுற்றியுள்ளதால் பறவைக் கூடுகளை இழந்து "பனை மரங்கள்" கவிதையில் இயற்கைச் சுழற்சி தடைபடுவது உள்ளது. அழிந்த ஏரியின் இயற்கைத் தன்மை பால்ய காலத்தின் நினைவுகளால் "ஏரி" கவிதையில் மீண்டும் படைக்கப்படுகிறது. காலமாற்றத்தால், இப்போது, அந்த ஏரி பரபரப்பான பேருந்து நிலையமாகியிருக்கிறது. அந்த நாகரிகத்தின் சுழலில் இன்னும் இளமை மாறாமல் அலைவுறும் மனம் கவிதை எழுதியவருடையதாயிருக்கிறது. இவையெல்லாம் இயற்கையை முழுவதும் புரிந்துகொள்ள முடியாத செயல்களாயிருக்கின்றன. அதனால் இவற்றை நுண் சுற்றுப்புறச் சூழல் கவிதைகள் என்று வகைப்படுத்தலாம்.

இப்படியாக இக்கவிதைகள் அமைதி, எளிமை, வெளிப்படையாயிருத்தல் போன்ற சாதாரணத்துவத்தின் குணங்களைக் கொண்டிருக்கின்றன. தான் வாழ்ந்து பெற்ற அசலான அனுபவங்களை மட்டுமே எழுதிச்செல்கின்றன. எதையும் நேரடியாக எதிர்த்துப் போராடாதது போலவே எதற்கும் ஆசைப்படாமலுமிருக்கின்றன. கிழமைகளைத் தனக்கேற்ப மாற்றிக்கொள்ளுதல், எரிவாயும் அடுப்பும் உதவி செய்து கொள்ளுதல், இயற்கையை அடைந்ததான கணத்தில் நிலை பெறுதல் போன்ற சிறிய விசயங்களை விரும்புவதின் வாயிலாகப் பெரிதான எதிர்பார்ப்பை நோக்கி நிற்கின்றன.

கவிதைகள் உண்மையாயிருத்தலால் முழுமையாக அனுபவத்தை வடித்து அவற்றின் சாரத்தையும் வந்தடைகின்றன. இதுவே பிற கவிஞர்களிடமிருந்து இந்தக் கவிதைகளை எழுதுபவர் வேறுபடும் இடம். பிறருடைய கவிதைகள், மாயமாகவோ யதார்த்தமாகவோ, ஓர் உணர்வுநிலையை எழுப்பி நின்று விடுகின்றன என்றால் இவருடைய கவிதைகள் ஒரு கருத்து

நிலையை காண்பிக்க முயலுகின்றன. அந்த அனுபவங்கள் அன்றாட வாழக்கையிலிருந்து பெறப்பட்டவை என்பதால் வாசிப்பில் நமக்கு உருவாகும் கருத்துகளும் வாழ்க்கையை மேம்படுத்த விழைவதாக இருக்கின்றன. இளமைக்காலத்தை மீட்டு, அதிகாரத்தை நிராகரிக்கும் இக் கவிஞர் இயற்கையோடு ஒன்றும் மனம் உடையவராயிருக்கிறார். "இயற்கைக்கு நடுவிலிருத்தல் இயற்கையோடு வாழ்தல் அல்ல" என்று வெளிப்படையாகவே அறிவிக்கிறார். முன்னுரையில் கவிஞர் ராணி திலக் எழுதியிருப்பது: நாகரிக வாழ்வில் நாம் தொலைத்து விட்ட உயிருள்ள ஆன்மாவைத் தேடுபவராக விளங்குகிறார். உயிருள்ள ஆன்மா என்பது வேறு ஏதுமில்லை. அது "இயற்கையான வாழ்வுதான்".

மு. குலசேகரன்

ராணி திலக் கவிதைகள்

புதிய அலை, புதிய கரை

தமிழில் உரைநடைக் கவிதைகளுக்கு மிகச்சிறந்த முன்னுதாரணங்கள் இருக்கின்றன. அவை பாரதியின் வசன கவிதைகளே ஆகும். இலக்கணக் கட்டமைப்புக்குள் செயல்பட்ட பாரதிக்குச் சுதந்திரமாக இயங்கும் களங்களாக அவை இருந்திருக்கின்றன. ஆனால் இன்றைய கவிதைகளும் சில மரபுகளை அபோதமாக வைத்துக் கொண்டிருப்பதால் அவைகளையும் மீறிய பின் சுதந்திர நிலைக்கு ராணி திலக் வந்திருக்கிறார் போலும். பாரதியின் வசன கவிதைகள் வேதங்களின் உச்சாடன நடையையும், பொருளில் இயற்கை வழிபாட்டையும் கொண்டிருக்கின்றன எனப் படுகிறது. உரை நடை சார்ந்த சொற்களாகவே எண்ணங்கள் வெளிப்படுவதால் பெரிதும் இயற்கையைச் சார்ந்திருக்கலாம். ஆம். இவற்றிலும் ஒரு பார்வையில் இயற்கையைப் போற்றுவதாகவும் ஏங்குவதாகவும் தோன்றினாலும் ஆழ்ந்ததொரு அர்த்தத்தில் இயற்கையை அடைவதாகவே இவை உள்ளன. வெண்ணிற மேகமாக மாறுவது, நகரத்தில் அன்னியப்பட்டு கிராமத்திற்கு மீள்வது, மீன்கள் மீண்டும் மீண்டும் தொட்டியை மீறும் / உடைக்கும் நிலை, மனிதர்களின் சாம்பலில் சூரியகாந்திகள் மலர்வது, கண்களால் நதியைப் படைத்துக் கொள்வது, போன்றவை உதாரணங்களாகலாம்.

குழந்தைமையின் முன்னிலையில் கவிதையும் பொருட்படுத்தத் தக்கதில்லையென்று காட்டி,

உற்ற சொல்லைத் தேடி

இக்கவிதைகள், அதையே தம் அடிப்படைக் குணமாகக் கொண்டிருக்கின்றன. படைப்பென்பதே குழந்தைகளைப் போல் வியப்புற வாழ்க்கையைப் புதிதாகப் பார்ப்பதும் வாழ்வதும் என கவிதைகள் காட்டியபடியே இருக்கின்றன. ஒரு கவிதைக்குள், கட்டுப்படுத்தப்பட்ட நம் பார்வையும் குழந்தைகளின் புதிய விழிகளும் மோதி முரண் கொள்கின்றன. மற்றொன்றில், உலகம் அலுக்கையில் குழந்தைகள் அதைத் தலைகீழாகப் பார்த்துப் புரிந்துகொள்ள முயலுகின்றன. சுந்தர ராமசாமி ஆர்வமாகச் சிறுவர்களைக் கவனிப்பாராம். இலக்கியம் இளமைப் பருவத்தை அவதானிக்கையிலேயே உச்சம் கொள்கிறது. நீரால் அடைபட்ட மீன்களாகவும் காற்றடைத்த பந்துகளுமாக, சிறுவர்கள் சிறையுண்டிருந்தாலும், அவர்களுக்குள் வாழும் குழந்தைத்தன்மை, உலகத்தையே பெரும் மைதானமாக மாற்றிவிடுகிறது. மரணத்தையும் நிறுத்திவைக்கிறாள் ஒரு சிறுமி. ஒவ்வொருவரிலும் உள்ள குழந்தையை விளையாடப் பிற குழந்தைகள் கவிதைகளில் அழைத்தவாறிருக்கின்றன. மற்றொரு சிறுமி தானே மானாகி விலங்குகள் பாத்திரங்களாகும் கதை சொல்லலைத் துவக்கிவைக்கின்றாள். படைப்பையும் ஒரு விளையாட்டாக மாற்றி, அதற்கான தொடர்புவெளியாகக் குழந்தைகளை நோக்கி சன்னல்களைத் திறந்து வைத்துள்ளன கவிதைகள். குழந்தையின் பிரசன்னம், பழைய பொருட்களுக்கு புதிய அர்த்தங்களைக் கவிதைகளில் வழங்கிக்கொண்டே யுள்ளன. இதுவே நாம் வேண்டும் பிரக்ஞையின் விழிப்பு நிலையாகும். இது இக்கவிதைகளின் முக்கிய அடிநாதமாக உள்ளது.

மதுவருந்திக் கொண்டாடும் மனோபாவங்களாக, இயற்கைக்கும் தெய்வத்திற்கும் படைத்து பின் தாமுண்ணும் மனிதனின் ஆதிநிலைக்கும் அழைத்துச் செல்கின்றன இக் கவிதைகள். முதல் மிடறை நதிக்கு அளித்து – பூமிக்கும் கூட – அதை சாந்தப்படுத்தல் பழங்குடி மரபின் நீட்சியே. கவிதை களின் மொத்த மனமும் கூட இந்தத் தொன்மைத் தன்மையைத் தொடர்வதே. இந்த வழியிலேயே பயணித்தால் இவற்றின் பல நாட்டாரியல் கூறுகளையும் கண்டடையலாம். அவர்களுக்கே அமாவாசையும் பௌர்ணமியும் இவற்றில் போல பிரத்யேகமானவை. அவற்றில் அடர்ந்த வனங்களையும் எப்போதும் உடன் திரியும் சூரிய, சந்திரர்களையும் எந்த அணைகளுக்கும் கட்டுப்பட விரும்பாத காட்டாறுகளும் ஓடக் காணலாம். அவற்றை ஒரு நதியெனவே நடத்தும் ஆதிவாசி யின் பாறை ஓவியத் தீற்றல்களாகப் பல கவிதைகள் வண்ணம் பெறுகின்றன. கொம்பற்ற மானும் தொட்டிகள் உடைய நீந்தும்

மீன்களும் தாவும் கருப்பு முயல்களும் நின்றபடியே ஓடும் குதிரைகளும் புவியீர்ப்பைக் கடக்கும் அம்புகளின் வேட்டையும் கருஞ்சிறகு விரித்த காகங்களும், அக்குகையின் பக்கங்களில் காட்டப்படுகின்றன. ஆனால் பின் நவீனத்துவ மனமானது ஆதி நிலையை நவீனப்படுத்துவது. அதன் பார்வை, வழிபாட்டுக்கும் பயத்துக்கும் அப்பால் பழமையை மீட்டுக்கொண்டாடுவது. ஓடும்நதியில் நிற்கும் பாறையைக்கண்டு, பாறை நகர்வதாக நினைக்கும். நதியில் நீரென்று தம் முகங்களையே அள்ளிப் பருகும். வானென்னும் குகையில் தாவும் மான்களைக் காணும். வியப்பூட்டும் நட்சத்திர மீன்கள் ஆன்மாவாகப் பதிந்திருக்கும். முழு சூரியனை அல்லாமல் சூர்யோதயத்தின் வெளிச்சமே வரையப்படுகிறது. விரோதங்களைப் போல் நட்புமுள்ள, நாள் கழித்து வந்தால் அன்னியமாகும், பெரும் சக்தி வடிவான நகரம் ஒருவாய் மது சமர்ப்பிக்கப்படும் நவீன கடவுளாகிறது. இங்கு, எதிரிடையாகவோ, கலகமாகவோ, மது முன்வைக்கப்பட்டுக் கற்பிக்கப்படுவதில்லை. மாறாக, சுயத்தை மறுதலிப்பதின் ஆதிக் கொண்டாட்டமாக, போதை உருவாக்கப்படுகிறது.

பொதுவாக இளம்கன்னிகளைக் கற்பனை செய்கிற கவிதைகள்தான் தமிழில் அதிகம். அபூர்வமாக இவற்றில் முதிர் பருவம் தொடர்ந்து நடந்தேறுகிறது. அவர்கள் ஓரிரு நரையோட தலைசீவிக் காத்திருக்கிறார்கள். அவர்கள் பொங்கும் உணர்வு களை வெளிக்காட்டாத ஆழ்ந்த நதிகளைப் போலிருக்கிறார்கள். நரைத்து வற்றிக்கொண்டிருக்கும் அவற்றில் தாகம் தீர்க்கும் சிற்றோடைகள் தேடப்படுகின்றன. காமத்துடன் தொடர்புடைய அழுக்கைத் தன்னிலிருந்து எழும்பும் குரல்களான மீன்கள் உண்ண அலைகின்றன. இவ்வாறாகத் தன் பார்வையும் அதனோடு அப் பிறிதின் பார்வையும் ஒருங்கே கவிதைகளில் வெளிப்படுகின்றன. இதுவரையிலுமாகக் கண்களுக்கு உவமையாக்கப்பட்ட மீன்களைப் புதிதாக வந்த நரை போலும் நாரைகள் கொத்தித் தின்கின்றன. நரைத்த முலைகளில் ஏறும் உஷ்ணத்தை வெளியிலிருந்து ஒரு பார்வையாளனாக உணர்ந்து ஏதும் செய்ய முடியாத கையறுநிலையில் தன்னளவில் மட்டுமே அதைத் தணித்துக் கொள்ள முடிகிறது. தலைவனின் வருகையை எதிர்நோக்கி நித்தியத்துவத்தில் காத்திருப்பவளின் பசலை படரும் காலம், கூந்தல் வெள்ளையாகுமளவு நெடியது. நவீன கவிதைகளிலும் மிக உணர்வுபூர்வமாக எழுத முடியும் என்பதற்கு குறிப்பிட்ட இக்கவிதைகள் சாட்சியாகின்றன. மனதின் அடிப்படை உணர்வாயிருக்கும் காதல், அது இயல்பாயில்லாத பட்சத்தால் அதன் திரிபு நிலைகளாக இங்கு விரிகின்றன.

அலைகளாகப் பெருகும் இதன் வரிகள் அடியில் அமைதியையே கோரி நிற்கின்றன. ஜடத்திலிருந்து விலகும் சாந்த நிலை, மது பருகிச் சாந்தசொரூபியாவது, பெண்களை நினைத்து சாந்தமாவது எல்லாமே சத்துவ குணம் வேண்டுபவை. பல நேரங்களில் தாவோவின் நோக்குகளாகவும் ஜென் போல் காட்சிகளைத் தரிசிப்பதாகவும் அமைகின்றன. அதனாலேயே புத்தர் ஒரு பூவை எடுத்து மறுபுறம் வைப்பதாயுள்ள செயல்கள், சுவரைப் பார்ப்பது, சுவரிலிருந்து வெளியேறுவது போன்று, நிகழ்ந்தேறுகின்றன. காலத்தில் பொருட்களில் உண்டாகும் நுட்பமான மாற்றங்கள் எண்ணங்களிலும் ஏற்பட்டு விடுவதையும் பேசுகின்றன. கடவுளும் மனிதனும் ஒன்றே என்கிற அத்வைதமும் வெளிப்படுகிறது. எல்லோரும் இறக்கப்போகிறவர்கள்தான், இவை வெறும் இடைநிலைத் தோற்றமே என்கிற பிரக்ஞையும் தொடர்ந்து செயல்படுகிறது. மிக முதிர்ந்த மனமோ அல்லது குழந்தையுள்ளமோ சொற்களால் தட்டி ஓயும்போதே கடவுள் என்கிற தன்மை தோன்றவே ஆரம்பிக்கிறது என்கிறது வேறொரு கவிதை. அபத்த உலகில் தற்கொலையைத் தவிர்த்தே வாழ வேண்டியிருக்கிறது என்பார் சார்த்தர். ஒவ்வொருவரும் அந்நினைவை ஒத்திப்போட்டபடியே உயிர்வாழ்ந்து கொண்டிருக்கிறோம். நாம் கூடியிருந்தும் உள்ளத்து அளவில் தனித்தே இருக்கிறோம் என்கிற கவித்துவத்தின் விளைவான பல தத்துவங்களின் நோக்குகளும் இவற்றில் படிகின்றன. கவிதைகளில் வரும் சாதாரணமான பொருட்களும் தங்களின் ஜடத்தன்மையை இழந்து உயிர்ப்படைவதால் குறியீடுகளாக மாற்றம் கொள்கின்றன. அதன் உதாரணங்கள், நடக்கும் படிகள், தனக்குள் ஒரு தலையை வளர்க்கும் தூக்குக் கயிறு, போன்றவை. அதே போல, நிரம்பியோடும் நதி விஷங்களை முறிக்க வல்லவையாயிருக்க, மாறாக வற்றிய நதி மரண எண்ணங்களைத் தருவது, கடுங்கோடையை அதில் நிரம்பிய வெறுமைக்காக விரும்பப்படுவது, எங்கும் நிறைந்த மீன் தொட்டிகள் சின்னஞ்சிறு கல்லால் மனதினின்று உடைத்தெறியப்படுவது, எல்லாமே ஒற்றைத் தத்துவத்தை நோக்கி நகர்வதாக இல்லாமல், உதிரிகளாக, கீழைத்தேயத்தைச் சார்ந்து பன்முகத்தன்மையோடுள்ளன.

தேவதச்சனின் தன்னுணர்வுக் கவிதைகளைப்போல், சில அரூப உணர்வு நிலைகள் எழுப்பவும்படுகின்றன. அதே போல உரையாடலின் வெளிப்படையான வியப்பும் கொண்டு வரப்பட்டிருக்கின்றன. இவை வாசிப்பின் வெளிகளையும் உண்டாக்குகின்றன. அந்தி ஒளியைக் குழந்தை உண்பதால் உண்டாகும் இரவையோ அல்லது தீராது ஓடும் வெளிச்சத்தையோ கூட நினைக்கும் பூரண உரிமைகள் வழங்கப்படுகின்றன.

கவிஞர்களின் தீராத மாயமான கனவைக் காணாத கவிதைகளிருப்பதில்லை. இவற்றிலும் நிகழ்வது நனவிலா அல்லது கனவிலா என்று கனவின் அதே சாயல்களான தர்க்கமின்மை, தன்மயம் போன்றவற்றைக்கொண்டு இயங்குகின்றன. கனவில் சாலை நதி ஓடுவது, பெண்ணின் இலைகளில் இந்திரியம் கழிக்கப்படுவது, நகரம் பாழடைந்து, கோபுரம் சரிவது, நனவில் சாலை நதியில் மது கொட்டப்படுவது, எல்லாமே மயக்க நிலையில் நிறைவேறுகின்றன. கோபுரம் குறித்த ஒரு கவிதையை மாதிரியாகக் கொண்டால் பலகுரல்கள் ஒலிப்பதைக் கேட்கலாம். தொடர்ந்த செய்திகள் வழியாக உட்புகும் அமெரிக்காவின் இரட்டைக் கோபுரம், கவிதையின் கனவிலும் சுயத்தின் கோபுரமாக மாறிச் சரிகிறது. ஏற்கெனவே பாழடைந்துவிட்ட நகரத்தின் குறி அது. அதை அழித்த விமானங்கள் கழுகுகளாக வட்டமிடுவனவாக இருக்கலாம். ஆன்மாக்கள் பரிசுத்தமற்றவை, வெளிப் படும்போதுதான் தூய்மை கொள்கின்றன. காக்கைகளின் உள்ளத்துக் கரும் சொற்களே கவிதைகளாகின்றன, கிளிப் பேச்சுகளல்ல. வாழ்வே ஒரு பரிசாக இருக்கையில், அதில் பரிசளிப்புகளாகக் கிடைக்கக் கூடியன வெறும் ரோகமும் துர்கனவுகளும் மட்டுமே. இப்படியாகக் கனவையொத்த தம் படைப்பு நிலைகளையும் விவாதித்துக்கொள்கின்றன இக் கவிதைகள். ஒழுக்கத்தைப் பேணுகின்ற இவ்வுலகு ஆன்மாவற்றது. அதற்கு எதிராகக் காணப்படும் துர்கனவுகளே பின் நவீனத்துவப் படைப்புகளாகின்றன.

கதை சொல்லல் எப்போதுமே சுவாரசியம் மிக்கது. கூறப்படும்போதே எதிரே மற்றொரு கதையும் உருவாகி விடுகிறது. அனைவருக்குமே சொல்வதற்கு நிறையக் கதைகளுள்ளன. சொல்லப்பட்ட கதைகளில் கிளைக்கின்றன சொல்லாத பல கதைகள். இச்சாத்தியங்களைக்கொண்டு, சில வினைகளைத் தொடர்புபடுத்தும் கதைத்தொடராக இவற்றில் கவிதைகள் எழுதப்பட்டிருக்கின்றன. நவீன கவிதைகள் ஓர் உணர்வு நிலையை எடுத்துக்கொண்டு விளக்க முற்படுகின்றன. அதைக்கடந்து, மற்றொரு அனுபவத்தை உண்டாக்கும் நிலையை இக்கவிதைகள் கதை வழியாக எட்ட முற்படுகின்றன. கவிதையின் கதை நிகழ்ந்து முடிகையில், அதில் வரும் சம்பவங்களும் பொருட் களுமே, படிமங்களும் குறியீடுகளாகவும் மாறி முடிவில்லா அர்த்தங்களை வழங்கிவிடுகின்றன. மனோநிலையில் சவாரி செல்வது புணர்ச்சியைப் போன்றே உணர்ச்சி நிலைதான். அது அவ்வப்போது தன்னிச்சையாகத் திரிய ஆரம்பித்து விடுகிறது. அதில் பயணிக்க முடியாதபோது படைப்பே சாத்தியமில்லைதான். குதிரையைப் பற்றிய கவிதை ஒரு கதையனுபவமாகச் சவாரி

செய்பவரின் கதையாகவும் மாற்றம் பெற்றுவிடுகின்றது. குழந்தையின் எதிரே மரணமாக நெருங்கும் அதே குதிரைகள் ஸ்தம்பித்து நின்றுவிடுகின்றன. மார்க்கண்டேயனின் கதை போன்ற இப்புராணக் கதைகள் மனதின் ஆழ்படிமங்களாயிருந்து காலத்தில் உருமாறிக் கொண்டேயுள்ளன. அங்கு, மரணம் தற்சமயம் நின்றிருக்கிறதே தவிர பிறகு நேரலாம் என்கிற நவீனமான வாசிப்பும் உள்ளது.

பெரும்பாலும் நிகழ்காலத்திலேயே கவிதைகள் நடந்தேறுகின்றன. அதனால் தமிழ்க்கவிதைகளின் பொதுக் குணமான குறிப்புகளாக நிற்பதினின்று தப்பிக்கின்றன. தர்க்கத்தின் சொற்களால் கட்டமைக்கப்பட்டுள்ளதாகத் தோன்றினாலும் அதர்க்கத்தையே முன்மொழிகின்றன. இவை பற்பலவித வார்த்தைகளோடு குறுகிய எல்லைகளுக்குள் தேங்காமல் பெரும் சொற்கிடங்கையே தன்னகத்தே கொண்டுள்ளன. சொல்லப்பட்டதற்கும் மேலாகக் கவிதைகளால் இயங்க முடிகிறது. ஆகையால் நவீனத்துவத்திற்குப் பிந்தவையாக வாசிக்கப்பட வேண்டும். இவை உரைநடையால் புதுப்பாணியில் எழுதப்பட்டாலும் கவித்துவமாக உருவாவதற்கு எவ்விதத் தடைகளாகவும் இல்லை. மேலும் வார்த்தைகளை உடைப்பதின் தளைகளைக் கடந்து தொடர்ச்சியானதொரு பொருள் கூட்டலைச் சாத்தியப்படுத்திப் பலவித இயக்கங்களை உண்டுபண்ணுகின்றன. முழுச் சுதந்திரம் கொண்டு வாக்கிய அமைப்புகளைச் சரளப்படுத்திக் கவிதையை மட்டுமே பிரதான நோக்கமாக்குகின்றன. தெளிந்த வார்த்தைகளால் எழுதிச் செல்லப்பட்டு ஒரு புரியாத பொருளின் முன்னே நிறுத்தி கண்களை அவிழ்த்து விடுகின்றன. கிடைப்பது அழகும் வியப்பும் கலந்த புதிய தரிசனம். இவையே தமிழின் முதல் உரைநடைக் கவிதைகள். இதற்கு முன்னாலும் பின்னாலும் எழுதப்பட்டிருந்தாலும் தொகுப்பாக உருவெடுத்திருப்பது இதுவே முதன்முறை. இனிப் பலவும் வரக் கூடும். இது புதுக்கவிதையின் அடுத்தகட்டப் பரிணாம வளர்ச்சியைக் காட்டுகிறது.

இக்கவிதைகளின் பரப்பில் பொதுவாகப் புனைவுக் காதலும் காதலியும் மறுதலிக்கப்பட்டிருக்கிறார்கள். அல்லது வெளியில் காத்திருக்கிறார்கள். மாறாக நரைத்த பேரிளம் பெண்கள் மௌனித்து நின்றிருக்கிறார்கள். அவர்களின் வார்த்தைகள், வயல்களின் நெல்மணிகளாக முற்றி உதிர்கின்றன. அம்மா பாத்திரத்தைக் கழுவுகிறாள். அவள் செல்லமாகத் திட்டி மேலும் துலக்க முயலுகிறாள். நதிக்கும், நகரத்துக்கும், சாலைக்கும் மது ஒரு மிடறு அளிக்கப்படுகிறது. மீதியெல்லாம் பூமி தள்ளாடும்வரை தனக்கும் படைத்துக்கொள்ளப்படுகிறது. சூரியனும் நிலவும்

அறையின் இரு திசை சன்னல்களில் மாறித்தோன்றியவாறு இருக்கின்றன. அங்கங்கே பனி பெய்வதோடு, பாலைவனமும் பெருமூச்சுவிடுகிறது. நீர் நிலைகளெல்லாம் மீன் தொட்டிகளாக மாற்றம் பெறுகின்றன. அதில் மீன்கள் முழுப்பிரக்ஞையோடு சதா நீந்துகின்றன. பிதிர்களான காகங்கள் தலைமேல் கூறிக் கொண்டேயுள்ளன. கூர்காக்களின் காவலிலுள்ள நகரங்களுக்கு மாற்றாகக் கிராமங்கள் அல்லாமல் நதிகளே ஈரத்துடன் காட்டப்படுகின்றன. அவையும் பார்க்கும் கண்களிலிருந்தே, அகத்தியனின் கமண்டலத்திலிருந்து போல், பிரவாகமாய் ஓடுகின்றன.

ரிஷி கவிதைகள்

இரண்டுக்கும் நடுவில்

ரிஷி என்கிற லதா ராமகிருஷ்ணன் அவர்களின் நான்காவது கவிதைத் தொகுப்பு இது. இப்போதெல்லாம் தமிழ்ப்புத்தகங்கள் மிகவும் கவர்ச்சியாகவும் நேர்த்தியாகவும் வெளியாகிக் கொண்டிருக்கையில் இத்தொகுப்பு, அசிரத்தையான தயாரிப்புடன் வெளி வந்திருக்கிறது. கண்ணை உறுத்துகின்ற எழுத்துருக்கள் தொடக்கத்தில் தடையை உண்டாக்கினாலும் பிறகு வாசிப்பால் அவை மறைந்துவிடுகின்றன. ஒரு தத்துவக் கட்டுரை நூலினுடையதைப்போல் தலைப்பு தோன்றினாலும் பிரம்மாண்டமான காலத்தை உருவகமாக்கிக் காண முயலுகிற கவித்துவமுள்ளது.

இவர் கவிதைகளின் வழியாக விரியும் உலகு முற்றிலும் மொழியாலானது. எல்லா அனுபவங்களையும் வார்த்தைகளாக மாற்றிக் கொள்கிறார் கவிஞர். அந்தளவு வாசிப்பு, அனுபவப் பின்புலம் கொண்டவராகத் தோன்றுகிறார். புறவயமாக எவையும் தனியாக நிற்பதில்லை. ஒரு சட்டகத்திற்குள் அடக்கப்பட்டு எழுதியதாகத் தோன்றினாலும் பன்முகத்தன்மை பெற்றே இயங்குகின்றன. சமூகவயமான பார்வை, பண்பட்ட பெரும் ஆளுமையுடையதான வெளிப்பாடுகள், சுதந்திரமாக உருவாகி வரும் வெளிகள், பொதுவாகவே

மு. குலசேகரன்

தத்துவ விசாரத்தைக்கொள்ளும் கவிமனம், மறுதலிக்கப்பட்ட அன்பைக்கொண்டு வனைந்து பார்த்தல், பெருநகரமயமான ஒரு நோக்கு, இலக்கியச் சீரழிவுகளை எதிர்த்துப் போரிடல் போன்ற தன்மைகள் வெளிப்படுகின்றன.

பெண்ணியம் சார்ந்த பெண் மொழி அடையாளங்களைக் கவிதைகள் பெரும்பாலும் உதறித் தள்ளிவிடுகின்றன. ஒரு பெண்ணால் எழுதப்பட்டது என்று உணர முடியாதபடிக்கும் உள்ளன. பொதுமைப்படுத்தலுக்கு ஆண் விகுதிகளைக் கையாளுமளவு பால்பேதமற்று எழுதுகிறார் கவிஞர். பெருமளவுக் கவிதைகள் இறுக்கமடைந்து, மிகவும் போத மனப்பான்மை யுடனும் ஓசை நயம் சார்ந்தும் அமைந்திருக்கின்றன. ஓரளவு வசன நடையோடு இயல்பாக எழுதிய இவரின் கவிதைகள் மிகச்சிறந்தவையாக அடையாளப்படுத்தப்பட்டுள்ளன. இலக்கியத்தின் அரசியலைப் பேசுவதற்கு எல்லா அலங்காரங் களையும் நீக்கிவிட்டு மேலும் சாதாரண மொழிக்கு இறங்கிப் பேசித்தீர்க்கிறார்.

சங்கப்பாடல்களைப் போலுள்ள இசைத்தன்மை பெருகிவரும் கவிதைகளைப் பொருளறியாமலேயே அதற்காகவே படித்தும் பார்த்தும்கொண்டிருக்கலாம். இதிலுள்ள கடுமையான பதம் பிரித்தலும், ஆச்சரிய விளிகளும் இப்போதைய கவிதை களில் காணப்பெறாதவையுங்கூட. பல புராணப் படிமங்கள் (மார்க்கண்டேயப் புள்ளினங்கள், பீனிக்ஸ், பாவிகள் கல்லெறிதல், அவல், முதுகேயாக மாறும் அணில்), பலவற்றை மீள் படைப்பாக்கம் செய்தல் (செம்புலம், வரிச்சங்கம், அக்னிக் குஞ்சு), பல பழமொழிகளை எடுத்தாளல் (ஓரே குட்டையில் ஊறிய, முழுப் பூசணிக்காய், எள் என்றால்), சில தொல்படிமங்களும் (கயிற்றரவு, பாறைத் தேரை), கற்பனாவாதச் சொல்லாடல்கள் (சொப்பன வெளி), போன்றவை இவர் பாவிக்கும் பெரும் மொழிக் கிடங்கிற்கான உதாரணங்கள். இவையெவற்றையும் அறுதியிட்ட வகையாகக் கொள்ளாதபடியும் பல கவிதைகளில் வருகின்றன. மனதைப் பல்விதப் படிமங்களாக உருவகப்படுத்தி எல்லாமே மனதிலேயே நிகழ்ந்தேறுபவையாக மாற்றுகிறார். மனதிற்குச் சோறிடுவது, மனதை மெழுகுவர்த்திகளாக்கி நினைவுகளை ஏற்றுதல், மனம் தொலைதல், கல் மரமாகும் மனம், மனச் சம்மணமிடுதல், மனவுரி, மருள் மனம், மனம் மின்மினிகளாகவும் ஆகின்றன. பல இடங்களில், வரவாகும், எனில், என்ற வார்த்தைகளைப் பிணைக்கும் சொற்களாக உபயோகப்படுத்தல் இவரின் பிரக்ஞை நிலை இயற்றலைக் காட்டலாம். இசையின் படிமங்களைக் கொள்ளலில் (தமபூரா

போல் அலையோசை, உயிரின் வெளிச்சிதறலாய் பாடல், இளமையை நிரந்தமாக்கும் தொனி) அபோத நிலையும் எப்போதும் உடன் கலந்துவிடுவதையும் உணரலாம். இதையே முன்னுரை யிலும் கூறுகிறார்.

பொதுவாக நவீன கவிதைகளின் பாடுபொருளாகப் கொள்ளப்படும் காலம் பற்றிய விசாரம் இவரில் தத்துவக் கருத்தாக்கப்படாமல், அது இவருக்கு வாழ்தலின் பிரச்சினையாக ஆகிறது. இன்னொரு இன்றில், இன்னொரு இரவில், வருங்காலம் நாளையில்லாமல், அன்பின் நேற்றுகள், அந்த வளர்பிறை நாட்களொன்றில், என்றுமாய் எரியும் அடுப்பு – எல்லாமே வாழ்க்கையோட்டத்தைக் காலமாக மாற்றிக் காண்கிறது. கால மாற்றத்தில் பிரிந்து சென்ற பறவைகள் திரும்பியும் வருகின்றன. காலம் சேர முடியாமல் இரண்டாகப் பிரிகிறது. நிகழ்காலம் முழுக்கப் பயணம் போலவே இருக்கிறது. இறந்த காலம் மறையாமல் உறுத்திக்கொண்டிருக்கிறது. பெரியவர்களைப் பார்த்து நிகழ்காலம் வருத்தமாகச் சிரிக்கிறது. ஆனால் எல்லாக் காலமும் தன்னளவில் மறைந்து விடுவதுதான் – என்றெல்லாம் காலத்தைப் பகடையாட்டத்தில் போல் உருட்டிப் பல்வேறாகக் காண்கிறார். பெரும்பாலான கவிதைகள் வாழ்ந்து தீரலின், இப்பிறவியை நீந்திக் கடப்பதின் உள்ளார்ந்த தத்துவ வேதனையைப் பேசுகின்றன. (அறுதியிட்டுச் சொல்ல முடியாத நீச்சல், திமிங்கலத்திட்டு). அதை நீச்சல், ஓடுதல், பறத்தல், சேர்ந்திசைத்தல் என்கிற படிமங்களாக உருமாற்றுகிறார். ஒரு வகையில் இது மிகப் பழைய பொருள்தான். இருப்பினும் சாசுவதமானது, விடையறிய முடியாததும்கூட. அதனாலேயே இது எத்தனை பாடினாலும் தீராதது.

ஒருபுறம் ஒரு வார்த்தையும் மிஞ்சிடாமல் சுத்தமான தாளக் கட்டுகளுடன் தத்துவார்த்தமான விஷயத்தை உருவாக்கும் முயற்சியாகக் கட்டியெழுப்பப்படும் கவிதைகள். பிறிதொருபுறம், சில தனிப்பட்ட அனுபவங்களை, உறவு நிலைகளை அலசுகின்றன. மற்றொருபுறம், சமூக அவலங்களைச் (தண்ணீர்ப் பிரச்சினை, கும்பகோணம் தீ விபத்து) சாடுதல், சமூக அங்கீகாரமின்மையைக் குறிப்பிடுதல், இலக்கிய உலக ஊழல்களை விமரிசித்தல் ஆகியவற்றையும் கவிதைகள் மேற்கொள்கின்றன. இவற்றில் பல வரிகள் வெறுமையாகத் தேய்ந்து நிற்கின்றன. தொகுப்பிலுள்ள இறுதிப்பகுதி இத்தகையவையே. பிரமிளின் கடைசிக் காலக் கவிதைகளை நினைவூட்டும் இவற்றை வாசிப்பில் கழித்துக் கொள்ளலாம். அல்லது இவை கவிஞரது இயக்கத்தை மதிப்பிடவும் உதவலாம்.

அங்கங்கே பல அபூர்வமான எளிமை மிளிரும், சற்றே வசனம் தோய்ந்த நீள் கவிதைகளும் இசைத்தன்மை வாய்ந்த செறிவான கவிதைகளும் உள்ளன. எழுதுகையில் சிறுமியும் யுவதியுமாகி, அணிலும் முயலுமாகி, கிளியும் குயிலுமாகி நிரந்தரத்துவத்தின் ஒளிவாசலை அடைகிற "சிறுமியும் யுவதியும் சமவயதில்" என்கிற கவிதை, காலத்தை இழுத்து நீட்டினால் நிலா அளவையின்படி எவ்வளவு தூரம் பயணிக்கலாம் எனும் "காலம், கனவு மற்றும் கி.மீ" கவிதை, கதைவெளியில் அரக்கனைத் தேடுகையில் தான் இல்லாமலாகிற பெரியவர்களுக்கான குழந்தைக் கதை என்ற கவிதை, பாறையில் முளைத்துள்ள செடியின் பசும் இலைகள் அசையும் "ஈர்ப்பு விசையும் இலையின் அலைவும்" கவிதை – இவையெல்லாம் மிகச்சிறந்த கவிதைகள் எழுதிச் செல்லப்பட்டிருக்கிற இத்தொகுப்பின் சில உதாரணங்கள்.

சபரிநாதன் கவிதைகள்

விண்மீன்களின் தொட்டி

“அக் கழுத்தில் ஊன்றப்பட்டிருந்த தலை ஒருகணம்
பதைக்கிறது
அத் தலையில் கூடுகட்டியிருந்த ஜோடிக் கண்கள்
திகைக்கின்றன பின்
அதற்குள் விடிந்துவிட்டதா எனக் கூவியபடி
பறக்கின்றன அவை
புத்தம்புதிய நிலத்தின் மேல்”

சபரிநாதனின் கவிதைகள் மிகுந்த உள்ளுணர்வுடன் பயணப்பட்டுக் கொண்டிருக்கையில் தாமிருக்கும் இடத்தையும் காலத்தையும் கூர்ந்து கவனிக்கின்றன. அவற்றின் நிலம் கிராமத்திலிருந்து நகரமாக மாறுவதை ஒவ்வொரு நொடியிலும் காட்டினாலும் பெரும் காலத்தின் பின்புலத்தில் வெளிப்படையாகத் தெரியவருவதில்லை. எவ்வித இழப்புமில்லாதது போன்ற பாவனையுடன் கண்மாய், நதி, சாணம் மெழுகிய வாசல், புழக்கடை போன்ற கிராமிய அடையாளங்களை உடன் வைத்துக்கொண்டிருக்கின்றன. கவிதைக்குள் சின்னஞ்சிறு குடிலும், புகைபோக்கியுடன் கூடிய வீடும் இன்னும் சிதையாமல் அப்படியே உள்ளன. எப்போதாவதுதான் ஐந்து, பத்து அடுக்குகளுள்ள மனைகள் என்று வீடுகளை மிகுபுனைவாக்கிக் காட்டுகின்றன. மியூசியங்கள், தீப்பெட்டி ஆலைகள், காற்றாலைகள், ஆளற்ற பேருந்து நிலையம், மூன்று வயல்கள் கொண்ட சிற்றுண்டிச் சாலைகள் எல்லாம் அருகில் மிகச் சாதாரணமாக உள்ளன.

அதேபோல் உலகைப் புதிதாகவும் அதிசயமாகவும் அறிய கவிதைகள் தம் பார்வையை நீர்த்துப்பாக்கி ஏந்தியுள்ள சிறுவனுடையதாகவும் முதலை வளர்க்கும் அக்காவின் தம்பியுடையதாகவும் பெருந்திணை உறவு கொள்ளும் வளர்ந்த சிறுவனுடையதாகவும் இன்னும் சொல் பிறக்காத குழந்தையினுடையதாகவும் குளிக்க முரண்டு பிடிக்கும் பள்ளிச் சிறுவனுடையதாகவும் வைத்துக்கொள்கின்றன. அதனால் ஏன், என்ன, எங்கே, எதற்கு, எப்படி, யார், எது என்பது போன்ற கேள்விகளை இந்தக் கவிதைகள் அடிக்கடி தமக்குள் எழுப்பிக் கொண்டிருக்கின்றன. கடவுளைப் பெரும் சக்தியாக்கி விலகுதலும் ஒன்றுதலுமின்றி சக இருப்புகளாகின்றன. "கடவுளே, அதனிடம் ஒரு ரகசியமும் இல்லை", "கடவுளே, நான் அப்பாவைப் புரிந்துகொள்ள எவ்வளவு முயற்சித்தேன்", "எப்படி என் ஜனங்களுக்குப் புரிய வைப்பேன் ராஜா" என அருகிலிருந்து பேசுகின்றன. அதே போல் அதை நிர்ணயிக்கவும் முற்படுவதில்லை. உதாரணம் "ஒரு முக்காடிட்ட சொரூபம்".

இதன் கண்கள் பழையதாகியிருந்தால் இறந்த காலத்திற்கு திரும்பும் நோக்குடன் நிஜ கிராமத்தைப் படைக்க முயன்றிருக்கும். கடிகாரத்தின் காலம் எப்போதும் நிகழ்காலமாயிருக்கிறது. அதுவும் குடும்ப அமைப்பில் போல் கணவன், மனைவி என்ற நேர் மற்றும் எதிர்நிலைகளாக மேலாகக் கட்டுப்படுத்தக் கூடியதாகவும் அடிப்படையில் கட்டுப்படுத்தவியலாததாகவும் இருக்கிறது. மூன்றாகப் பாகுபடுத்தப்பட்டதாக உள்ள காலத்தைப் பிரத்யட்சமாக அல்ல ஊகிக்க மட்டும்தான் முடிகிறது. அதைப் பகுத்து அறிவெனும் சிறு சிமிழுக்குள் அடைத்து உணரலாம். அப்படி அறியவொன்னாத வழியில் பெருவெள்ளமான காலத்திலிருந்தும் அதே சமயத்தில் வெளியிலிருந்தும்தான் அதைக் கடக்க வேண்டியிருக்கிறது. இது "பிறவிப் பெருங்கடலை நீந்திக் கடக்கும் புணை" என்ற தொல் படிமத்திலுள்ளது போல் நிகழ்காலத்தின் துயரத்தையே கொண்டாடுகிறது. இந்த "விலை மதிப்பற்ற கடிகாரம்" கவிதை எம் மொழியிலும் வைக்கத்தக்க ஒப்பிலா மகத்தான சாதனை. இந்தத் துயரத்தை ஒதுக்கிய அறியாமையும் கடக்கும் வழிதானெனவும் தோன்றுகிறது (நீர் வழிப் புணை). இறந்தகாலத்தின் ஏக்கமிருப்பின் இழந்த காதலைப் பற்றிய பிதற்றல் சித்திரங்களை வரைந்திருக்கும். ஆனால் இப்போது பல காதல்களைத் தொடர முடிகிறது (மூன்று காதல்கள்). ஏனெனில் இனியும் காதலிப்பதற்கான சாத்தியங்கள் எப்போதும் உடனிருந்து கொண்டிருக்கின்றன. ஒவ்வொருவருக்கும் இயல்பாயுள்ள சுயமும் அது உருவாக்கும் இப்போதான பெருந்தனிமையையும்கூட இளமையில் உண்ட

தேன் மிட்டாயின் தித்திப்பாகிறது (தூக்க மாத்திரைக்கு ஒரு பாடல்).

இக்கவிதைகளுக்குத் திரும்ப முடியாத காலத்தைப் போலவே, இடத்தின் இழப்புகளின் தீவிர நாடகத்தையும் நடித்துக் காட்ட வேண்டிய தேவையேற்படுவதில்லை. எனவே இயற்கையின் நிலமாகக் கிராமத்தையும் கிராமம் சார்ந்த இடங்களையும் உருவகப்படுத்தும் அவசியமில்லாதது போலவே இயற்கைக்கு எதிராக நகரத்தையும் வைக்கும் அவசியமும் எழுவதில்லை. “இப்பிரபஞ்சம் இதில் ஒவ்வோர் புள்ளியும் ஒவ்வோர் புள்ளியிடமிருந்து சமதொலைவில் உள்ளது. தப்பியோடும் மானும் துரத்திவரும் பசியும் இருப்பது போல் அப்படித்தான் வசிக்கிறது எனது ஊர்” (மத்திமம்). “பேனா மூடியைத் தேடிக் கொண்டிருப்பவர்கள் இடத்தைவிட்டு நகர முடியாது, இரண்டுமிடத்திலும் காற்றாலைகள் இருக்கின்றன” (பெயர்) என்று இடப்பெயர்வுகளைப்பற்றி பயண மனப்பான்மை யுடனிருக்கின்றன. “உலக வரைபடத்தின் மேல் முகவரியை எழுதியிருந்தேன்” (அரக்கு நிற டைரி) என்கிற அளவுக்கு பிரதேசங்கள் நிறம் இழக்க வைக்கப்பட்டிருக்கின்றன. நீல விரிப்பு, முடிவில்லாப் புல்வெளி, வெட்டுக்கிளி மழை, மஞ்சளேறும் இலை, எலுமிச்சை மாலை என்றுதான் இயற்கை குறிப்பிடப்படும். பூக்களை அடைமொழிகள் ஏதுமின்றி வெறுமனே பூக்கள் என்று கூறும். சமைத்துண்ணத் தெரியாத/தெரிந்த மரங்கள் காலத்தைக் கழிக்கும் (நம்மனோர் விதி), உசந்த தடித்த மரம் என்று மட்டும் எழுதப்படும். மரங்கள் இப்போது எதுவுமில்லை என்று கடந்துவிட்டு அழகியல் மதிப்புப் பெறாத நாலைந்து அகத்திப்பூக்களை “வெண் குறுங்கத்திகளென” மனங்கொள்ளக் கூறுவதில் கவனம் செலுத்தும்.

ஆனால் சிறு உயிரியான பழைய தத்துவப் புத்தகத்தினிடை யில் நசுங்கி இறந்த மழைப்பூச்சியை அருகில் சென்று, பொடி கன்னங் கருவிழிகள், வரிவரியாயிருந்த இரைப்பை எல்லாவற்றை யும் துல்லியமாகக் கண்டு பிறகு, ஒளிகொள் சிறகுகளைத் தரிசித்து அதற்கு உயிர் இருப்பதாகப் புனைவாக்கம் செய்து கொள்கிறது (ஒரு மழைப்பூச்சியை அறிதல்). அவன் வரிகள் எந்த இடுக்கிலும் செருக முடியாத வடிவில் உடைந்த செங்கல்லைப் போல் தனியே அமர்ந்திருந்தன காக்கை எச்சத்தைச் சுமந்தபடி (பல்லிக் குஞ்சுகள்) என வலுவான குடும்பக் கட்டுமானத்தி லிருந்து அன்னியப்படுதலை பழந்தொன்மமான பல்லிகளுடன் உணர்கிறது. தன் இருப்பைப் பற்றித் தெரியவராத வளர்ப்பு நாய் முதியவரைத் தனக்குள் காண்கிறது (லாப்ரடார்). பழங்கதையாடலுக்குள் தனக்கான நீதியைக் கேட்கிறது

கழுகு (எனது பறவை). கரடுமுரடான முதலையின் ஈர நெற்றியைக் காமத்தைச் சரிவர அறியாச் சிறுவனின் நடுங்கும் கரங்களின் வழியாக வெகு நுட்பமாகக் காட்டும் (அக்கா ஒரு முதலை வளர்த்தாள்). காதல் மற்றும் மரணமாக ஆதி உணர்வுகளை இரு பக்கங்களாக மற்றொரு சிறு உயிரியான வெட்டுக்கிளியின் மேலேற்றுகிறது (வெட்டுக்கிளியின் காதல்). செவ்வியல் தன்மையுடனான "வெளிர் மஞ்சள் விரவும் இலை நடித்துக்கொண்டேயிருக்கிறது காற்றில் நடனமிடுவதாய்" (காதல் தண்ணீரைப் போல் உறங்குகிறது) மட்டும்தான் இயற்கை ஓவியமாக கவனத்தில்படுவது. மேகம் பல்வேறு வடிவங்களாக இணைந்து பிரிந்து உருமாறுவதை அதியற்புதமான வார்த்தைகளின் காட்சியாக்குவது, இயற்கையின் மகத்துவத்தை, இல்லை, இடைவிடாத மாற்றங்களைச் சித்திரிக்கத்தான் (விடுமுறை மேகம்). கவிதை உத்வேகத்துடன் "பெதும்பையின் மஞ்சள் குட்டைப் பாவாடைக்குள்ளிருக்கும் சூரியத்தட்டைகளான சிறு தொடைகளைக் கவனித்தபடி..." (காதல் தண்ணீரைப் போல் உறங்குகிறது) என்று பாடும் போதும் மக்காச்சோளக்காட்டி லிருந்து பிறந்து விளைந்தவளைப் போன்று வரும் அவளை மட்டும் பாடுகிறது. மாற்றங்களைக் கனவு கண்டு தோல்வியின் விளிம்பிலும் நம்பிக்கை கொள்கிறவர்களைத் தேர்ந்தெடுத்துத் தம் பேச்சு பொருட்களாக்கிக் கொள்கிறது. நகர் சார்ந்த போராளி யாக மரணத் தறுவாயில் இன்னும் கொஞ்சம் ஒட்டிக் கொண்டிருக்கும் இல்லாத நீதியிடம் கைப்புடன் தன் தரப்பை முன்வைக்கிறது. காட்டின் மீதும் அதில் மறைந்துள்ள ஒரு நாட்டுப்புற நாயகன் மேலும் வன்முறை செலுத்துகிறவர் களுடன் எதிர்மறைத் தொனியில் உரையாடலை நிகழ்த்துகிறது. (இறுதிக்கட்ட விசாரணையில் தேர்ந்தெடுக்கப்பட்ட சில பகுதிகள் மற்றும் இரண்டு மாதத்திற்கொருமுறை முடி திருத்தப்பட வேண்டியவன்).

கிராமம், நகரம் என்ற எதிர்வை உருவாக்கிக் கொள்ளாமல் அவற்றை இணைவாகக் கவிதைகள் அடிமனதில் கண்டுகொள்கின்றன. கிராமியம் முற்றும் துறந்த பெருநகரம் வழியற்றதாகத் தோன்றுகிறது (சென்னை – ஒரு பீடிகை). பெரும்பாலும் துறைமுகங்கள்தான் பெருநகரங்களாக வளர்கின்றன. அவற்றின் ஒரே இயற்கைப் பேரிருப்பான கடலெனும் அடையாளத்தை "அது நிறையத் தள்ளி தூரத்தி லிருக்கிறது" அல்லது "அடியில் இருக்கிறது" என்று சுற்றுலாப் பயணி போல் அல்லது பார்வையாளனைப் போல் குறிப்பிட்டு நகர்ந்துவிடுகிறது. அக்கறையெல்லாம் வெள்ளம் ஓடுகையில் நீரிலேயே சிறுநீர் கழிப்பதைப் பற்றித்தானிருக்கிறது (கவிழ்ந்த கப்பல் கேப்டனின் கதை, பருவக்காற்று). ஆகவே இதன்

கவிதை கிராமம், நகரம் இரண்டுக்கும் பொதுவாகத் தெரியும் விண்மீனை நாடுகிறது. அதனுடன் தம் தனிமையை அடிக்கடி அடையாளப்படுத்திக் கொள்கிறது (கண்படுதல்). ஆனால் அந்த விண்மீன் வானில் தனியாகவும் இருக்கிறது. அதே சமயத்தில் கவனித்துப் பார்த்தால் பெரும் கூட்டத்திலும் இருக்கிறது. இப்படிக் கவிதைகள் தனியாகவும் அதே சமயம் தம்மை சமூகத்தின் துளியாகவும் அறியவருகின்றன. அப்போது அவை வெளிநோக்கித் திரும்பியதாகச் சமூகம் முழுவதையும் வயப்படுத்திடத் துடிக்கின்றன (தூக்கமின்மையின் விரல்). இங்கு நட்சத்திரம் என்பதற்குப் பதிலாக விண்மீன் என்ற உருவகமான வார்த்தைப் பிரயோகத்தையும் கவனிக்க வேண்டும். தவிர்க்க இயலாமல் அதன் மேல் கட்டுமானங்களான குடும்பம், அரசு, நீதி, காவல், கல்வித்துறைகளை எள்ளலும் மறுமுனை யான தீவிரத் தளத்திலும் விமரிசிக்க முன்வருகிறது. பாப்லோ நெரூடாவை மிகவும் ஆழப்படித்து அவரை உரிமையோடு மிகத் தொலைவிலுள்ள தன்னுடைய இடத்திற்கு ஒரு கவிதை கூப்பிடுகிறது. (ரொட்டியின் மனிதன் காத்திருக்கலாம்). பாப்லோவின் உன்னதமான பல கவிதை வரிகளை எடுத்துக் கூறி அழைப்பதால் அவரும் உவப்புடன் இங்கு வருகை புரியலாம். இது ஆத்மாநாமை மட்டுமல்ல நெரூடாவையும் இந்தக் கவிதைகள் கடக்கவும் அல்லது சந்திக்கவும் நினைக்கும் புள்ளியாகிறது. பாப்லோ நெரூடாவின் சில விளிப்பாடல்களைப் போன்ற சில கவிதைகளும் எழுதப்படுகின்றன.

ஒரு மனவெழுச்சியை அல்லது ஒரு தருணத்தை, கவிதை தனியாயிருப்பதால் தனக்குள் பிடித்து வளர்த்து அகத்தில் உலகை தரிசித்துக்கொள்ள விரும்பும். ஆனால் இதன் பெரும்பாலான கவிதைகள் புறவுலகு முழுவதையும் தமக்குள் அதன் சிறுசிறு இயக்கங்களையும் அறிய கவித்துவக் கதையாடல்களாகக் கூற முற்படுகின்றன. பெருங்கதையாடல்களைத் தவிர்ப்பதற்காக சிறு விஷயங்களை எடுத்துப் பெரிதாக்கி நுண்கதைகளாக்கிக் கட்டுகின்றன. கதைப்பாங்கிலான நுணுக்கமான விவரணை களாலான மொழியால் வாசகனுக்கு எல்லா விஷயங்களையும் விரித்துத் தழுவிக் கூறுகின்றன. வரலாற்றின் புள்ளிகளை மீண்டும் பெரிதாக்கி நிகழ்த்திப் பார்க்கவும் விரும்புகிறது. அதனால் ஒவ்வொரு வரிகளும் பிரிக்க முடியாமல் ஒன்றோடொன்று ஒட்டியுள்ளன. உருவத்திற்காக வேண்டி விரும்பும் இடத்தில் வெட்டப்பட்ட பத்தி போன்ற அமைப்புடன் கதை வாசிப்பதைப் போன்ற கற்பனை உணர்வை எழுப்புகின்றன. ஆனால் கதைகள் எப்போதும் வடிவ ஒருமையுடன் வலிமையான முடிவை நோக்கி முழுமைக்கு விரைபவையாக உள்ளவை. அவை சொற்றொடர் களால் பருண்மையான அர்த்தங்களை வழங்கவும் முற்படுபவை.

இதன் கவிதைகள் கதைத்தன்மையை மேலாக அணிந்த சொற்களாயிருப்பதால் கவித்துவம் முடிவுகளாகின்றன. கதையின் நிகழ்வுகள் படிமங்களாக ஆகிவிடுகின்றன. சில உதாரணங்கள்: சதுரங்கத்தில் வெட்டப்பட்ட கடைசி சிப்பாயென, ஓடும் பேருந்தில் ஏறுகிறேன், தீட்டுத்துணிகளை அடித்துச் செல்லும் நதியில் இறங்குவது போல், சாயங்காலத்தில் தொலைவிலிருந்து ஒரு தீ விபத்தைக் காண்பதைப் போல், எஸ்கலேட்டரில் நகர்ந்து வருகிறார் சூரியன். ஒரு நவீன கதைக்கூறான உரையாடல் தன்மையைக் கவிதைகள் முழுமையாகப் பயன்படுத்திக் கொள்கின்றன. ஒரு முன்னிலையைத் தனக்குள் படைத்து அதனுடன் உரையாடுகிறபோது, அதை மௌனமாக்குதல், மறைத்தல், அழித்தல் என்னும் பண்புகளையும் கைக்கொள்கிறது. அதனால் இணையான ஒரு பிரதியை வாசிப்பனுபவம் எப்போதும் உருவாக்கி முடிவில்லாமல் விரிக்கிறது.

இக்கவிதைகள் வியப்பூட்டும் சொற்கிடங்குடன் அபூர்வமான பழைய சொற்களையும் வட்டாரச் சொற்களையும் பேச்சு வழக்குச் சொற்களையும் பிற மொழிச் சொற்களையும் இணைத்து வருகின்றன. இவை மக்களைப் பாவித்துப் பேசுவதால் கட்டுப்பாட்டின் எவ்விதத் தயக்கமுமின்றி மிகச் சுதந்திரமாகக் கோர்த்துக்கொள்கின்றன. ஏனெனில் அனைத்து ரசங்களும் எல்லா அழகும் பொருள்களைப் பாடுகின்ற விரிந்த களமாக உள்ளன. அங்கதம், அழகு, மகிழ்ச்சி, கொண்டாட்டம் என்று எல்லா உணர்வு நிலைகளையும் மேற்கொள்கின்றன. அவற்றை உச்சத்திற்கு ஏற்றி அனுபவிப்பதில் மனிதத்துவத்தின் சாரமான துயரத்தை அடைகின்றன. ஆனால் அத்துயரம் மீளப் படைத்துக் காட்டப் பெறுவதால் கிடைக்கும் மகிழ்ச்சியாயிருக்கிறது. இவ்வாறாக சுயஅனுபவங்கள் சமூகத்தின் மேல் ஏற்றிச் சொல்லப்படுகின்றன. உதாரணத்திற்கு “வெள்ளரிக்காய்” கவிதையில் உருவத்தின் அழகாலும் எல்லோருக்கும் பகிர்ந்து கொடுத்துக்கொண்டேயிருப்பதின் அழகாலும் கூட ஊர் மிதமிஞ்சிய மகிழ்ச்சியால் அழுகிறது. அனைவருக்கும் பரிமாறு வதற்கு இறைவனால் ஆசீர்வதிக்கப்பட்ட அப்பங்களும் மீன்களும் இருக்கின்றன. அவற்றைப் பெறுவதிலுள்ள உள்ளார்ந்த சந்தேகத்தால் பெரும் நெருக்கடியான நிலை உருவாவதையும் காண்கிறது (மத்தேயு 15:36). இதுபோல் அனைவருக்கும் என்றும் வினியோகிப்பது என்றும் எங்குமாக கவிதைகள் விரிந்து செல்வதாக வாசிக்கலாம்.

அறிவியல் புனைகதைகள்

காலத்தின் மாயம்

இது கோபால் ராஜாராமால் தொகுக்கப் பட்ட இருபத்தொன்று அறிவியல் புனைகதைகளின் தொகுப்பு. இதில் திண்ணை. காம் இணைய இதழும் மரத்தடி யாஹூ இணையக்குழுமமும் இணைந்து நடத்திய போட்டியில் கலந்து கொண்ட தேர்ந்தெடுத்த கதைகள் உள்ளன. ஜெயமோகன் இணையதளத்தில் எழுதிய கதையும் இரு மொழிபெயர்ப்புக் கதைகளும் கூட அடங்கியுள்ளன.

பொதுவாக விஞ்ஞானக் கதைகள் அடிப்படை அறிவியல் தன்மைகளைக் கொண்டிராமல் மிகைக் கற்பனைகளை வைத்து எழுதப்பட்டவையாகவே இருக்கின்றன. இலக்கியப் படைப்பின் ஆழங்களான, நுட்பமான அவதானிப்புகள், உணர்வோட்டங்கள், பாத்திர வார்ப்புகள் போன்றவை அற்றுமுள்ளன. அவை முடிவை நோக்கி விரைந்தோடிக் கடைசியில் எதிர்பாராத திருப்பமொன்றில் விழுந்து அது வரையிலும் சொல்லப்பட்ட கதையைப் புரட்டி விடும். அவற்றில் வாசக சுவாரசியத்திற்காக விறுவிறுப்பாக எழுதப்பட்டுச் சமத்காரமான முடிவு ஒளிந்திருக்கும். அதை விடுவித்துத் தன் அறிவை மெச்சிக்கொள்வதே வாசிப்புத்திற னாக ஆக்கப்பட்டிருக்கும். சற்றே மேல்மட்ட வாசகர்களுக்குத் தீனி போடுவதற்கென்றே கண்டுபிடிக்கப்பட்டதாக இந்த வடிவம் உலவி வருகிறது. மேலும் அவற்றில் முதலில் பலி கொள்ளப்படுவது யதார்த்த அடித்தளமேயாகும்.

மு. குலசேகரன்

அனைத்தையும் நாம் நம்பியாக வேண்டும் என்ற ஒருவிதக் கட்டாயமும் உண்டு. எதிர்கால அறிவியல் வளர்ச்சியால் ஒட்டுமொத்த வாழ்க்கையும் வளமாகிவிட்டதான கற்பிதமும் காணக்கிடைக்கும். வேற்றுக்கிரக மனிதர்கள் வில்லன்களாக்கப் பட்டிருப்பார்கள். இவ்வகைக் கதைகளில் சில முடிச்சுகள் உருவாக்கப்பட்டு அவை கதையிலேயே தீர்க்கப்பட்டும்விடும். இன்னொன்று, இலக்கியத்தின் தீராதப் பிரச்சினையான காலத்தில் இக்கதைகள் இயந்திரத்தால் மிகச் சுலபமாகப் பயணிக்கும். இதுபோன்ற அறிவியல் கதைகளிலிருந்தே எதிர்காலக் கண்டுபிடிப்புகள் அடையப்படுகின்றன எனப்படுகிறது. வாழ்க்கையின் தேடல்களில்தான் புனைவுகள் பிறக்கின்றன என்பதும் இவற்றின் முக்கியத்துவத்தைக் கூட்டுகிறது.

இத்தொகுப்பின் சில கதைகள் ஓரளவு இத்தன்மைகளைக் கொண்டிருந்தாலும் பெரும்பாலும் இவை எழுத்து முறையால் இலக்கியத் தரத்தை அடைகின்றன. அப்போதைய யதார்த்தத்தைக் கட்டியெழுப்புவதிலும் வெற்றிகாண்கின்றன. இதுவே இதன் முதல் தகுதி. எதிர்காலத்திய சாத்தியக்கூறுகள் முற்றாக சிதைத்துக் காட்டப்படாமல் இன்றைய தொடர்பின் இழைகளையும் கொண்டிருக்கின்றன. இதனால் நம் வாசிப்பும் அக்காலத்திற்கே நகர்கின்றது. பொதுவாக எல்லா அறிவியல் புனைகதைகளிலுமே எதிர்காலம் பற்றிய பரவசத்தோடு கூடிய ஒரு பயம் நிரம்பியிருக்கிறது. பி.ஏ. கிருஷ்ணன் அணிந்துரையில் கூறுவது போல் அறிவியலைப் பற்றிய நம்பிக்கையின்மையும். (ஆனால் அது அடிநாதமாக உள்ளதே ஒழிய சித்திரிப்புகளில் மிதமிஞ்சிய ஆராதனைகள் இருக்கும்.) இது இலக்கியவாதிகளிடம் மட்டுமில்லாமல் சில மார்க்சிய அறிஞர்களும் விஞ்ஞான வளர்ச்சியை எளிய மக்களுக்கெதிரானதாகவே கருதுகிறார்கள். கடவுளுக்குப் பதிலீடாக ஆக்கப்படும் விஞ்ஞானம் இறுதியில் நேர்மறையாகவே இருக்கிறது என்பதே ஒவ்வொன்றிலும் கிடைக்கப்பெறும் புனைவின் தரிசனமாக அமைகிறது. இவ்வகைக் கதைகள் முற்றிலும் புனைவாக உருவாக வேண்டுமென்பது விதி. இதுவே இவற்றை மாயங்களின் மகிழ்ச்சியைக் கொண்டாடும் படைப்புகளாக்குகின்றது.

பெரும்பாலும் அறிவியல் புனைகதைகளில் எல்லாப் பாத்திரங்களுமே அறிவாளிகளாயிருக்கும். அவற்றில் அறியாதவர்களும் விளிம்புநிலையாளர்களும் இருட்டடிக்கப் படுகிறார்கள், பின்னுக்குத் தள்ளப்பட்டுவிடுகிறார்கள். இவற்றில் முழுக்க அப்படியின்றி, நோயாளியும் ஒரு போர்வீரனும் கள்வர்களாகக் கூடியவர்களும் சாதாரணத் தம்பதிகளும் ஒரு குமாஸ்தாவும்கூட முக்கியமானவர்களாகி

இருக்கிறார்கள். நிஜ மனிதர்கள் கதைகளில் வருகையில் புனைவும் வரலாறாக மாறிவிடுகிறது. கோபி அன்னான், ஏசு, யூதாஸ், நியூட்டன் போன்றவர்கள் பாத்திரங்களாக வருகிறார்கள். தேவையில்லாமல் கொடூரப் போர்கள் நடத்தப்படுவதும், உலகில் குழந்தைத்தன்மை இல்லாமலாவதும் விஞ்ஞானத்தின் இறுகிய இரும்புத்தன்மையும் இயற்கை மாசுறுவதும் போன்றவை கதைத் தன்மைகளாயிருக்கின்றன. ஆனால் விலங்குகளும் பூச்சிகளும் காரணமில்லாமல் மனித குல எதிரிகளாக உள்ளார்ந்த சுயநலப் பார்வையால் போலும் முன்னிறுத்தப்பட்டு விடுகின்றன. விஞ்ஞானிகளும் இயந்திர மனிதர்களும் அவநம்பிக்கையினால், சில சமயங்களில் கேலிப் பொருட்களாகி விடுகின்றனர்.

ஜெயமோகனின் 'நாக்கு' கதை மட்டும் அறிவியல் சார்ந்த கருத்தை சமகாலத்திலேயே நிகழும் அனுபவமாக்கியிருக்கிறது. ருசி, ஆழ்மனதில் புதைந்திருந்து எப்போதும் வாழ்ந்துகொண்டு வெவ்வேறு வடிவங்களில் வெளிப்படக் கூடியது. சாக்ஷ எனும் மனித நகங்களை ஊறவைத்துத் தயாரிக்கப்படும் மதுவால் இது உறுதி செய்யப்படுகிறது. நரமாமிசம் தின்றிருந்த இனக்குழுவில் வந்த எகிப்தியனுக்கு மட்டுமல்ல, காளி பூசையில் மாமிசமும் அதையொட்டி மதுவும் உண்டுவந்த இனக்குழுவைச் சேர்ந்த சைவனான இந்தியனுக்குமே சாக்ஷ மிகப் பிடிக்கிறது. இதோடு தொடர்புப்படுத்தப்படும் நாக்கில் புழங்கும் மொழிக்கும் இதை விரித்து வாசிப்பில் மேலும் புனைந்து பார்க்கலாம்.

"ஏலி ஏலி லாமா சபக்தானி" என்கிற கதைதான் சுஜாதா நினைவு அறிவியல் சிறுகதைப் போட்டியில் முதற் பரிசுக்கு பி.ஏ. கிருஷ்ணனால் சிறந்ததாக தேர்ந்தெடுக்கப்பட்டுள்ளது. பிற கதைகள் எல்லாமே எதிர்காலத்திற்குச் சென்று பார்க்கிறது என்றால், இக்கதை எதிர்காலத்திலிருந்து கடந்த காலத்திற்குச் செல்கிறது. வரலாற்றை மாற்றும் முயற்சி தோல்வியுற்றுக் காலம் மாற்றவொன்னாததாக நிற்கிறது. இறந்த காலத்திற்குச் செல்கிற அந்த இருவருமே ஏசுவோடு சிலுவையில் அறையப் படும் கள்வர்களாக ஆக்கப்படுகிறார்கள். அதுவே காலத்தில் பின்நோக்கிச் சென்று கிறிஸ்து மதத்தை இல்லாததாகச் செய்து மக்களைக் காப்பாற்ற நினைப்பதற்கும் காரணமாகக் கொள்ளலாம். யூதாசும் கூட வெறும் பணத்திற்காகக் காட்டிக்கொடுப்பவனாக இல்லாமல் அவனும் இறப்புக்கு அப்பாற்பட்டவராகவே ஏசுவை எண்ணுகிறான். சமகாலத்தில் ஞானிகளைப்பற்றிய பொதுஎண்ணம் தாழ்ந்ததாகவே இருந்தது என்பதையும் கதை பிரதிபலிக்கின்றது. (பின்னால் தான் அவர்கள் உருவாக்கப் படுகிறார்கள்). பராபாஸ்

விடுதலையாகாமலிருந்தால் என்னவாகக் கதையிருந்திருக்கும் என்பதையும் புனைந்து பார்ப்பதற்கான வெளி உருவாக்கப்படு கிறது. ஆனால் இறந்த காலத்தை இல்லாமலாக்கவே முடியாது என்ற பயங்கரத்தையும் காட்டுகிறது. மிகச்சிக்கலான கதை எளிய மொழியில் கூறப்பட்டுள்ளது. சிறந்த படைப்பாக நிற்கிறது.

அறிவியல் புனைகதைகளின் வரலாறு மற்றும் இதிலுள்ள சிறந்த கதைகளின் தன்மைகளைப்பற்றியும் விரிவான முன்னுரையை எழுதியிருக்கிறார் தொகுப்பாசிரியர் கோபால் ராஜாராம். இவ்வகைக் கதைகளின் பொதுவான உள்ளீடுகளையும் அறிவியலையும் புனைவையும் இரட்டைக் குதிரைச்சவாரிக்கு ஒப்பிட்டு அது நல்ல படைப்பாக ஆவது அரிது என்றே சிறப்பான அணிந்துரையில் கூறுகிறார் பி.ஏ. கிருஷ்ணன்.

உம்மத்

இன்னும் ஓயாத போர்

இப்போதைய போக்காக, கவிஞர்கள் மாறுதலுக்காகவோ அல்லது சுதந்திரத்தன்மைக் காகவோ கதைகளை எழுதுகிறார்கள். அதிலும், குறிப்பிட்ட வடிவம் தேவையாகும் சிறுகதைகள் அல்லாமல் பெரும் விரிவை, கவிதையைப் போல் உருவ விடுதலையைக் கொண்டுள்ள நாவல் என்னும் வகையைத் தேர்ந்தெடுக்கிறார்கள். அவ்வாறின்றி ஸர்மிளா ஸெய்யித் முதலில் இந்த நாவலுக்குப் பிறகு கவிதைகளை எழுதியுள்ளார். இலங்கைவாசியான அவர் தன் நிலத்தில் கண்ட பெரும் போரையும், மத அடிப்படை வாதத்தையும் பாலியல் வன்முறையையும் இவற்றால் அதிக ஒடுக்குதலுக்குள்ளாகும் பெண்களைப் பற்றியும் நேராகப் படைக்க வேண்டியிருந்திருக்கிறது. அரபு மொழியில் சமூகம் அல்லது மனிதக் கூட்டம் என்று பொருளுள்ள "உம்மத்" அவருடைய முதலாவது நாவல். அது குறையாகாதவாறு, அதிகமான பாத்திரங்களையும் நீண்ட காலத்தையும் அகன்ற பிரதேசத்தையும் கையாண்டுள்ளார். சமகாலத்துப் பெண் என்பதால் பெண்ணியம் சார்ந்த உடலரசியலை எழுதுவார் என்ற எண்ணம் பொய்யாகும். அவர் எந்தத் திட்டமான அரசியல், சமயக் கொள்கைகளையும் சாராமல் சுயமான கருத்தாடல்களைக் களமாகக் கொண்டுள்ளார்.

மு. குலசேகரன்

அவற்றை எளிமையான எண்ணங்களாகச் சிந்தனை பூர்வமாக விவாதிக்கிறார். ஒவ்வொரு அனுபவத்தின் போதும் அதிலிருந்து விலகி யோசித்து எழுதுகிறார்.

கடந்த பத்திருபது ஆண்டுகளாக இலங்கை இலக்கியம் என்பது ஈழ விடுதலைப் போராட்டத்தை மையப்படுத்தி யிருக்கிறது. அதன் எல்லாவகை எழுத்துக்களிலும் "எமது, நாம், எங்கள், நாங்கள்" என்று ஒலிப்பதைக் காணலாம். இந்த நாவலும் ஒரே விடுதலை இயக்கமான விடுதலைப் புலிகளுக்கும் இலங்கை அரசாங்கத்துக்குமான சமரையும் விளைவுகளையும் விவரணையாக்குகிறது. அந்த நேரடிப் போராட்டம் ஓய்ந்து இரண்டும் கருத்துத் தரப்புகளாக இப்போது எஞ்சியிருக் கின்றன. அவற்றைப் பேசுவது கருத்து வகைகளாகத்தான் முடியும். இலங்கையில் சிறுபான்மைத் தமிழர், பெரும்பான்மை சிங்களவர் என்ற இரு இனங்களுக்குள்ளும் உட்படாத இலங்கை இஸ்லாமியர் மற்றொரு இனம் எனலாம். அவர்களுடைய மொழி தமிழென்றாலும் அது அரபும் உருதும் கலந்த மற்றொன்றாக இருப்பதற்கு இந்த நாவல் சான்று. அந்த முஸ்லிம்களுடைய கலாச்சாரம் தனியானதாகவும் அவர்கள் தொடர் நிலப்பரப்பில் இல்லாதவர்களாகவுமுள்ளார்கள். அவர்களை அழிக்க முயன்றதின் மூலம் இனரீதியான சுத்திகரிப்பு செய்தது இயக்கத்தின் கொடும் தவறாக நாவல் பதிவாக்குகிறது. அந்த நிலையி லிருந்தும் பெண் என்பதால் உண்டாகும் அனுபவங்களிலிருந்தும் பிறவற்றை மதிப்பிடுபவராக நாவலாசிரியர் மாறுகிறார். எந்த அரசியல், மத தத்துவங்களும் தன்னை வரிக்கவிடாது திறந்த முறையிலான கருத்தாடுபவராகிறார். இது எதையும் சாராத மேன்மையான இலக்கியம் ஒன்றால் மட்டும் தேட முடிகிற நிலை. இதுவே சமூகத்தை மேன்மேலும் விளங்கிக்கொள்கிற சிந்தனையோட்ட நாவலாக மாற்றுகிறது.

இந்த நாவல் மூன்று பெண்களை முக்கியமாகக்கொண்டு வளர்வது. அவர்களின் வழியாகத் தொடர்பற்ற கதைகள் தனி அத்தியாயங்களாக்கப்பட்டு திறனுடன் எழுதப்பட்டுள்ளன. அவர்கள் முக்கோணத்தைப் போன்றிருந்து நீளும் ஒரு கோடாகிறார்கள். அதை இயக்கம், இராணுவ அரசாங்கம், தொண்டு நிறுவனம் ஆகியவை குறுக்கீடுகள் புரிகின்றன. அதனால் அவர்கள் ஒன்றாகக் கலந்து தவக்குல்லினுடையதைப் போல் ஒத்த கருத்தாக்கிறார்கள். அவள் ஆசிரியரின் பிரதியென்றும் அதிலிருந்து நாவலின் பார்வை உருவாகிறதென்றும் சொல்லலாம். பிற பெண், ஆண் கதை மாந்தர்கள் உண்டென்றாலும், அவர்களுக் கென்று தனி நிகழ்வுகளும் சிந்தனைகளும் கட்டப்படுவதில்லை.

யோகலட்சுமி செத்துப்போவதற்காக இயக்கத்தில் சேர்ந்து போரில் காலை இழந்தவளாகிறாள். தெய்வானை விரும்பி இயக்கத்தில் இணைந்து போரில் அவளும் முடமான பின்னர் அவள் இயக்கத்துக்குத் திரும்பாமல் தலைமறைவானவள். எல்லாவற்றையும் கோர்க்கும் புள்ளியாகும் தவக்குல் தொண்டு நிறுவனங்களுடன் இணைந்து சமூகப் பணியாற்றுபவள். மூவருமே நிறுவனமாக இறுகிய இயக்கத்தின் மீது கடும் விமரிசனங்களைக் கொள்கிறார்கள். தவக்குல் தன்னுடைய மத அமைப்பின் கட்டுப்பாடுகளிலும் சிக்கியவள். இறுதியில் வெறும் அனுபவத்தால் தொண்டு நிறுவனங்களின்பால் எதிர்மறை யான கருத்துக்கு வருகிறாள். இயக்கத்திலிருந்து வெளியேறிய, முதலில் மரணத்தை அவாவிய யோகா தற்கொலை செய்து கொள்கிறாள். இயக்கத்தில் வேண்டிச்சேர்ந்த தெய்வானை வாழப் போராட முனைவதும் எல்லாவற்றிலும் ஊடாடிய தவக்குல் சொந்த நாட்டிலிருந்து புலம் பெயர்வதும் கடைசியில் நேர்கிறது. இப்படி நாவல் ஒவ்வொரு நிறுவனங்களின் மேலும் தீவிரமான கலைப்பைச் செய்கிறது.

முதலில், இயக்கத்தின் நேரடி பாதிப்புகளிலிருந்து விமரிசிக்க நாவலாசிரியர் முற்படுகிறார். இயக்கம் என்கிறபோது அது புலிகள் இயக்கம்தான் என்று நாவல் முழுக்க ஒரேயொரு இடத்தில்தான் அடையாளப்படுத்தப்படுகிறது. அதையும் கவனக்குறைவால் நேர்ந்ததென்று கொள்ளலாம். நாவல் உள்ளிருந்து பேசுவதால் வெளிப்படையாகச் சுட்டத் தேவை யில்லைதான். அந்த இயக்கம் பற்றி சாதாரண மக்களாலும் இயக்கத்தில் பங்கு பெற்றிருந்தவர்களாலும் ஏன், அரசுத் தொலைக்காட்சி போன்ற ஊடகங்களாலும் நாவலில் தெரிய வருபவை. இறுதிக்கட்டப் போரில் தம்மின மக்களைக் கவசமாகப் பயன்படுத்தியது மட்டுமல்ல, ஆரம்பத்தில் பலாத்கார ஆட்சேர்ப்பும் இயக்கத்தில் நடக்கிறது. இயக்கம் உருவாகாமல் போயிருந்தாலும் அல்லது தூரச்சிந்தனையுடன் இருந்திருந்தாலும் தமிழர்கள் தங்கள் படிப்பறிவாலேயே இலங்கையை வென்றிருப்பார்கள் என்று நாவல் ஓரிடத்தில் புதிதாக நோக்குகிறது. மூன்று தலைமுறைகள் அதிகாரத்துக்காக மொத்தக் கனவுகளும் பணயம் வைக்கப்பட்டனவென்றும் இயக்கக் கட்டுப்பாட்டிலிருந்த பல்லாயிரக்கணக்கான நிலங்கள் கரிசலாயிருந்தன. அபிவிருத்தியேயில்லையென்றும் ஒரு பாத்திரம் பேசுகிறது. ஒரேயொரு சிங்களனைக் கொல்ல பெரும் மக்கள் கூட்டத்தை அழிப்பதை வன்முறையென் கிறது. உறுப்பினர்களுக்குள் சொந்த நலன்கள் பற்றிய கருத்தியல்புகள் வந்ததும் இயக்கம், மக்கள் போராட்டத்துக்கான தகுதியை இழப்பதாகவும் சொல்கிறது. ஜனநாயகத்துக்குப்

புறம்பானதென்றபோதும் ஆயுத வல்லமையால் மட்டுமே ஈழம் உருவாக முடியுமென்று இறுதிவரை நம்பியிருந்தோம் என்று முன்னால் போராளியான யோகலட்சுமி குறிக்கிறாள். உணர்ச்சிவசமாகப் பேசி மக்களை திசை திருப்பியதற்குப் பதிலாக உருப்படியான ஒரு சமூகத்தை இயக்கம் கட்டமைத் திருக்கலாம். படிப்பிலும் பொது அரசியலிலும் ஈடுபட அது ஊக்குவித்திருக்கலாம். மக்கள் நலன்சார் பிரச்சினைகளில் அவர்கள் தோல்வி கண்டார்கள். மக்களைச் சார்ந்தும் நம்பியிருந்தவரையிலும் இயக்கம் எந்த இடர்பாடுகளுமில்லாது போய்க்கொண்டிருந்தது. நாவலுக்குள் பேசப்படும் இவை போன்ற விமரிசனங்கள் வெளியிலும் உருவானவைதான்.

இவ்வாறு, போராளிகளால் மட்டுமல்லாமல் வெகுமக்களின் வழியாகவும் இயக்கத்தைக் காட்டும் நாவல், சிங்கள அரசாங்கத்தைப் பற்றி பெருமளவு மௌனமாயிருக்கிறது. காரணம், பொதுவெளியில் நிறையப் பேசப்பட்டுவிடுபவை, கலையில் தேவைப்படாதவை என்பதாலிருக்கலாம். சாட்சியமற்றதோர் மனிதப் படுகொலை என்று அடையாளப் படுத்தப்படுவதையும் திரும்பவும் குறிப்பிடுகிறது. போருக்குப் பின்னால் சில முக்கியமான போராளிகளின் மேல் சித்திர வதை முயற்சிகளைப் பரிசோதிக்கவே இராணுவம் இன்னும் அவர்களை விடுவிக்காமலிருக்கிறது என ஓரிடத்தில் உள்ளது. இது அரசு வன்முறைக்கான நிரூபிக்கப்பட்ட தேர்ந்தெடுத்த உதாரணம். போரின் போது அப்பாவிப் பொதுமக்கள் ஏராளம் பேர் இறந்திருக்கிறார்கள். உயிர் பிழைத்தோர் நோயும் பசியுமாகச் சொந்த மண்ணிலிருந்து பல இடங்களுக்குப் பெயர்ந்திருக்கிறார்கள். தன்னுடைய பிள்ளைகளினுடைய கண்ணெதிரில் குண்டுவெடிப்பால் தலையற்ற முண்டமாகிக் கணவன் நடந்துவந்ததையும் அப்படியும் அவன், நிற்காமல் போகுமாறு கையாட்டியதையும் ஒரு பெண் ஓரிடத்தில் உள்ளம் உருகத் தெரிவிப்பது, போர்க்களம் முழுவதையும் நுட்பமாகக் காட்டக் கூடியது.

இப்படி இருவித வன்முறைகளிலும் இயக்கத்தால்தான் கூடுதலான வன்முறை இஸ்லாம் சமூகம் மேல் செலுத்தப் பட்டிருக்கிறது. இன சுத்திகரிப்பு என்று அவர்கள் கூட்டமாகக் கொல்லப்படுகிறார்கள். அல்லது, வீடு நிலங்களை விட்டு ஈழ மண்ணிலிருந்து நீக்கப்படுகிறார்கள். முஸ்லிம்கள் ஓர் உதிரி இயக்கம் என்று அந்த இயக்கம் கருதியதாகவும் நாவல் நினைக்கிறது. இதனால் அரசாங்கத்தால் முஸ்லிம்களுக்கு நேரடி பாதிப்பு ஏறக்குறைய இல்லையென்றும்படுகிறது. அவர்கள் மூடுண்ட சமூகமாக, உள்ளிருந்து பிறக்கும் அடக்குமுறைகளைச்

சந்திக்கிறார்கள். இதில் முற்போக்கான கருத்துகளைக் கொண்டிருப்பினும் தவக்குல்லும் குடும்பத்தினரும் மத போதனை விதிகளின்படிதான் ஒழுகுகிறார்கள். அவர்களைக் குலைப்பது, தவறாகப் புரிந்த கொள்ளப்பட்ட கொள்கைகள்தான். அந்த மத அடிப்படைவாதம் உலகளாவிய போக்கான தலிபானிசம்தான் என்று தவக்குல் எண்ணுகிறாள். ஆட்டை அறுத்துத் தொங்க விட்டு அச்சுறுத்துவது, அமிலம் வீசுவது, மொட்டைக் கடிதம் எழுதுவது, வீடேறி மிரட்டுவது, கொல்வது போன்ற வன்முறைகளைப் புரிவதில் அது இயக்கம் மற்றும் அரசாங்க இராணுவத்தை ஒத்ததாக்கப்பட்டிருக்கிறது.

சமூகத் தொண்டு நிறுவனங்களால் ஓரளவு பொருளாதாரச் சுதந்திரம் பெற்ற பெண்கள் ஆண் அதிகாரத்துக்குச் சவாலானதால் அவர்கள் அவற்றிலிருந்து வெளியேற்றப்படுகிறார்கள் என்று அந்த அமைப்புகளைப் பற்றி நாவல் மதிப்பிடுகிறது. இலங்கையில் சுனாமித் தாக்குதலின்போது சுயஉதவிக்குழுக்கள் போன்றவற்றால் பெண்கள் ஓரளவு பலன் பெறுகிறார்கள். அதிலும் அரசியல்வாதிகள்தான் பெரும் ஆதாயமடைகிறார்கள். இறுதிப் போருக்குப் பிறகு தொண்டு நிறுவனங்கள் மக்களுக்கு மிகவும் பயனுள்ளதாயிருக்கின்றன. இவற்றின் உதவியால்தான் தவக்குல்லும் சமூகப் பணியாற்றுகிறாள். நிறுவனங்களின் தலைமை மட்டத்திலுள்ளவர்கள் அவளைப் பாராட்டுகிறார்கள். ஆனால் அவள் இயக்கத் தொடர்புள்ளவள் என்று அரசாங்கம் சந்தேகிக்கையில் அவள் அவற்றால் புறந்தள்ளப்படுகிறாள். அந்த நிலையிலேயே தவக்குல்லானவள் எந்த முன்னறிதலும் இல்லாமல் திடீரென அந்தத் தொண்டு நிறுவனங்களுக்கு எதிரான கருத்துகளுக்கு வருகிறாள். அப்போதுதான் அவற்றின் போலித்தனங்களையும் ஊழலையும் காண்கிறாள். அதுவரை அவள் அறியாமல் முழு ஈடுபாட்டுடன் இருக்குமளவு அந்த அமைப்புகள் இயங்குகின்றன.

“காதல் உணர்வுடன் தொடர்புடையது, அது நம்பிக்கையின் அத்திவாரம், சுதந்திரத்தின் திறவுகோல்” என்று நாவலின் மூன்று பெண்களுமே காதல் வயப்பட்டிருந்தவர்கள்தான். இயக்கப் போராளியான யோகாவின் காதலன் போரில் சிங்கள இராணுவத்தால் இறக்கிறான். தெய்வானையின் சிங்கள இராணுவத்தினான காதலன் இயக்கத்தின் குண்டுவெடிப்பால் சாகடிக்கப்படுகிறான். தவக்குல்லின் காதலன் அவளை மதத்தால் ஒடுக்க முயலுவதால் திருமணம் நடப்பதில்லை. காதல் நிறைவேறாதபட்சத்தில் மூவருமே நாவலின் வரையறையில் மற்றொரு காதலைக் கொள்ளத் தலைப்படுவதில்லை. காதல்

வெறும் கனவோ, ஆளை ஆட்கொள்வதோ, அச்சுறுத்துவதோ அல்லவென்றும், உண்மையான கனவுகளை வாழ்ந்து பார்ப்பதற்கு இடந்தராத காதல், காதலே அல்லவென்றும் தவக்குல் கருதுவதாக யிருக்கிறது.

ஆண்குலத்தால் யோகாவும் தவக்குல்லும் நேரடியாகப் பாதிக்கபட்டவர்களாகிறார்கள். சிங்கள இராணுவத்திடம் சரணடைந்திருந்தாலும்கூட பாலியல் வன்முறைக்கு யோகா ஆட்பட்டவளல்ல. ஆனால் தன் நெருங்கிய வயதான உறவினரால் வன்புணர்வுக்குள்ளாகிறாள். அவளால் அம் மனிதனை எதிர்க்கவும் அழிக்கவும் முடிவதில்லை. அதனால் தீக்குளித்துத் தற்கொலை செய்துகொள்கிறாள். அவளே வயதுக்கு வந்தபோது பெண்குறியில் இரத்தம் வெளிப்பட்டதை மரணத்துக்கான நோய் அறிகுறி என்று எண்ணியவள். தவக்குல் பெண்ணென்பதால் காதலனாலும் அவன் குடும்பத்தாலும் அவமரியாதைப்பட்டவள். தொண்டு நிறுவனத்தின் சக ஊழியர்களால் பாலியல் தொந்தரவுக்கும் ஆளாகிறாள். மத அடிப்படைவாதிகளின் மரணரீதியான பயமுறுத்தலால் அவள் வெளி மறுக்கப்பட்டு வீட்டுக்குள் ஒடுக்கப்படுகிறாள். இனமும் மதமும் பெரிதும் ஆண்களைச் சார்ந்ததாகயிருக்கிறது. அவற்றின் விளைவுகளான போரும் வன்முறையும் பெண்களையே மிகவும் சுரண்டுகிறது. “நிலவறை போல் இருண்ட ஆண்களின் இதயங்கள் சுயநலமும் ஆதிக்கமும் மேலோங்கியவை” என்று நாவல் காண்கிறது. பெண்களின் தொடைகளுக்கிடை யிலிருப்பது கை படாதது, தூய்மை கெடாதது என்று ஆண்கள் நம்ப விரும்புகிறார்கள் என்றும் அரேபியாவில் வேலைக்குப் போகும் பெண்கள், ஆண்களின் ஜட்டிகளில் காய்ந்திருக்கும் வெள்ளைப் பிசுக்கைத் தேய்த்துக் கழுவுகிறார்களென்றும் ஆண்களின் மண்ணாங்கட்டிச்சாமான் எந்தப் பொம்புளையப் பார்த்தாலும் எழும்புமே என்றும் எழுதப்படுகிறபோதுதான் இதில் பெண்மொழி கூடுகிறது.

இயக்கத்தாலும் இராணுவத்தாலும் சமய, சமூக அமைப்பு களாலும் கடும் பாதிப்புக்குள்ளானாலும் இந்த நாவலின் பாத்திரங்கள் அதற்கான காரணம் தலைவிதியென்றும் நம்பு கிறார்கள். தவக்குல்லும் அனைத்தும் “நஸீப்” விதியால் நடந்திருக்கலாம் என்று சமாதானமாகிறாள். ஒவ்வொரு துன்பப் பகுதிகளிலும் முன்பே தீர்மானிக்கப்பட்டபடி தீமை நடக்கிறது என்று எண்ணுகிறார்கள். அவற்றை வேறுவழியில்லாமல் சந்தித்தாக வேண்டுமென்று தயாராகிக் கொள்கிறார்கள். தலைவிதியென்னும் கண்ணுக்குத் தெரியாத ஒற்றைச் சரடில் தொங்கும்போது நாவல் வேறு பரிமாணத்தை அடைகிறது.

இயக்கமும் இலங்கை இராணுவமும் சமரசமற்ற யதார்த்தத்துக்கு முரணான அரசியல் நிலைபாடுகளின் இறுதியில் உலகில் வேறெங்கும் இடம்பெறாத வகையில் மக்களைத் துருப்புச்சீட்டாக்கிக் கொன்றொழித்த கொடூரத்தை நிகழ்த்தி முடித்திருந்தனர் என்று எல்லாம் வன்முறையென்ற ஒன்றாகப் பார்க்கப்படுகிறது. அது, ஏன் சண்டை பிடிக்க வேண்டும் என்ற எளிய மனிதக் குரலாக அடியிலிருந்து எழுகிறது. மக்களின் தேவை அதிகாரமோ நிர்வாக அலகுகளோ அல்ல, ஒரு துண்டு நிலமும் ஒரு பிடிச் சோறும்தான் என்கிறது. முன்னட்டையில் கவிஞர் சுகுமாரன் குறிப்பிடுவது போல், போரையும், வாழ்வை யும், முதன்முறையாகப் பெண் எழுதிய நாவல். அதில் பாலையும், இனத்தையும், மதத்தையும் கொண்ட போர்கள் முடிவுறாமல் நிகழ்த்திக் காட்டப்படுகின்றன.

மு. குலசேகரன்

சோளகர் தொட்டி

வன்முறை வரலாறு

நாம் வாழும் இந்த நிலப்பரப்பில்தான் சோளகர்கள், இருளர்கள், குரும்பர்கள், படுகர்கள் போன்ற பல பழங்குடியின மக்களும் வாழ்கிறார்கள். அவர்களில் பலர் இப்போதும் குகைகளிலும் பாறையிடுக்குகளிலும் வசித்து வருகிறார்கள். அந்த விளிம்புநிலையாளர்களைப் பற்றிப் போதிய அளவு எழுத்துகள் இன்னும் உருவாக்கப்படவில்லை. தலித் இலக்கியம் போன்று, அவர்களாலேயே, பழங்குடியின இலக்கியம் படைக்கப்படுவதற்கான வாய்ப்புகள் இப்போதைக்கு இல்லையென்றேபடுகிறது. அவர்களுடன் வாழ்ந்து அவர்களை உள்வாங்கிக்கொண்டு அவர்களுடைய தாகவே படைப்பாக்கம் செய்யப்பட்டிருப்பது இதுவே முதன்முறையாக இருக்கும். கால ஓட்டத்தில் அவர்களின் பண்பாடு, தொன்மங்களில் அதிக மாற்றங்கள் நிகழவில்லையெனினும் உடை, உணவு போன்றவற்றில் ஓரளவு மாற்றங்கள் உண்டாகியிருக்கின்றன. அவர்களின் வாழ்க்கைத் தரம் மிகச் சரிவைச் சந்தித்து வருகிறது. வனம், விவசாயம் சார்ந்து வாழ்ந்த அப்பழங்குடியினர் அவற்றிலிருந்து அந்நியப்படுத்தப்பட்டுவிட்டனர். இயற்கையானவையான மழை பொய்ப்பு, உழவு முறை ஆகியவை ஒருபுறமிருக்க அரசின் செயல் பாடுகளே முக்கியக் காரணங்களாயிருக்கும்.

சோளகர் தொட்டி எனப்படுவது சோளகர்கள் வாழும் வனத்தையொட்டிய நிலப்பகுதி. தேனைச் சேகரிப்பது, வறட்சிக் காலங்களில் கிழங்குகளைப் பறித்துண்பது என்ற அளவில்தான் அவர்களின்

நேரடி வனச்சார்பு. வனத்தின் ஓரமான நிலங்களில் ராகியும் அவரையும் தாங்கள் உண்பதற்காக விளைவிப்பதே அவர்களின் தொழில். இடம் மாற்றி சுழற்சி முறையில் பயிர் செய்யுமளவு அவர்கள் விவசாய அறிவைக் கொண்டிருக்கிறார்கள். அவர்கள் பகுதிக்குள் எப்போதாவது வரும் மான் போன்றவைகளையே கொன்று தின்கிறார்கள். பிரிட்டிஷ் ஆட்சியில்தான் அவர்கள் காடுகளில், அதுவும் வெள்ளையர்களின் உதவியாளர் களாக வேட்டையாடியிருக்கிறார்கள். பேரளவில் பொழுது போக்குக்காகவும் வியாபாரத்திற்காகவும் கொல்லுதல் கண்காணிக்கப்படாமல், பழங்குடிகள் தங்கள் உணவுக்கு வேட்டையாடுதல்தான் அரசின் வனத்துறையால் அமைப்புரீதி யாகத் தடைசெய்யப்படுகிறது. அவர்கள் தொன்றுதொட்டுப் பாடுபட்டு வந்த நிலம் மேற் சாதியினராலும் அதிகாரத்தி லுள்ளவர்களாலும் அபகரிக்கப்படுகிறது. அவர்கள் பெரிதும் நம்பியிருப்பது கடவுள்/மூதாதையர் சார்ந்த மாந்தரீகச் சடங்குகளையே.

வீரப்பன் போன்ற கடத்தல்காரர்களுக்கும் அஞ்சி எதிர் நிலையிலேயே அவர்கள் வாழ்ந்திருக்கிறார்கள். வீரப்பன் குழுவிற்கும் காவல் துறைக்கும் பலப்பரீட்சை நடக்கையில் காவல் துறையின் கையாலாகாத்தனம் பழங்குடிகள் மீதான கோபமாகத் திரும்புகிறது. அவர்களில் ஓரிருவர் மிகச் சாதாரண உதவிகளை வேறுவழியின்றி வீரப்பன் குழுவினருக்குச் செய்கை யில் ஒட்டுமொத்த சமூகமே சந்தேகிக்கப்படுகிறது. அவர்கள் மேல் கர்நாடக, தமிழக அதிரடிப்படையினர் அளவு கடந்த வன்முறையைச் செலுத்துகிறார்கள். போரில் கைதிகளின் மேல் பரஸ்பர நாடுகள் நடத்திடும் வன்செயல்களைப்போலவே பழங்குடியினர் மேல் ஏவப்படுகிறது. பழங்குடிப் பெண்கள் எல்லையற்ற பாலியல் வன்கொடுமைக்கு ஆளாக்கப்படுகிறார்கள். குறிப்பாக, மாற்றான மொழிவெறியும் கொண்ட கர்நாடகப் படையால், பலரும் வந்துபோகும் ஒரு கோயிலின் கூடமே மாபெரும் சித்திரவதைக் களமாக விளங்குகிறது. கோயிலில் மீதமாகும் உணவே கைதிகளுக்கான ஒருவேளை சாப்பாடு. கற்பனைக்கெட்டாத வன்முறையால் சோளகர் தொட்டி எனும் ஊரே சிதறடிக்கப்படுகிறது. பாதிக்கப்பட்ட ஒரு பழங்குடி தப்பிப்பதற்காக வீரப்பனோடு சேர்ந்து, ஐக்கியப்பட முடியாமல் வெளியேறித் தமிழகப் போலீசில் சரணடைகிறான். பழைய வாழ்க்கைக்கு அந்தச் சமூகம் காத்திருக்கிறது.

பெரும்பாலும் உண்மைப் பெயர்களே நாவலில் சூட்டப் பட்டுள்ளன. சில போலீஸ் உயரதிகாரிகளின் பெயர்கள் தரப்படவில்லையெனினும் அவர்களை அடையாளம் கண்டு கொள்ளலாம். பிற பாத்திரப் பெயர்களும் உண்மையாயிருக்கலாம்.

ஏறக்குறைய எல்லாமே நடந்த சம்பவங்கள். வீரப்பனும் ஒரு சிறு கதாபாத்திரமாக வந்து போகிறார். இது சமகால சரித்திரப் புனைவும் கூட. பழங்குடியினர் சதாசிவம் விசாரணைக்குழு முன் பதிவாக்கியவை சட்டப்படியான வாக்குமூலங்களின் ஆவணம் என்றால், இது ஒரு சமுதாயம் முன் பகிரங்கமாக வைக்கப்படும் இலக்கியரீதியான ஆவணம் எனலாம். நீதிக்குழுவால் நேரடி நடவடிக்கைகள் இதுவரை ஏதுமில்லையெனினும் இதில் வேறுமாதிரியான பலன்கள் உண்டெனபதற்கு அனைத்து வணிகப்பத்திரிகைகளும் கூட இந்நாவலைப் பற்றி எழுதிக் கொண்டிருப்பதைப் பார்க்கலாம். இவ்வகையில் முன்பு விடுதலைப் புலிகளின் பழைய சில ஆவணங்களிலும் பதிவாக்கப்பட்டுள்ளன. அவை தற்சார்புத்தன்மையும் தரவுகளாகவும்தானிருந்தன. அதிகக் காழ்ப்புணர்ச்சியின்றியும் மிகையான கண்ணீரும் குரல் கம்மலும் புலம்பலும் இல்லாமல் எழுதப்பட்டுள்ளது இந்த வன்முறை இலக்கியம். எவ்வித வேலையும் வைக்காமல் தானே அழுது தழுதழுத்து நடித்து விடாமல் வாசிப்புக்கு விடப்பட்டு விடுவதால் மேலுமதிகமான பாதிப்புகளை இந்நாவல் ஏற்படுத்தியுள்ளது.

சிறையிலும் முகாம்களிலும் சோளகர் குடியிருப்பிலும் நடைபெறும் இளம் பெண்கள், கர்ப்பிணிப் பெண்கள், வயதான பெண்கள் என எல்லாப் பெண்களின் மீதான மிகத் தீவிரப் பாலியல் பலாத்காரம், அதை அவர்கள் எதிர்கொள்ளும் அழுத்தமான முறை, சமூக உற்பத்தியில் அவர்கள் பங்கேற்பது ஆகியவை இநநாவலைப் பெண்ணியப் படைப்பாக ஆக்குகிறது. தந்தையையும் மகனையும் அடித்துக்கொள்ள வைப்பது, மலம் தின்ன வைப்பது, நுண்ணுறுப்புகளில் மின்சாரம் பாய்ச்சுவது, நிர்வாணப்படுத்துவது, போலி மோதல்களில் மரணம் விளைவிப்பது, கட்டை விரலை செயலிழக்கச் செய்வது, பிள்ளைப் பேற்றை மறுப்பது, பேன்களின் பெருக்கம், பெரும் சுமையை ஏற்றுவது, குழந்தைகளிடமும் சுலபமான வன்முறை, பட்டினி போடுவது, பெண்களின் மேல் எண்ணற்ற முறை வன்புணர்ச்சி என்று குரூரங்களின் நடனங்களை நிகழ்த்துகிறது இத்தீமைகளின் படைப்பு.

முழு யதார்த்த வகை இலக்கியம் எழுதப்பட்ட நவீன கால கட்டத்தில், படைப்பில் வாசகருடன் நேரடியாக உரையாடுவது தவிர்க்கப்பட்டது. மேலதிகத் தகவல்கள் தரப்படுவது மறுக்கப் பட்டது. உணர்ச்சிகளை வெளிக்காண்பிப்பதும் தணிக்கை செய்யப்பட்டிருந்தது. இன்று எல்லாமே மாறிவிட்டது. பிரதியிலேயே வாசகனின் பங்கேற்றல் ஊக்குவிக்கப்படுகிறது. இப்போது அவனுமே ஒரு கதாபாத்திரம். அதேபோல், வடிவரீதியாகச் சிதறடித்துக் கொள்ளல், உணர்ச்சிகளைப்

பகிரங்கப்படுத்தல்/நீக்குதல், பிறிதொரு வடிவைப் போலி செய்தல், அல்லது பின்பற்றல் அனைத்துமே இன்றைய பிரதியில் சாத்தியமாக்கப்பட்டுள்ளன. முன்பு போல் இலைமறைக்காயாகச் சிலவற்றை மட்டும் காட்டுதல் இனியில்லை. ஒரு பிரதியைப் படைப்பா இல்லையா என்று திட்டவட்டமாகத் தீர்மானிக்க உதவும் என்று கருதப்பட்ட· கருவிகள் அழிபட்டுவிட்டன. பிரதியில் மொழி செயல்பட்டிருந்தாலே போதுமானது. அதற்கான வலு அதன் அனுபவத்தில், உண்மையில் உள்ளது. இப்படி யெல்லாம் பிரதிகள் உருவாக்கப்படுவதினால்தான் அவை ரசனைக்குரியதாக ஸ்தம்பித்துவிடாமல் அவை இயங்குவதாய், மேற்கொண்டு செயல்களைக் கோருவதாய் அமைகின்றன. அதிலுள்ள பன்முகத் தன்மைகள் முரண்களாக நின்று வாசிப்பில்/ எண்ணத்தில் கலகமூட்டுபவையாக ஆகின்றன.

சரிவர அமைக்கப்படாத பல சொற்றொடர்கள், தகவல் களாக மட்டும் சில நின்றுபோதல், முழுமையாக வராத வனம் போன்ற சித்திரங்கள், சில இடங்களில் வலிந்த காவிய நயமேற்றல், மேலோட்டமாக அமைந்த மாந்தரீகங்கள், தொன்மங்கள், பூரணமாகக் காட்சிப்படுத்தப்படாத பழங்குடிக் கொண்டாட்டங்கள்—இவை போன்ற சாதாரணக் குறைபாடுகள் இருப்பினும் உண்மையின் வலுவேற்றிருப்பதால், இவற்றை இந்நாவல் வாசிப்பில் தானே களைந்து கொள்கிறது. அதிகாரமும் வாய்ப்பும் அமைந்தால் யாரிடம் வேண்டுமானாலும் மனித அகத்தில் மறைந்துள்ள வன்முறை வெளிப்பட்டுவிடக்கூடும் என்ற ஐயத்தை விதைத்துவிடுகிறது இந்நாவல். வலிமை யான ஊடகங்களும் தகவல் தொடர்புகளும் விஞ்ஞான வளர்ச்சியும் யாருக்கானவையென்றும் ஜனநாயகமாயுள்ள பூமியில்தான் வாழ்கிறோமா என்றும் அடிப்படைச் சந்தேகங்களை உருவாக்குகிறது.

எப்படிப்பட்ட நாவலெனினும் அது ஒரு தரிசனத்தை வழங்கியாக வேண்டும். அப்போதே அப்பெரும் வாசிப்புக்கு அர்த்தமேற்படுகிறது. எல்லோரிலுமுள்ள அந்த ஆதி மனிதத்தன்மையும் அது எக்காலத்திலும் மிக எளிமையான நீதியுடனேயே நடந்துகொள்வதையும் அதை செயற்கையான சக்திகள் சிதைப்பதையும் வீழ்ந்ததோ என்று நினைக்கையில் புழுதியிலிருந்தும் அது எழத் துடிப்பதையும் காணலாம். ஒரு பெண்ணே எல்லாப் பொறுப்புகளையும் ஏற்று உழவுத் தொழிலில் ஈடுபடக் காத்திருப்பது, அடிமைத்தனமற்ற தாய்வழிச் சமூகத்திற்கே, இயற்கைக்கே திரும்பல் என்ற படிமமாகவும் அது நம்மை வந்து அடைகிறது.

யவனிகா ஸ்ரீராம் கவிதைகள்

கண்டடைவதின் சூதாட்டம்

ஓர் இயக்கத்தின் விதிகள் நாளடைவில் கெட்டிதட்டி மாற்றமற்றதாகிறபோது அது ஒரு நிறுவனமாகிவிடுகிறது. அச் சட்டதிட்டங்களின் படியே அதை உருவாக்கியதாக உருவகிக்கப்படுகிற கடவுளும் நடக்க வேண்டியதாகிறது. சுதந்திரமானவ னாக நினைக்கும் ஒருவன் அதன் சுவர்களுக்குள் அலைவுறுகிறான். அவனில் எழும் சொல்லிலிருந்து அடிக்கடி கடவுளைச் சந்தித்துக் கொண்டிருக்கிறான். ஒரு நாடோடி இசைக் கலைஞனான தன்னைக் கொல்ல அக் கடவுள் வெறியுடன் தேடுவதாகப் புலம்புகிறான். கடவுள் வசம் ஒரு கொலைப்பட்டிய லும் இருக்கிறது. கடவுளைக் கொல்ல அவரிடமே துப்பாக்கி வேண்டுகிறான். கண்ணிவெடிகளைப் போல் அவர் விதைக்கும் வார்த்தைகள் வெடிக் கின்றன. கடவுள் கிழடாகி வெறிகொண்டு எல்லா வற்றையும் அபகரித்து விடுகிறார். அவர் குடிவெறி கொள்வது நாறும் பிணங்களைச் சடங்குகளுடன் அகற்றுவதற்கே. கடவுள் ஒரு நபும்சகனாகிறார். காம வெறியுடன் ஒரு பெண்ணைக் கோயிலில் துரத்துகிறார். அவரொரு ஹோமோசெக்சுவல். கடவுள் நிர்வாணமடைந்து புணர்ச்சியை ஒரு வாசகமாக்குகிறார். காளான் குடையின் கீழ்போய் அழுகிறார். கடவுளின் இருப்பு அறிவார்த்தத்தால் உருவாவது. அவர் நவீனமறியாத நிலவுடமைக் காலத்தவர். தன் குரலே கடவுளின் குரலாக ஒலிப்பது.

அவர் காது, கேட்காதது. ஆனால் நீதிமான்களை விட நல்லவர். கடவுள் தெருவில் திரிபவர். மத்தியகாலத்திய அவர் வாய் நாறுகிறது. அவர் வழங்குவது பழைய இறைச்சி, பொருந்தாத சாராயம். அவரைச் சாக்கடையிலும், அரசுக் கழிவறைகளிலும் பைத்தியங்கள் தேடுகிறார்கள். உழைப்பையும் விசுவாசத்தை யும் வேண்டும் தன் நிறுவனத்தைக் கவிஞர்களுக்குக் கடவுள் திறப்பதில்லை.

அடக்கப்பட்ட புணர்ச்சி ஒரு விடுதலைக்கான பயிற்சி யாகவே ஆகிவிடுகிறது. மனதில் நிமிரும் குறி எதிலாவது நுழைந்துகொள்ளத் துடிக்கிறது. அடக்கமாட்டாத வேட்கை வார்த்தைகளாகின்றன. இதனாலேயே ஏறக்குறைய ஒரு வகையும் விட்டு வைக்கப்படுவதில்லை. வன் புணர்ச்சி, மீண்டும் மீண்டும் புணர்ச்சி, புலர்காலைப் புணர்ச்சி, குளியலறைப் புணர்ச்சி, நெடிய புணர்ச்சிக்கான கனவு, கனவில் புணர்ச்சி, ஓரினப் புணர்ச்சி, குதப் புணர்ச்சி, சுயமைதுனம், போத்தல் வழிப்புணர்ச்சி, புதிய பிணத்தைப் புணர்தலென எங்கும் நிரம்பியுள்ளன. வரைமுறையற்ற புணர்ச்சிகள் போலி மதிப்பீடுகளுக்கெதிரான சமூக நடவடிக்கையாகக் கவிதை வரிகளில் காட்டப்படுகின்றன.

குடியும் கூட விடுபடுதலின் அம்சமாகிறது. மது பற்றிய குறிப்புகள் பிரக்ஞை நிலையென்றால், குடித்தல் மறத்தலையும் சிதைத்தலையும் கொண்டாடுவதாகிறது. இந்தக் கவிதைகளில் போதைக்குணமும் மனச்சிதைவும் அருகருகே வைக்கப்படு கின்றன. நகரத்தின் இயந்திரமயத்தை மதுக்கடை வழியாகவே பங்கேற்பில்லாமல் பார்க்க முடியும். மது ஒரு பரிசாக இருக்கிறது. காதலிலும் அது கலக்கிறது. நகரத்தின் எதிரிடையாகப் பாழ் கிராமம் குடிபோதையில் காட்சியாகிறது. பயந்த அறிவு மிருகம் தனியே குடித்து அழுது தீர்க்கிறது. குடியும் பைத்தியமும் ஒன்றாகிறது. அடைக்கப்பட்ட மதுக்கடை வாசலிலேயே உயிருள்ள வார்த்தை கிடைக்கிறது. இசையோடு மதுவருந்தும் தேசம் மேன்மையடைகிறது. கடவுளுக்குள் நம் இசை புகுந்து புயலாகி அனைத்தையும் புரட்டுவதின் கேளிக்கைதான் குடி. மதுவும் புணர்ச்சியுமான நீண்ட கால்களால் இந்த நிறுவனமான உலகைக் கடப்பதும் நிகழும்.

கடவுள் ஊர்வலத்தில் ஒரு நாடோடிக்கலைஞன் மதுப் போத்தலோடு இசைக்கிறான். இவ்வாறாக இசையும் மீறலின் ஓர் உப அங்கமாகிறது. ஊமைப்பாடகனாயிருந்தவன் மேல் இசை எழுதப்படுகிறது. இசையும் புணர்ச்சியும் ஒன்றாகிறது. குறிகள் இசைக்கருவிகளாகின்றன. நாதம் நம்முள் மென்னுணர்வு களை மீட்கும் என்றும் நம்பப்படுகிறது.

மு. குலசேகரன்

இக்கவிதைகள் தமக்குள் ஒரு புறம் நகரத்தையும் மறுபுறத்தில், கடவுள், புணர்ச்சி, மதுவையும் இடையே சூறாவளி, கனவு, கடல் போன்ற புள்ளிகளையும் கொண்டுள்ளன. அடிக்கடி இவற்றைத் தொட்டு மீண்டுகொண்டேயிருக்கின்றன. மீதியான இடங்களில் சரளமான மொழியின் வார்த்தைகளையிட்டு இணைத்து எழுப்பும் வினோதக் கோலங்கள் உருவாகின்றன. நிலத்துள் வசிப்பது, இருபதினாயிரம் வருட் டைரி எழுதுதல், குருவி முட்டைகள் விழுந்து கம்ப்யூட்டர் பழுதாதல், நிலம் தேனீரின் பீங்கான் கோப்பையாதல், குழந்தைகளை இளம் பெண்கள் கூவி விற்றல், உயரக்கட்டிடத்தின் உச்சியான தொங்குபலகையில் மனிதன் வசித்தல், புகைக்கூண்டில் கனவுகள் கசிதல், ஆலய மணியின் நிமிட முள்ளில் இரத்தம் ஒழுகுதல் எனப் பல மாயங்கள் தோற்றுவிக்கப்படுகின்றன. வாழ்க்கையில் சாதாரணமாகக் கிடைக்கும் அனுபவங்களும் கூட யதார்த்தம் எனும் தளத்திலிருந்து புனைவை மேற்கொள்கின்றன. விதை யில்லாத திராட்சைகளூடே என்பது உண்பதாகவும் செடி வளர்ப்பது தொட்டிகளில் பசுங்காடுகள் வைப்பதாகவும் உயிர்த் தொழில் நுட்பம், நிலங்களில் வலை விரிப்பதாகவும் நினைவுகளுடன் என்பது விதைக் கடலைகளுடன் நகர் திரும்புவதாகவும் மௌனநதியில் நீந்திச் செல்வதாக இறப்பு என்பவையெல்லாம் மொழியால் கவிதையாக உருமாற்றம் பெறுபவை.

குறுகிய ஒரு பரப்பிற்குள்ளாகச் சுற்றிவராமல் ஒரே வீச்சில் நவீன நிலமான நினைவுவெளியையும் அளக்கக் கவிதைகள் முற்படுகின்றன. ஆறாவது நிலமும் திணையும் உருவாக்கப் படுவதாக பின்னட்டைக் குறிப்பில் நவீன இலக்கணம் கற்பித்து ஒரு புதிய திறப்பாக பிரேம்–ரமேஷ் கூறுகிறார்கள்.

இதன் காலம் பெரும்பாலும் நிகழ்காலமாயிருக்கிறது. அவ்வப்போது இறந்த காலத்திற்கு ஊடாடி உடனடியாகத் தற்சமயம் நடந்தேறுபவையாக மாற்றப்படுகின்றன. ஒளிச்செவ்வகம், கனச் செவ்வகக் கடல், தாமிர இருட்டு, சிவந்த அபிப்ராயம், ஊமைப்பாடகன் போன்ற சொல்லாடல்களின் மூலமாக மொழியில் அர்த்தம் ஒளித்து வைக்கப்பட்டு அது ஒரு பூரண விளையாட்டாக நடத்தப்படுகிறது. கண்டடைவதின் சூதாட்டமாக வாசிப்பு உண்டாகிறது. சொற்களின் பயன் பாட்டுக்கு எவ்விதத் தடைகளையும் ஏற்படுத்திக்கொள்ளாமல் மேலே வந்து விழும் அனைத்துச் சொற்களுமே கவிதையா கின்றன. உள்ளார்ந்த இசையால் மீட்டப்பட்டு பல புதிய வாக்கியங்கள் அமைந்து அர்த்தங்கள் மோதிக்கொள்ளும் போர்க்களமாக இக்கவிதைகள் உருவாகின்றன. ‘விண்வெளி

நகரங்கள் சொர்க்கம் பற்றிய கருத்துருவாக்கத்தின் முடிவு' போன்று எழுதப்படும் தூய தர்க்க அமைப்பாலும் பற்பல உணர்வுகள் ஒன்றோடொன்று குறுக்கிட்டு உண்டாகும் உத்வேகத்தாலும் இதிலுள்ள கவிதைகள் எழுதிச் செல்லப்படுகின்றன. கவிதை எனப்படுவது எல்லோரிலுமுள்ள கலக உணர்வையும் நிலவைப் பகிரும் அழகியலையும் எங்கும் பசியின் குரலைக் கேட்கும் அரசியலையும் கொண்டது. அது மாற்றம் மறுக்கும் நிறுவனத்தைத் திறக்கும் வேடிக்கையானதும் விபரீதமானதுமாகும் என்று இந்தத் தொகுப்பு முடிகிறது.

மு. குலசேகரன்

காக்டெய்ல்

தன்னை அழித்துக்கொள்ள நினைப்பதின் கதை

நாவலின் தலைப்பு கலவையான பல விஷயங்களைப் பற்றி எழுதப்பட்டது என்பதற்காக இருக்கலாம். பல்வேறு எண்ணவோட்டங்கள், வடிவங்களைக் கொண்டதற்காகவும் இருக்கலாம். ஆனால் காக்டெயிலுக்கும் துல்லியமான விகிதங்களைக்கொண்ட இலக்கணம் உண்டென்பதால், இதுவும் ஒருவித சட்டகத்திற்குள்ளாகவே நிரப்பப்பட்டிருக்கிறது. ஒரு தனிமனிதனை முன்னிறுத்தி அவனைச்சுற்றியே பின்னப்பட்டிருக்கிறது. அவனை மிக அணுக்கமாக வைப்பதனால் அவன் எழுதுபவனே என்றும் தோன்ற வைக்கிறது. அதற்கான தடயமும் ஓரளவு பிற்பாடு ஏற்படுத்தப்படுகிறது. ஆனால் அதுவே என்று சொல்ல முடியாத அளவுக்கு அதுவும் சிதைக்கப்படுகிறது. பாசு என்பவன் அவனை எழுதியவனுமே இதில் ஒரு பாத்திரமாகப் பின்னால் வருகிறான். முழுப் பரப்பிலும் வருவதில்லை. இருப்பினும் அவ்வாறு எழுதிக்கொண்டிருப்பவனின் கூறான மனோநிலை பிளந்த ஆளுமையே முன்னால் நிறுத்தப்படுகிறது என்று எண்ணத் தகுந்தவாறும் உள்ளது. இதையும் நாம் திட்டவட்டமாகக் கூறவியலாது. ஊடுபாவாக இது அமைக்கப்படுவதில்லை.

உற்ற சொல்லைத் தேடி

திட்டமிடாத அமைப்பின் குறையாகவோ, வரையறுக்கக் கூடாதென்பதற்காகவோ இவ்வாறு கட்டமைக்கப்பட்டிருக்கலாம். இறுதியில் பிரதியின் ஆசிரியன் இறந்துவிடுகிறான். பிரதியிலேயே வரும் தன் 'கதாநாயகனாலேயே கொல்லப்பட்டு விடுகிறான். இனி, நீங்கள் பிரதியை எப்படி வேண்டுமானாலும் வாசித்துக்கொள்ளும் வசதியை எடுத்துக் கொள்ளலாம். அதுவும், நாவலில் வைத்திருக்கும் ஒரு கருவியால், எழுதப்பட்டவனே எழுதியவனை அழித்து விடுகிறான். அந்த அழகிய கத்தி, கொல்லத் தூண்டுகிறது கத்தியெனும் வடிவத்தால். கொலை புரிய வேறு காரணங்களில்லை. ஆக, ஆசிரியன் தற்கொலை செய்துகொள்ளவே ஒரு பிரதியை உருவாக்குகிறான்.

இந்நாவல் பெரும்பாலும் உங்களை நோக்கி உரையாடலாகச் சொல்லப்படுகிறது. அதனால், தனக்குள் பேசிக்கொள்ளும் அகவாசிப்பு முறையை ஒழித்துவிடுகிறது. தனக்கான முழு சுதந்திரத்தையும் எடுத்துக்கொண்டு விரிகிறது. பல்வேறு சாத்தியப்பாடுகளை உருவாக்கிக்கொள்ளும் நவீனப் பிரதியாகக் காட்டிக்கொள்கிறது. ஒரு நேர்கோட்டு முறையில் செல்ல வேண்டியதில்லை. எல்லாக் கால இட மாறுதலுக்கும் எளிதாகப் போய்விடலாம். கூடவே இருந்துகொண்டிருப்பவன் அந்தர்தியானமாகி விடலாம். நாவலின் அமைப்புக்கு நீங்கள் வசமாகிவிடுகிறீர்கள். அதையுமே பிரதியின் கட்டுக்கோப்பு உடைத்துப் போட்டுவிடும். விசாரணை முறையிலேயே வந்து கொண்டிருப்பது, திடீரென 'அப்ஜெக்டிவ் டைப்' கேள்வி பதில் பகுதியாகும். ஓர் அத்தியாயமே உங்களிடமிருந்து ஒளித்து வைக்கப்படும். அது தேவையென்றால், நாவலில் வருபவனிடம் தொடர்புகொண்டு தனிப்பட்டமுறையில் நீங்கள் தெரிந்துகொள்ளலாம் என்று நம்பகமானதாகவும் ஆக்கப்படுகிறது. 'எங்கே விட்டோம்' என நேரடியாகவும் கேட்டபடி ஒரு தோரணையை மேற்கொண்டு நாவல் உங்கள் கண்முன் உருவாக்கப்படுகிறது. (ஐந்து நட்சத்திர ஓட்டலில் நேரடிச் சமையல் போல). தாழ்வானது என்று விலக்கப்பட்ட ஒரு பொருளை எடுத்துக்கொண்டு நுட்பமாகப் பேசுவது கலகத்தின்பாற்பட்ட குரலாகவும் ஒலிக்கிறது. (இதில் ஓட்டல் - ஹோட்டெல், பீர் - பியர் என்றும் தொனிக்கும்)

நாவலின் பரப்பு முழுக்கக் குடிப்பதைப் பற்றிய தகவல்கள் பூரணமாக முன்வைக்கப்படுகின்றன. சரியான (தீப்பெட்டி) அளவுகள், சந்தையில் உலவும் மிகச்சிறந்ததான வெவ்வேறு பெயர் கொண்ட மது வகைகள், அவற்றின் தேர்ந்த துணை பானங்கள், தோதான பக்க உணவு வகைகள், அவை சிறப்பாகக் கிடைக்குமிடங்கள், அவற்றை வழங்குவோரின் விவரங்கள் என

மு. குலசேகரன்

மிக விரிவாக விளக்கப்படுகின்றன, ஒரு கையேட்டைப் போல. எல்லாம் உயரிய வகைகள், சாமான்யர்களால் சிந்திக்கப்பட மாட்டாதவை. கள், பட்டை பற்றியும் ஒரு 'சொட்டு' மட்டுமே நாக்கில்படுகிறது. உயர்நிலைக் குடியர்களைப் பற்றிய ஒரு நாடகமாக, குடிப்பொருட்களின் குறிப்புகள் மட்டுமே வழங்கப்படுகின்றன. குடிக்குப்பின்னான உணர்வு நிலை, பிரக்ஞை இழப்பு, அசௌகரியம் ஆகியவை திரையிட்டு மறைக்கப் படுகின்றன. குடித்தபின் நிகழ்ந்த விபத்தும் சாலையின் பொறியியல் குறைபாடே. ஓர் அனாதைக் கிழவிக்கு ஆதரவான செயல்கள் இயல்பானவை, குடித்ததால் உண்டான விளைவுகள் அன்று. குடித்தவனின் அளவும் மதிப்புமான கணிதங்கள் தவறுவதில்லை. அதறகாக மீறிய ஒரு சிறுவனே தண்டிக்கப்பட்டும் விடுகிறான். மிதமிஞ்சிய குடியும் நிலை தடுமாறாது ஒரு நாகரிக மட்டத்திலேயே சஞ்சரிக்கிறது. குடித்தல் என்பது புறவுலகில் எவ்வித மாற்றங்களையும் உண்டு பண்ணுவதில்லை. ஆனால் அதற்கு நேர்மாறாக எதேச்சையாகப் பிடித்த கஞ்சா, நாவலை வேறு தளத்திற்கு நகர்த்துகிறது. அதுவே அவனிடம் ஒரு விலகலை நிகழ்த்துகிறது. தன்னிலிருந்து பிரிந்து ஆசிரியைனைக் கொன்று தீர்க்கிறது.

குமாரநந்தன் கதைகள்

மையமாகும் உதிரிகள்

தற்கால நவீன சிறுகதைகள் ஒன்றுக்குள் பல உருவங்களை, உள்ளடக்கங்களைச் சாதிப்பவையாயிருக்கின்றன. இந்தச் சூழலில் குமாரநந்தனுடைய சிறுகதைகள் ஒரு கதைக்குள் வெவ்வேறு தன்மைகளைக்கொண்டிருப்பதால், அவை மிகுந்த முக்கியத்துவத்தை அடைகின்றன. அவருடைய கதையாடல்களில், யதார்த்தமும் கனவு யதார்த்தமும் அறிவியல், அமானுட நிலைமைகளும் துல்லியமாகப் பிரிக்கவியலாதவாறு இணைந்திருக்கின்றன. காரணம், அவற்றில் மெய்க்கு நிகரெனத் தோன்றும் வகையில் வாழ்வின் நுண்பகுதிகள் தீர்க்கமாகப் புனைந்துகாட்டப்பட்டுள்ளன. அவற்றின் பேறுகளாக விளங்கும் ஒவ்வொரு சிறிய அனுபவங்களும் பல அர்த்தங்களை அளிப்பவையாய் மாறுகின்றன. மாபெரும் எழுத்தாளர்களாயிருப்பதால், அசோகமித்திரன், பஷீர் வழி வந்திருக்கக்கூடிய, எதன் மீதும் புகார்களற்றதும், கசப்பற்றதுமான உலகியல் நோக்குதான் குமாரநந்தனுடையது. ஆனால் கூடுதலாயுள்ள அகவுலகச்சித்திரிப்பால் முரண்களின் ஒத்திசைவை அது தாமாகப் பெறுகிறது. வெளிச்சத்தில் தென்படும் இருட்டும் வெப்பத்தின் அடியிலுள்ள குளிர்மையும் உள்ளில் காணும் வெளியும் ஒன்றாக உணரப்படுகின்றன. அதே நேரத்தில் புறவயத் தன்மை வாய்ந்த நவீனத்துவத்தைக் கடந்து வந்த பார்வையுமிருப்பதால் அரூபமான எண்ணவோட்டங்களும் கதைகளில் சரடாக ஓடுகின்றன. பிறருக்குச்

மு. குலசேகரன்

சுலபமாக வாய்த்திராத, வாழ்ந்துபெற்ற அனுபவ விரிவின் சாயலும் இக்கதைகளின் பலமான அடித்தளமாயிருக்கிறது. விளைவாக, இதுவரையிலும் ஒடுக்கப்பட்டுக்கிடக்கும் பல்வேறு கதைப்புலங்களும் பாத்திரங்களும் நமக்குக் காணக் கிடைக்கின்றன. அதற்கேற்றாற் போல் அவருடைய மொழி நேரடியாகவும் எளிமையாகவும் சரளமாகவும் இயங்குகிறது. அதன் உருவகங்களும் கூட கற்பனாவாதமற்றுக் குறைவாகத்தான் உருவாக்கப் படுகின்றன. பதிலுக்குத் தாழ்வுணர்ச்சியைப் போக்கிக்கொள்ளும் சுய எள்ளலும், துன்பத்தின் மீதான கேலியும் விவரணைகளுடன் கலந்துவிடுகின்றன.

சிறுகதைகளின் படைப்புக்கும், வாசிப்புக்குமான அடிப்படைப் பண்பான ஒருமையையும் ஓரளவு இவை கொண்டிருக்கின்றன. அத்தகைய வடிவ நேர்த்தியுடனுள்ளதால் இவற்றை மனம் குவிந்து வாசிக்கும் பிரதியின்பமும் கிட்டுகிறது எனலாம். சில கதைகள், பரிசோதனை முயற்சிகளாக மட்டும் நில்லாமல், இயல்பான வடிவ மீறல்களுடனும் எழுதப்பட்டுள்ளன. முக்கியமாக அவை நடப்பியலில் சாத்தியமற்றவற்றையும் நுட்பமான நாடகமாக்குவதில் வெற்றியை அடைகின்றன. யதார்த்தம், மாய யதார்த்தம் போன்ற எவ்வகைப்பட்டதாயினும் முதலில் அவை ஏதோவொன்றைப் படைத்துக் காட்டுவதாயிருக்க வேண்டும். மனிதர்கள், நிலங்கள், சம்பவங்கள் யாவும் உயிர்த்தன்மையைப் பெற வேண்டியுள்ளன. அலெப் என்ற மாய உலக உருண்டையை, முடிவற்ற பக்கங்களைக்கொண்ட மணல் புத்தகத்தை, மற்றொருவரின் கனவைக் காண்பவனை, போர்ஹெஸ் உண்மைக்கு மிக அருகாமையில்தான் நிறுத்துகிறார். சிறகுகளையுடைய வயோதிகனை, இறந்தவர்கள் மீண்டெழுந்து வருவதை, பறவைகளால் ஒரு பெண் வானேகுவதை மார்க்வெஸ் நிஜமென நம்பும்வகையில்தான் உருவாக்குகிறார்.

குமாரநந்தனின் ஏறக்குறைய எல்லாக் கதைகளும் நுண்தகவல்களுடன், அவை கோரும் காரண காரிய விதிகளுடன் இயங்குகின்றன. இருவர் தங்களின் பால்யகால நதியைத் தேடி வருகிறார்களென்றால், கதையில் உள்ளூர அதற்கான தர்க்கமுண்டு. ஒரு பெண் வேறொருவன் வீட்டிற்குச் செல்கிறாளென்றால், அதனளவில் நியாயம் கற்பிக்கப்படுகிறது. ஒரு பாத்திரம் கதைக்குள் உடைமாற்றிக்கொள்கிறதெனில் ஓர் எளிய நியதியை அத்தியாவசியப்படுத்துகிறது. இதுதான் குமாரநந்தன் கதைகளின் முதன்மையான தன்மை.

“தீவினை” என்னும் கதையில் மூன்று நிகழ்வுகள் கட்டியெழுப்பப்படுகின்றன. இரு பழைய நண்பர்கள் சந்திப்பது.

பின்னோக்கு வழியாக அவர்கள் இளமையில் மற்றொரு நண்பனைச் சேர்ந்து கொன்றிருப்பது; அவர்கள் மீண்டும் சம்பவம் நடந்த இடத்துக்குச் செல்வது; அங்கு இறந்தவன் நினைவுகளின் வழியாக மீண்டும் பருண்மையாக் காட்டப்படுவான் என்ற எதிர்பார்ப்பும் நிறைவேறுவதில்லை. அதாவது, கதையில் வருவது போல் "அதற்கு மேல் என்ன செய்வதென்று அவர்களுக்குத் தெரியவில்லை." மூன்று நடப்புகளும் எதேச்சைகளாயிருக்கின்றன. நண்பனின் மரணமும் ஓர் தற்செயலாக மாறுகிறது. அவற்றின் ஒத்திசைவுகளால் உண்டாகும் அர்த்தங்களையும் கதை கவனமாக அழித்துவிட்டு அபத்தமாகவே நிறுத்துகிறது. "அர்த்தமற்ற மூன்று சம்பவங்கள்" கதை, அபத்தங்களுக்கும் எதேச்சைகளுக்கும் உள்ள அர்த்தங்களை ஆராய முயலுகிறது. இதில் வரும் மனநிலை பிறழ்ந்த ஒருவன் ஞானவானாகத் தோன்றுகிறான். சில நிகழ்வுகளில், அம் மன நோயாளியுடன் கதைசொல்லி தொடர்புறுகிறான். ஒருமுறை பணம் கொடுக்காததால் சாபம் போலவும் மறுமுறை பணம் கொடுத்ததால் வரம் போலவும் அவை தோற்றமளிக்கின்றன. இப்போது அந்த மனநோயாளி ஒரு சித்தனா என்ற கேள்வி எழுகிறது. மனநோயாளிகளிடம் எப்போதும் அசாதாரண மன வலிமையும் உடல் வலிமையும் உண்டெனவும் அவர்களிடம் ஆழ்மன வெளிப்பாடு கூடுதலா யிருக்கும் என்றும் அதனாலேயே அவர்களால் சுலபமாக வாழ்க்கையை உய்த்துணர முடியுமெனவும் கூறப்படுகிறது. மனதின் அளப்பரிய ஆற்றலை அறிவியலாலும் அளக்க முடிவதில்லை. அந்தப் போதாமையின் இடத்தை இக் கதை காட்டிட முயலுவதாகத் தோன்றுகிறது.

மற்றொரு கதை "தீர்ப்பு நாள்." இதில் ஆண் குழந்தை வேண்டும் என்னும் விருப்பத்துக்கு மாறாக இரண்டாவது குழந்தையும் பெண்ணாகப் பிறக்கிறது. மூன்றாவதும் பெண் குழந்தை. அக் குழந்தை இறந்துவிடவும் அதைப் பிறர் கொலை யாகக் கருதுகிறார்கள். கதைசொல்லியும் தன் வெறுப்பினால் அந்த இறப்பு நேர்ந்துவிட்டதாகக் குற்றவுணர்வைக் கொள்கிறான். குழந்தையின் சாவுக்கு யாரும் காரணமில்லை என்று மற்றவர்களுக்கும் தனக்கும் நிரூபிப்பதற்காகக் காவல் துறையிடம் புகார் தெரிவிக்கிறான். குழந்தையின் பிணம் தோண்டியெடுக்கப்பட்டு அது நஞ்சால் கொல்லப்பட்டதாக உடனடியாக முடிவு தெரிவிக்கிறது. கதைசொல்லியே, தன் கதையில் அறிந்தும் அறியாதும் பெண் குழந்தைக்கு எதிரான மனோநிலையை அடைந்திருக்கிறான். அதைப் போக்கிக் கொள்வதற்காகப் போலும், மனைவிக்குக் கிடைக்கவுள்ள தண்டனையைத் தான் வலிந்து ஏற்கிறான்.

மு. குலசேகரன்

"தீராத திருநாள்" கதை, ஓர் உதிரித் தொழிலாளியைப் பற்றிய தூய யதார்த்த பாணியலமைந்த கதை. ஒரு திருவிழாவில் பரோட்டா மாஸ்டர் நாளெல்லாம் உழைக்க நேர்கிறது. கிடைக்கும் குறைந்த கூலியை அவர் எத்தகைய எதிர்ப்புமில்லாமல் பெற்றுக்கொள்கிறார். பிறகு நிகழும் ஆடல், பாடல் நிகழ்ச்சியில் அவருடைய அடக்கப்பட்ட உணர்வுகள் வெளியாகின்றன. அவரையறியாமல் நன்றாக நடனமாடுகிறார். கடைசியில் குற்றம் போன்ற சூழ்நிலையிலிருந்து அவர் தப்பிக்கிறார். அவரைப் பற்றியும், பரிமாறுபவர், துடைப்பவர், சமையல்காரர் என்ற மற்றவர்களுடைய குடும்பப் பின்னணியைப் பற்றியும் தேவை யென்ற அளவில் ஓரிரண்டு சொற்கள்தான் கதைக்குள் கூறப்படுகின்றன. கடை முதலாளியைப் பற்றிக் கூடுதலாகச் சில சொற்கள் விழுகின்றன. இவற்றைக்கொண்டு நாம் ஒரு பெருங்கதையைக் கட்டியெழுப்பிக்கொள்ளலாம். இவர்களில் யாருக்குமே, திருவிழா என்கிற மக்கள் கூடும் கொண்டாட்டத்தில் நேரடித் தொடர்பிருப்பதில்லை. பரோட்டா மாஸ்டர் அதன் விளிம்புக்குள் நுழைந்தாலும் அவனும் அதிலிருந்து பரிதாபகரமாக வெளியேற்றப்பட்டுவிடுகிறான். நாமறியாத, தெரிந்தாலும் கவனத்தில் கொள்ளாத, இருட்டில் உழலும் பாத்திரங்களின் மீது சிறிது வெளிச்சம் பாய்ச்சப்படுகிறது. இச்சொல்லல் முறையால் மட்டுமின்றி கதைத் தன்மையாலும் மிகையற்ற யதார்த்தமாயிருக்கிறது. இதைப்போல், "மற்றொரு வனத்தில்" என்கிற கதையும் கச்சிதமான யதார்த்தப் பாங்கிலானது. தேவை யான நுண்தகவல்கள் மட்டும் தரப்பட்டு மற்றவை யூகத்துக்கு விடப்படுகின்றன. அதனால்தான் இவ்வகை மாதிரியான கதைகளுக்குப் பல திறப்புகள் கிடைக்கப் பெறுகின்றன. இவையெல்லாம்தான் யதார்த்தக் கதைகளின் பலம் வாய்ந்த அம்சங்கள். அதிகமான ஒரு செய்கையைக் காட்டினாலும் கதை திசை திரும்பும் அபாயகரமான பாதையில் இக்கதையும் நடக்கிறது. கலாவுக்கு உண்மையான கணவன் மோகனா அல்லது குணாவா என்று சந்தேகப்படும் அளவுக்கு அவள் கதைக்குள் மிகவும் இயல்பாயிருக்கிறாள். அவளுடைய மன உறுதியும் கூடவே தடுமாற்றமும் நடவடிக்கைகளில் அழுத்தமாக வெளிப்படுகிறது. இளைஞன் சுரேஷ், சிறுமி மீனா, அம்மா ஆகியோரின் வழியாக அந்த உறவின் பக்கங்கள் பல் பரிமாணங்களுடன் தெரிய வருகின்றன. அவை பெரும்பாலும் ஒவ்வாமையும் புரியாமையும் பொறாமையும் கலந்தவை. குடும்பமென்னும் நிறுவனத்தின் மீது கவனமான பரீசிலனை ஒரு பெண் மூலம் நடத்தப்படுவது முக்கியமானது.

"நகரப் பாடகன்" என்னும் கதை வெறும் வணிக நடவடிக்கைகளால் மட்டும் இயங்கும் வினோதக் கதையாகிறது.

இதில் வரும் ஒரு தனிமனிதன் பெரு வணிகத்தின் முகமா யிருக்கிறான். அவனால் மற்றவர்களை வலுக்கட்டாயமாக நுகர்வோர்களாக மாற்றி அடிமையாக்க முடிகிறது. அவனால் விற்கப்படும் பண்டங்கள் யாவும் தேவையற்றவையாகும். வெறும் இலாபம் மட்டும் குறிக்கோளாக இல்லாமல் இங்கு வணிகம் பெரும் விளையாட்டாகிறது. ஆட்டத்திலிருந்து மக்கள் விலக நினைத்தாலும் அவர்களால் இயலுவதில்லை. அபத்தத்தின் எல்லையாக அந்த சிறு எதிர்ப்பும் விற்பனைப் பொருளாகி விடுகிறது. ஒரு தனி நபர் பெரு நிறுவனமாக இயங்கும் எள்ளலைக் கதை சொல்கிறது. மக்கள் திரள் தவிர்க்கவியலாதவாறு தெரிந்தே வெறும் நுகர்வோர்களாயிருப்பது பகடியாகிறது.

"காபி ஹவுஸ் கதைகள்" என்பதைப் பல வகைக் கதையாடல் களைப் பற்றிய மீ கதையாகக் காணலாம். காரை வாடகைக்கு எடுத்தவர், அந்த உரிமையால் போலும் காரோட்டியிடம் தன் சுய விருப்பங்களாலும் பார்வையாலும் 'ரசனையாலுமான பெருங்கதைகளைக் கட்டுகிறார். காரோட்டி தொடர்ந்து கேட்கும் நிலையிலுள்ளான். எனவே மறுதரப்பாக காரோட்டி சொந்தக் குடும்பக்கதைகளைச் சொல்ல வேண்டியவனாகிறான். அவை சிக்கலும் சிடுக்கலுமான நுண் கதையாடல்களாகின்றன. அவை காரோட்டியின் வெறும் கற்பனை என்று தோன்றுமளவு அடுக்கடுக்கான துன்பவியலோடிருக்கின்றன. வாடகைக்கு வந்தவருக்கு – அவர் பெயர் பிரபாகர் – இதுபோன்ற கதைகளை இயற்றத் தெரியாது. அவரால் செவிமடுக்கவும் இயலாமல் போகிறது. முதலில் அவருடைய ரசனைக்கேற்ப காபி பருகச் சென்று தேநீர் அருந்துகிறார்கள். இறுதியில் காரோட்டியின் விருப்பப்படி காபி குடிக்கிறார்கள். மழை வருமென்று கதையின் ஆரம்பத்தில் அவர் சுட்டிக்காட்டுகிறார். கதை முடிவில் மழை வரப்போவதை கதைசொல்லி கூறுகிறான். இதுபோன்ற எதிரிடைகளால்,நுட்பங்களால், அளவான சொல்லல் முறையால் பன்முக வாசிப்பைக் கொடுக்கும் சிறந்த கதையாகிறது.

"மறைந்துபோன நாளைத் தேடி" என்கிற கதையும் காலம் முன்னும் பின்னுமாகப் பயணிக்கும் நனவோடையில் அமையும் சிறப்பான கதை. வாழ்வின் ஒரு துண்டத்தைக் காட்டி அதன் மீதி பிரம்மாண்டத்தைக் கற்பனையாக்குகிறது. இதில் ஒருவன் தன் பால்ய வீட்டைத் தேடுகிறான். உண்மையில் அவன் இறந்த தந்தையின் நினைவுகளைத் துல்லியமாக மீட்டெடுக்க முயலுகிறான். அது முடிவற்ற செயலாதலால் இடமும் கண்டடையப்படாமல் போகிறது.

"இறந்த காலத்தின் வெய்யில்" எனும் கதை, ஓர் அறிவியல் புனைகதைக்கேற்றபடி கோட்பாடுகளை விவாதிக்காமல்,

அவற்றின் மீதான புனைவாக எழுதப்படுகிறது. ஆனால் அறிவியல் புனைவுகளுக்குரிய தர்க்கங்கள் கொடுக்கப் படுகின்றன.. விஞ்ஞானமும்கூட கற்பனையிலிருந்து பிறந்து, இறுதியில் வந்து நிற்கும் இடமும் அதுவாயிருக்கிறது. புழுத்துளை என்னும் கருதுகோள் ஒரு கற்பிதம் எனவும் ஒளியின் வேகத்தைக் காட்டிலும் வேகமாக அதில் செல்ல முடிந்தால், காலத்தில் பயணிக்கலாம் எனப்படுகிறது. அதுவும் எதிர்காலத்தில் மட்டும்தான். ஏனெனில், இறந்தகாலத்திற்குச் சென்று நம் மூதாதையரை அழித்துவிட்டால் நம்மால் ஒருபோதும் நிகழ்காலத்திற்குத் திரும்ப முடியாது. இதுபோன்ற அறிவியல் புனைகதை ஒன்றை நினைவூட்டிக்கொள்ளலாம். "ஏலி ஏலி லாமா சபக்தானி" என்கிற கதை, கோபால் ராஜாராம் தொகுத்த, அறிவியல் புனைகதைகளிலுள்ளது. ஏசுவுடன் சிலுவையில் அறையப்பட்ட இருவர் இறந்த காலத்துக்குள் புகுகிறார்கள். ஏசு மரிப்பதைத் தடுக்க வேண்டும் என்பது நோக்கம். ஆனால் இறுதியில் அவர்களே இரு கள்வர்களாக ஏசுவுடன் சிலுவையில் அறையப்பட்டுவிடுகிறார்கள். போர்ஹெஸின் "டாக்டர் பிராய்டியின் அறிக்கை" கதை சொல்கிறது: "இறந்தகாலத்தைப் பற்றி அறிய முடியுமென்றால் எதிர்காலத்தையும் ஓரளவு ஊகிக்க முடியும்தானே?" அந்தக் கதையில் வரும் பழங்குடிகள் எதிர்காலத்தைச் சற்று முன்னுணரக் கூடியவர்களாயிருக் கிறார்கள். குமாரநந்தனின் இந்தக் கதை அறிவியல் அடிப்படை களின் மேல அல்லாமல் அவருடைய வழக்கமான நுண்ணுணர்வுத் தளத்தில்தான் இயங்குகிறது. இதன் கதாபாத்திரம் பின்னோக்கிய காலப் பயணம் செல்கையில், அதைத் தொந்தரவுக்குள்ளாக்குவது மறுபடியும் வெய்யிலின் கொடுமையை அனுபவிக்க வேண்டி யிருப்பதே. வளர்ந்த அறிவியலாலும் சலிப்பான வாழ்க்கையை மாற்றமுறச் செய்ய முடியாது போலும்.

"சூன்ய நதி" என்கிற கதை வாழ்க்கையின் அடிப்படையான கேள்வியை எழுப்பி அதற்கு தன்னளவில் விடை தேட முயலுகிறது. உலகம் மாயை என்று நம்பி சீடன் செயல்படுவதால் அது உண்மையாகத் தெரிகிறது. குரு சந்தேகத்துடன் அணுகுவதால் எதிர்நிலையை அடைகிறார். சீடனுக்கு அந்த மலை அடிவாரத்தில் குடும்பம் உள்ளது. அவன் தியானத்தில் தன்னை மறந்திருக்கும்போது, மனைவியும் மகளும் பேசிவிட்டுப் போவதாகச் சிறு குறிப்பும் வருகிறது. இந்த உலகம் பருப்பொருட்களால் உருவானதென்றும் அவற்றின் நிலையாமை பற்றிய எண்ணம்தான் மாயை எனவும் படுகிறது. அனைத்து வகை அறிதல்களும் முடிவற்றன என்றே தோன்றுகிறது. பிரபஞ்சம் தற்செயலாகத் தோன்றி நெடுங்கால இயக்கத்தால் ஓர் ஒழுங்குநிலையை அடைந் திருப்பதைப் புரிய அறிவியல் முயலுகிறது. மற்றொரு உயிர் வாழும்

கோளின் இருப்புக்கு வாய்ப்பில்லை என்றே கருதப்படுகிறது. அதைத் தேட முனைவதில் பெரும் பொருளாதார அரசியல் ஊடாடுகிறது. இந்தச் சிறுகதை இரண்டுக்குமான நிலைகளில் ஊசலாடினாலும் அதன் ஒருபுறச் சாய்வு புலப்படுகிறது.

மூன்று வெவ்வேறு நிலை அனுபவங்களைப் "பைத்தியக் காரனின் வீடு" கதை மேற்கொள்கிறது. தியானம் / முற்றுணர்தல் தன்மையை நிகழ்த்துதல்; அதற்கு எதிராக அறிவியல் தர்க்கத்தைக் கொண்டு வந்து நிறுத்துதல்; இரண்டுக்கும் இடையில் எல்லாவற்றையும் ஐயுறும் தேடல் நிலையை அடைதல். முதலில், ஞான முக்தி பெறுதலை நம்புதலுடன் விவரிக்கிறது. பின், அதை மன நோயாளித்தன்மை என்று நிராகரிக்கிறது. இரண்டையும் தன் சுய அனுபவத்துடன் பொருத்தி வாசித்துக் கதை சொல்லி திகைத்து நிற்கிறான். எல்லாவற்றையும் மீறிய சக்தி இருக்கும்/ இல்லை என்ற ஒற்றை முடிவு சாத்தியமில்லாததாக்கப்படுகிறது. அமானுட சக்தி உண்டா என்று "நிழல் படர்ந்த வீடு" கதையும் தேடுகிறது. அப்படியான ஒன்று இல்லை என்று கூறப்படுகிற போது, அது இருக்கும் என்ற அர்த்தமும் ஏற்படுகிறது. வாடகைக் குறைவு, பழைய வீடு, உள்ளுணர்வுகளின் வெளிப்பாடு, வண்ணம் பூசுபவர் கூற்று, செய்திக்குறிப்பு, சாலையில் தோன்றும் உருவம், ஜோதிடரின் ஆரூடம் என்று எல்லாமும் அந்த வீட்டில் பேயின் இருப்பை உறுதி செய்கிறது. அதில் குடியேறிய பெண்ணுக்கு கூடுதல் பாலியல் வேட்கை எழுகிறது. இதுவெல்லாம் அவளுடைய நீண்ட கால குழந்தையின்மையைப் போக்குவதற்கான ஆழ்மன விழைவுகளாய் இருக்கலாமெனக் கதைக்குறிப்புகள் தெரிவிக்கின்றன. ஆனால் கணவனின் திடீர் இறப்பு மீண்டும் அமானுட சக்தியின் ஆளுகையைக் காட்டுகிறது. மறுபடியும் அந்த சாவு மாரடைப்பால் நேர்ந்திருக்கலாம் என்ற சாத்தியமும் முன்வைக்கப்படுகிறது. இப்படிப் புனைவு சுவாரசியமான ஒரு சுழல் விளையாட்டை நிகழ்த்துகிறது.

"சக்தி அழைப்பு" என்னும் கதைக்குக் கூடுதலான கடவுள் நம்பிக்கைச் சாயல் வந்துவிட்டதாகத் தோன்றுகிறது. அதை உறுதிப்படுத்துவது போல் தலைப்பும் இடப்பட்டிருக்கிறது. ஆனாலும் இலக்கியம் எப்போதும் சார்பற்றுத்தான் செயல்படும் என்பதை எடுத்துக்காட்டுவது போல் கதைக்கூறுகள் கிடைக்கின்றன. அதிலுள்ள தர்மகர்த்தா கடவுளைப் பற்றிய நம்பிக்கையின்மையை காட்டுகிறார். அவர் கடைசியில் தற்கொலை செய்துகொள்கிறார். கடவுளை நம்பியுள்ள பூசாரியும் தற்கொலை செய்துகொள்கிறார். அதேபோல் மழைபொய்ப்பது இயற்கையின் தற்செயலாகவும் தோன்றுகிறது, கடவுளை மறைமுக மாகப் பழித்ததால் உண்டான உடனிகழ்வாகவும் தெரிகிறது.

இவ்வாறு இந்தக் கதை எவ்வித முன்முடிவுகளுமின்றித்தான் கூறப்படுகிறது.

குமாரநந்தன் இக்கதைகளின் வழியாக தன் மீது கவியும் யதார்த்தத்தைப் போக்கிக்கொள்ள அறிவியல் கருதுகோள்களையும் ஆன்மீக நிலையான தியானத்தையும் ஆழ்மன வெளிப்பாடான கனவுத்தன்மையையும் நாடுகிறார் எனலாம். இயல்புவாதம் போன்றவற்றை மறுதலிக்க, அமானுட சக்திகளான தெய்வத் தன்மையையும் அதன் எதிரிடையான தீயசக்தியையும் சித்திரிக்கிறார். ஆனால் அவர் அதிகம் வெற்றிபெறுவது, தான் காணும் இயற்கை உலகை, கத்தி மேல் நடப்பது போல் சார்பற்று எழுதுவதில்தான். அதில் தேவையற்றவற்றையும் தெரிவிக்கலாம். ஆனால், அவசியமானவற்றை அளந்துதான் கூற வேண்டும் என்ற நிர்ப்பந்தமிருக்கிறது. அதனாலேயே அவர் சில தேய்வழக்குகளைக்கூட கைக்கொள்கிறாரெனப்படுகிறது. ஜிவ்வென்று, ஜம்மென்று, நல்ல பசி, நல்ல வெய்யில் போன்றவை. அதேபோல், அவர் யதார்த்த நிலையைத் துல்லியமாகக் காட்ட வேண்டியிருப்பதால் வணிக எழுத்திலுள்ள மிகையான சகஜ பாவத்தையும் ஓரளவுக்குத் தரிப்பதாகத் தோன்றுகிறது. கதையில் எழும் சில முக்கிய முடிச்சுகளை, "ஏனோ, எப்படியோ" என்ற குறிப்புகளுடன்தான் ஆசிரியர் தனக்கும் புரிபடாத் தன்மையுடன் கடப்பதாகப்படுகிறது. இதனால் நாமும் அவற்றைக் கவனமாகப் பிரதிக்கு வெளியே வைத்து விரிக்க வேண்டிய புள்ளிகளாகக் கருதலாம். ஆனால் இவருக்குள் மறைந்துள்ள அசோகமித்திரனும் பஷீரும் முடிச்சுகளைக் கதைக்குள் அவிழ்க்கச் செய்துவிடுவார்கள். குமாரநந்தன் வாசிப்பை எளிமையாக்குவதற்காக அதிகப்படி யான சித்திரிப்பையும், கூடுதலான விளக்கங்களையும், வெளிப்படையான உணர்வுநிலைகளையும் மேற்கொள்வதைச் சுதந்திரமான கதை சொல்லல் முறையாகவும் கொள்ளலாம்.

கே.என். செந்திலின் கதைகள்

இருள் நிறைந்த வீடு

சிறுகதை வடிவமானது வாசிப்பை குவிமையப் படுத்துவதற்காக ஒருமைப் பண்பைக் கொண்டிருக்கிறது. அதனால் முடிந்தளவு ஒரு காலம், இடம் என்பவற்றைத் தேர்ந்தெடுத்துக் கொள்கிறது. அதற்காக ஆரம்பம், நடு, முடிவு என்ற இயங்குமுறையையும் வைத்திருக்கிறது. அதன் நோக்கம் ஒற்றைத் தன்மையிலிருந்து பன்முகப் பார்வையை அடைவது. இப்போது உலகமயமாகி விட்ட சூழலில் மனிதர்களுக்கிடையிலான இடைவெளி சுருங்கிவிட்டது. மனிதனுக்குத் தனியாக மொழியும் கலாச்சாரமும் நிலமும் இல்லாமலாகிக்கொண்டிருக்கின்றன. எனவே அவன் நிகழ்கணத்தில் வாழ்கின்ற நிலையிலிருக்கிறான். தன் இருப்பைப்பற்றிச் சிந்தித்தாக வேண்டும். இந்தச் சிக்கலான நிலையைப் படைப்பிலும் காட்ட வேண்டியதாகிறது.

அதனால் இன்றைய சிறுகதை ஒருமைப் பண்பை இழக்கிறது. வாழ்க்கையைப் புறவயமாகவும் அகவயமாகவும் சேர்த்தே பார்க்கிறது. பாத்திரங்களை ஒரே சமயத்தில் விலகியும் உள் நோக்கியும் படைக்கிறது. சிறுகதை பிற எல்லா இலக்கிய வடிவங்களையும் போல காலத்துக்கேற்ப மாறிக்கொண்டிருக்கிறது. அவசர வாழ்க்கையின் தேவைக்கு ஒருமை மிகுந்த உடனடிக் கதைகள் எழுதப்படுகின்றன. அவற்றிலிருந்து விடுபட சிறுகதைகள் பல கதைத்தன்மையுள்ளவையாக

விரிகின்றன. இன்றைய ஆசிரியன் கதைக்குள் தன்னுடைய இடத்தை உறுதிப்படுத்திக்கொள்ள முயலுகிறான். அவனும் ஒரு கதைசொல்லியாக பிரதியில் குறுக்கீடுகளை நிகழ்த்துகிறான். தன் படைப்பில் வாசகப்பார்வையைக் கொள்வதால் இது சாத்தியமாகிறது. அது புனைவாக இருப்பதால் கருத்துகளால் உருவாகும் அதிகாரமும் தடுக்கப்படுகிறது. இப்போது சிறுகதை உருவத்திலும், உள்ளடக்கத்திலும் முழு சுதந்திரமானதா யிருக்கிறது. அதில் ஒரு வாக்கியத்தை நீக்கினால் குலைந்து விடும் என்ற நம்பிக்கையில்லை. துப்பாக்கி தொங்கினால் வெடித்தாக வேண்டும் என்ற கட்டுப்பாடும் கிடையாது. கதையை எங்கு வேண்டுமானாலும் தொடங்கி வாசித்துவிடலாம். அது பல கதைகள் உருவாகும் நிகழ்வுகள் கொண்ட தொகுப்பா கிறது. அல்லது தொடர் நினைவுகளின் பரப்பாக இயங்குகிறது. அங்கு சம்பவங்களைக் காட்டிலும் மொழிச்செயல்பாடு முக்கியமாயிருக்கிறது.

கே.என். செந்திலின் முதல் சிறுகதைத் தொகுப்பான "இரவுக் காட்சி' 2009இல் வெளியாகியிருக்கிறது. இரண்டாவது தொகுப்பு "அரூப நெருப்பு' 2013இல் வெளியானது. இரண்டு தொகுப்புகளுக்கும் அடிப்படைப் பார்வையில் பெரிய வேறுபாடுகள் இல்லை என்றுபடுகிறது. இரண்டிலும் அவருடைய கதைகள் அன்றாடச் செயல்களால் பின்னப்பட்டிருக்கின்றன. அந்த சூழலிலிருந்து பாத்திரங்களின் குணச்சித்திரங்கள் உருவாகின்றன. அதற்கு ஏதுவாகக் காலத்தின் முன், பின்னான வேறுபாடுகள் அழிந்து தொடர் நிகழ்வாகிறது. ஆசிரியர் பாத்திரங்களின் மனவோட்டங்களை நிகழ்ச்சிகளின் வழியாகக் கவனமாகப் பின்தொடர்கிறார். அவற்றால் மனிதனை இயக்குபவற்றை அடையாளப்படுத்த முயலுகிறார். பொருண்மையான உலகை மனதில் பிரதிபலிக்கச் செய்து அனைத்துக்கும் அர்த்தங்களைத் தேடுகிறார். மனிதனின் அடிப்படை இயல்புகளைக் கண்டறிவதற்காகத்தான் அவர் பெரிதும் விளிம்புநிலையாளர்களை எழுதுகிறார் என்று தோன்றுகிறது. கள்ள டிக்கெட் விற்பவர், பிணவறை வேலையாள், அடியாள், கடை நிலைத் தொழிலாளி, லாட்டரிச் சீட்டு விற்பவர், வாங்குபவர் போன்றவர்கள்தான் கதைசொல்லிகளாகிறார்கள். அந்த அடித்தட்டு மனிதர்கள்தான் ஆதி குணங்களை மறைக்காமல் வெளிப்படுத்துபவர்கள். அங்குக் கண்டடையப்படுவது தீமை, இச்சை, சாகசம். வாழ்வதொன்றுதான் இயல்பான நியதி. மிகையான மெல்லுணர்வுகளுக்கு இடமில்லை. அங்கு வாழ்க்கையைப் பற்றிய பெரும் விழுமியங்களுமில்லை.

ஆசிரிய அவதானிப்புகள்தான் கதையை இலக்கியமாக்குகிறது. அவை கதைப்படிமங்களாகி முழு வாசிப்பனுபவத்தைத் தருகின்றன. அவ்வகையில் கே.என். செந்தில் நனவோட்டங்களால் பாத்திரங்களின் பண்பை உருவாக்குகிறார். அதனால் அவருடையதும் அவருடைய பாத்திரங்களுடையவையும் கலந்து உலகைப் பற்றிய தனித்த பார்வை எழுகிறது. அவருடைய நுண்ணோக்கு அவர் கதைகளின் முக்கிய அம்சமாகிறது. அப்படியாக இக்கதைகளில் வெளிப்படும் அதிகப்படியான சூட்சுமத் தகவல்களின் பெறுமதி என்ன ? ஒரு கதையில், வாயில் ஊற்றப்படும் பால் துளிகள் கழுத்திலும் காதுப்புறத்திலும் வழிவதை சாகக் கிடக்கிறவருடைய பிள்ளைகளின் விலகலுக்குப் பொருத்தலாம். ரசத்தில் சோற்றைத் தூர் வாரி ஒருவன் சாப்பிடுவதில் மற்றொரு கதை தொடங்குவது மொத்தக் கதையின் போக்கையும் காட்டுகிறது.

அவர் எழுப்பும் உருவகங்கள், செயற்கையானவை யாயில்லாமல், கதையின் போக்கில் அடையப்பட்டவை யாயிருக்கின்றன. சிலவற்றின் பட்டியல் :

ஒரு கட்டிடத்தின் நிழல் எதிர்க்கட்டிடத்தின் மீது கிழவி கால் நீட்டியுள்ளதைப் போல் படர்ந்திருக்கிறது.

நிலத்தில் குழி பறிப்பதைப் போல் கிழவன் நிலத்தைத் தேய்த்து நடக்கிறான்

நாற்றம் பழகிய நாயைப் போல் வந்து முகர்ந்து விட்டு மேலே செல்கிறது.

யானையின் மேற்செல்லும் பாகனைப் போல் எருமையின் கொம்பின் மீது அமர்ந்து காகம் ஆடி அசைந்து போகிறது.

செம்மறியாடுகள் சரிவில் இறங்குவதைப் போல்.

அப்பா பீடி எரிவதைப் போல் ஒருவர் எரிவதைப் பார்த்தேன்.

கோணிப்பையை எறிந்தது போல் நாய் சாக்கடைக்குள் விழுந்தது.

மர வேர்களைப் போல் கை நரம்புகள்.

(இரண்டாவது தொகுப்பில்) : பட்டுப்போன மரத்தின் கிளை யொன்று முறிவது போன்ற ஒலியுடன் கதவு மெல்லத் திறந்தது.

ஒரு பெண் இடைவெளியின்றிக் கத்துகையில் பாலத்திற்கே வாய் முளைத்துக் கத்துவதைப் போலிருந்தது என்றும்,

கொலுசு ஓசையைக் கேட்கையில் மௌனத்தின் ஆழத்துக்குச் சென்று திரும்பி வருவார் என்றும், முழங்கால்வரை மீன் செதில்கள் படிந்து அவனே மீனாகிவிட்டதைப் போலிருந்தது என்றும் எழுதுகையில் சூழல் மற்றும் பாத்திரங்களின் சாரம் வந்துவிடுகிறது.

அதே போல் பாத்திர உரையாடல்கள் கதையின் மூலங்கள். அவை இலகுவான வாசிப்புக்கும் உகந்தவை. ஆனால் பெரிதும் உரையாடல்களாலான கதைகள் எளிய கட்டமைப்பை உடையவையாகத் தோன்றுகின்றன. உரையாடல்கள் என்பவை முழுவதும் பாத்திரங்களின் இயல்புக்கேற்றவை. அதனால் ஆசிரியனுக்கும் வாசகனுக்கும் இடமளிக்காதவையாகின்றன. கே.என். செந்திலின் பல கதைகள் தன்னிலையிலிருந்து நமக்குச் சொல்லப்பட்ட நீண்ட உரையாடல்கள்தான். அவற்றில் பாத்திரங்களின் பேச்சு குறைவு. அவை பெரும்பாலும் நினைவுகளில் திளைப்பவை. அப்படிக் கதாபாத்திரங்கள் பேசினால் அவை தாம் வாழ நேர்ந்த இடத்தை அழுத்தமாக வெளிப்படுத்தி விடுகின்றன. இக்கதைகளின் சொற்ப பேச்சுகள் கதைக்கு முழு பிரதேசத் தன்மையை வழங்கிவிடுகின்றன. அவை இலக்கிய உலகம் அறிந்த கொங்குப்பகுதியின் செழுமையான வட்டார வழக்குகள். எடுத்துக்காட்டாகச் சில உரையாடல்கள் :

யோசனை என்ன மயித்த நொட்டறது. நோட்டா இருந்தென்ன சிலுவானமா இருந்தென்ன. அந்த ஈர வெங்காயமே வேண்டா.

ஒக்காந்துக்கிட்டே கிடக்கெறவங்களுக்கென்ன? அங்காருந்து வெயில்ல உன்னப்புடி என்னப்புடின்னு வர்றதுக்குள கண்ணாமுளி திருகீருது.

கே.என். செந்தில் தன்னிலையில் கதையெழுதுதலை சவாலாகக் கருதுபவர். ஆனால் எல்லாவிதக் கதை சொல்லலும் தத்தமக்குரிய சிக்கல்களைக்கொண்டுதானிருக்கின்றன. இரண்டாவது தொகுப்பின் கதைகள் பெரும்பாலும் ஒற்றைத் தன்னிலையில் கூறப்படுபவை. அரூப நெருப்பு கதை இரட்டைத் தன்னிலையில் சொல்லப்பட்டதால் அது ஒரு கதையின் இரு பக்கங்களைக் காட்டுகிறது.

எழுத்தாளர் சுந்தர ராமசாமியிடம், மனித உடல் இயக்கங்களை ஓர் இயந்திரத்தினுடையவை போலாக்கிச் சொல்வதாயிருக்கும். கூடவே பெரும் மனித விசாரமுமிருக்கும். அவற்றையொத்தவை போல் கே.என். செந்திலின் பாத்திர நடவடிக்கைகளும் அமைகின்றன. உதாரணங்கள்: சொடக்குகள் தெறித்தன / கண்ணீரின் சொட்டுகள், கைகள் உடம்பில்

விழுந்தன / கால்களால் பூமியைப் பின்னுக்குத் தள்ளி ஓடுதல் / மயக்கத்தில் தொங்கிப்போயிருந்த முகத்தைத் தோள் தாங்கியிருந்தது / மனிதச் சதைகள் காலில் மிதிபட்டன.

கே.என். செந்திலின் கதையமைப்புகள் மிக அதிகமாகக் குடும்பம் என்னும் சமூக நிறுவனத்தைச் சுற்றியிருக்கின்றன. ஏனெனில் அது விளிம்புநிலையாளர்கள் செயல்படும் பிரத்யேக வெளி. அந்தக் குடும்ப அமைப்புக்கு வாழ்க்கையைத் துய்ப்பது ஒரு நோக்கமென்றால் மற்றொன்று அதை மறுஉற்பத்தி செய்வது. அது இறுகிப்போயிருப்பதால் அதில் அதிகப்படியான அதிகாரமும் வன்முறையும் சுயநலமும் வெளிப்படுகின்றன. குடும்பத்துக்குத் தலைவனாயிருப்பவன் பிற உறுப்பினர்கள் மீது அதிகாரம் செலுத்துகிறான். அவன் பிற அமைப்புகளில் பெற்ற வன்முறையையும் சுரண்டலையும் பிரதிபலிப்பவனா யிருக்கிறான். கடைசிக் கண்ணியாயிருப்பவள் மனைவி. அவள் பொருளாதாரம் சார்ந்தும் ஒழுக்கம் சார்ந்தும் ஒடுக்கப்படுகிறாள். குடும்ப அங்கத்தினர்கள் படிநிலையில் கீழுள்ளோர் மீது முடிந்தளவு அதே அதிகாரத்தைப் பரப்புகிறார்கள். அதிகாரமும் வன்முறையும் சுரண்டலும் கூடுதலாகப் புலனாகும் இடம், சமூகத்தின் அடிக்கட்டுமானமாயுள்ள குடும்பம்தான். அது சிதைந்துகொண்டிருப்பதின் சித்திரங்கள் இக்கதைகள். இவற்றை வாசிக்கையில் நமக்குள் உறைந்திருக்கும் வன்முறையானது தலையெடுக்கக்கூடுமென்ற அச்சம் தவிர்க்கவியலாததாகிறது.

“வருகை’ கதை ஒரு சிறுவனின் நோக்கில் சொல்லப்படுவது. கதை சிறுவனுடைய நிகழ்காலமென்றால், அப்பா, அம்மாவினுடையது இறந்தகாலமாகவும் சிறுமியினுடையது எதிர்காலமுமாகிறது. முதலில் சிறுவனின் இயல்புத்தன்மை யான விளையாட்டு, குடும்பத்தால் தடைபடுவதால் அவன் தோற்றவனாகிறான். அவனுடைய சுயமுன்னேற்றக் கருவியான கல்வியும் குடும்பத்தால் பாதிக்கப்படுகிறது. அப்பா குடித்துவிட்டு நனவிலியிலுள்ளவற்றையெல்லாம் கதைப்படுத்துகிறார். வேலைசெய்யும் பனியன் தொழிற்சாலை தொடர்பான அவரின் பொருளியல் உலகமும், அவருடைய எம்ஜிஆர் உதிரி அரசியலும் அவருக்குள் அழுத்தப்பட்ட வெள்ளைத்தோல் சம்மந்தப்பட்ட காம உணர்வுகளும் ஒன்றோடொன்று பிணைந்து, சிறுவனுக்கு அவராலேயே வெளிப்படுத்தப்படுகின்றன. தெருவில் குடித்துவிட்டு விழுந்து கிடப்பவர் வீடு திரும்ப வேண்டுமெனச் சிறுவன் வேண்டிக்கொண்டாலும் அவனும் எதிர்காலத்தில் தன் அப்பாவைப் போல் ஆவான். ஏனெனில் அவனும் அப்பாவைப் போல் அடியைத் தவிர வேறொன்றும்

அறியாமல் வளர்பவன். ஆனால் அவனுடைய அம்மாவின் வேண்டுதல்கள் அவனை வேறாக்கவும் செய்யலாம். இரண்டுக்கான வாய்ப்புகளையும் கதை திறந்து வைத்திருக்கிறது.

“மதில்கள்” என்ற கதையில், மஞ்சுளாவின் குடிகாரக் கணவன் பெயர் மது. குழந்தைப் பேறில்லாதது அவளுக்கு வேண்டுமானால் குறையாயிருக்கலாம், அவனுக்கு இழப்பாயில்லை என்று படுகிறது. அவன் குடித்து, சூதாட்டத்திலும் தோற்று வீட்டுக்கு வந்து மனைவியைத் தாக்குகிறான். எதெல்லாம் வீட்டிலுள்ளதோ அத்தனையாலும். முக்காலி, முருகன் படம், நிலைக் கண்ணாடி. மஞ்சுளா குழந்தை வரம் வேண்டிக் கருட தரிசனத்துக்குக் காத்திருக்கிறாள் என்னும் தகவல் போகிற போக்கில் கதை நடுவில் வருகிறது. முடிவில் அதே கருடன் தோன்றுகையில் அவளால் வணங்க முடிவதில்லை.

“வாக்குமூலம்” கதையின் முக்கியப் பாத்திரங்களெல்லாம் பெயரற்றுப் பொதுப்படையாயிருக்கின்றன. ஆனால் உதிரிப் பாத்திரங்கள் அத்தனையும் பழனிச்சாமி, ராஜேந்திரன், பாலன், மரகதக்கா, மகாதேவன் சார், பத்மநாபன் அண்ணா, சுந்தரியக்கா என்ற பெயர் அடையாளங்களுடனிருக்கின்றன. இக்கதையை நிகழ்த்துபவன் ஒரு பெண்ணைப் பாலியல் பலாத்காரத்துடன் கொலையும் செய்து போதையில் பெற்றோரை நினைத்தபடி தற்கொலைக்காளாகிறான். கிணற்றை நோக்கி உள்ளாடையுடன் நடக்கிறான். நீரில் மிதக்கையில் நிர்வாணமாக மிதக்கிறான். இது போன்ற இடங்கள் வாசிப்பால்தான் நிரப்பப்பட்டாக வேண்டும். இப்படி அனைத்தையும் கூறிவிட்ட மேற்தோற்றத் துடன் கதைகள் இயங்கினாலும் உள்ளே வாசிப்பதற்கு நிறைய இடைவெளிகளைக் கொண்டிருக்கின்றன

“இரவுக் காட்சி” கதையில் இருவர் இரவுக்காட்சி திரைப்படம் செல்கிறார்கள். அவர்கள் மேம்பாலத்தின் அடியில் திரும்ப வேண்டியதாகிறது. அங்கு மேலேயுள்ள வெளிச்ச உலகம் தலைகீழாக்கப்பட்டது போல் தோன்றுகிறது. பிச்சைக்காரர்கள் வருவாயைக் கணக்கிட்டுக்கொண்டிருக்கிறார்கள். பாலியல் தொழில் மும்முரமாக நடக்கிறது. ஒரு சிறுவன் கத்தியைக் காட்டி இவர்களைக் கொள்ளையடிக்க முயலுகிறான். இவை எல்லாவற்றிலும் கதைசொல்லி வெறும் பார்வையாளனாக மட்டுமில்லாமல் பங்கேற்பவனுமாகிறான். பிச்சைப்பாத்திரத்தைப் பிடுங்கி வீசுகிறான். சிறுவனை எதிர்க்கிறான். பாலியல் உறவு கொள்ள விழைகிறான். பாலியல் தொழிலாளியை இரவில் தாக்கியதோடு மட்டுமில்லாமல் பகலிலும் கண்டுபிடித்துத் தாக்குகிறான். நகரில் காவல்துறையின் தீவிரக் கண்காணிப்பு

அமுலாக்கப்பட்டிருந்தது என்று கதையில் ஒரு வரி வருகிறது. அது கதையின் அச்சாகிறது. கடும் ஒழுக்க விதிகள் மறுமுனையில் எல்லையற்ற மீறலைத்தான் உருவாக்கும் போலும்.

இரண்டாவது தொகுப்பிலுள்ள "அரூப நெருப்பு" கதையும் குடும்பமெனும் அமைப்பு தன்னை மறு உற்பத்தி செய்துகொள்வதைக் காட்டுகிறது. அதன் கதைசொல்லியால் ஓர் உதிரியாக இருக்க முடியவில்லை. குடும்பம் தரும் குறைந்தபட்ச பாதுகாப்பைப் பெற விரும்புகிறான். அதற்குத் தடையாகவுள்ள சக குடும்ப மனிதர்களை இயல்பான தந்திரத்தால் நீக்குகிறான். இறுதியில் அவனால் அக்குடும்பத்துக்குத் தலைமையேற்கவும் முடிகிறது. அது, குடும்பத்தின் ஓர் அங்கமாக மாறினால்தான் ஒருவரால் பிற நிறுவனங்களிலும் பங்கு பெற முடியும் என்ற நிலையிருப்பதைக் காட்டுகிறது. அப்போதுதான் வாழ்க்கை இன்பத்தைச் சுலபமாகத் துய்க்க முடியும் என்பதையும்.

இரண்டாவது தொகுப்பிலுள்ள மற்றொரு கதை "வாசனை" பொதுவான கதைகளிலிருந்து மிகவும் வித்தியாசமான பிணவறையின் பின்புலத்தைக் கொண்டது. பிணவறை என்பது ஒரு வீட்டை ஒப்பீடு செய்துவிடுகிறது. அதன் பணியாளன் இரண்டுக்குமான சங்கிலிப் பிணைப்பு. பிணம் ஈறு தெரிய அவன் இருப்பை நோக்கி கேலியாக நகைப்பதையும் நுண்மையாகக் காட்டுகிறது. அவன் சொல்லலில் மனைவி உணர்ச்சியற்ற பிணத்தை ஒத்திருக்கிறாள். அதனால். சவங்கள் அவனுக்கு உடன் வாழும் உறுப்பினர்களாகிறார்கள். அவளுடைய கூறலில் கணவன் பிணங்களுடன் வாழ்பவன். அவளுடைய உயிர்ப்பான குடும்ப உலகில் பிணமான அவனுக்கு இடமில்லை.

இக்கதைகள் பெரும்பாலும் இயல்பு முடிவுகளைக் கொண்டிருப்பவை. அவை எப்போதும் திடீர்த் திருப்பங்களோ டிருப்பதில்லை. எளிய மனிதர்களின் கதைகளாதலால் சாதாரண முடிவுகள் என்கிற வெளித் தோற்றத்தைக் கொண்டிருப்பவை. எழுத்தாளர் வண்ணநிலவனின் பல கதைகள் இயற்கையின் சிறு சலனங்களின் முத்தாய்ப்புகளுடன் முடிகின்றவை. அவை பிரபஞ்ச இயக்கத்தைப் பிரதிபலிப்பதின் சிறு படிமமாகும். அவ்வாறு கே.என். செந்திலின் "மீட்சி" கதை, "பெரிய மழை பெய்வதற்கான முஸ்தீபுகளோடு தூறல்கள் சடசடவென விழத் தொடங்கின' என்று முடிகிறது. இரண்டாவது தொகுப்பிலுள்ள "வெஞ்சினம்", முதல் தொகுப்பிலுள்ள "கதவு எண் 13/78", "காத்திருத்தல்", "வாக்குமூலம்" போன்ற கதைகள், வாழ்க்கையின் இறுதியாயிருக்கும் மரணத்தில் போய் முடிகின்றன. வேறு சில கதைகள் நாவல்களினுடையவை போல் தன்னியல்பான

முடிவுகளைக் கொண்டிருக்கின்றன. அவை நெடிய வாழ்வின் அடுத்த அத்தியாயத்துக்கான தொடக்கமாயிருக்கின்றன போலும்.

இக்கதைகளில், ஒரு பாத்திரம் பூமியை உதைத்து மிதிக்கிறது. நந்தி எழுந்து நிற்கும்போது உலகம் அழியுமென்றால் அது நிற்க வேண்டுமென மற்றொரு பாத்திரம் விரும்புகிறது. இப்படி மனித மனதினடியில் உறைந்துள்ள தீமைகள், அழிவுகள், சிதைவுகள் போன்றவற்றைத்தான் கதைகள் தரிசனமாக முன்வைக்கின்றன. திருடனை நோக்கி ஒரு குழந்தை பறக்கும் முத்தத்தை வழங்குவது, தெருவில் குடித்துவிட்டு வீழ்ந்திருப்பவர் வீடு திரும்ப வேண்டுமென ஒரு சிறுவன் நினைப்பது போன்றவை அபூர்வமான தருணங்கள். அப்படி முளைத்தெழுபவற்றையே இக்கதைகள் மறைமுகமாக உணர்த்த நினைக்கின்றன.

தமிழகக் கோட்டைகள்

அடையும் இலட்சிய வடிவம்

இந்த நூல் அம்ருதா பதிப்பகத்தால் 2006இல் வெளியாகியிருக்கிறது. இது தமிழகத்தின் பெரும்பாலான கோட்டைகளுக்குச் சென்று வந்த பயண, வரலாற்று அனுபவங்களின் செறிந்த தொகுப்பு. விட்டல்ராவ் சுமார் இருபது கோட்டைகளை நேரில் கண்டும் கேட்டும் அவற்றைப்பற்றி அரசிதழ்கள் போன்றவற்றின் துணைகொண்டு ஆராய்ந்தும் சிரத்தையுடன் பதிவாக்கியிருக்கிறார். ஆங்கிலேயர்கள் தம் அறிதலுக்காகவும் ஆள்வதற்கும் உதவும் என்பதாலும் கூட நடப்பவற்றை ஆவணப்படுத்துவதில் வல்லுனர்கள். அவர்களின் பதிவேடுகள், அனைத்தையும் கண்டு கேட்ட நேரடித் தகவல்களால் உடனுக்குடன் உருவாகியிருக்கின்றன என்பதும் கூட இந்நூல் வழியாகத் தெரிகிறது. விட்டல்ராவ் ஒவ்வொரு கோட்டைக்கும் வெவ்வேறு கால கட்டங்களில், வயதுகளில் சென்றிருக்கிறார். முதலில் பள்ளியில் ஏறக்குறைய இரண்டாவது படிவம் படிக்கையில் தன் பெற்றோர்களுக்குத் தெரியாமல், அவர்கள் வழக்கமாகத் தடைபோடுவார்கள் என்பதால், தன் அண்ணனுடன் நண்பனுடன் கோட்டைகளுக்குச் செல்கிறார். அது விளையாட்டு மனப்பான்மையுடன் போவதாயிருக்கலாம். அல்லது இயல்பாகத் தோன்றிய ஆர்வம். நண்பன் அவருக்குக் கோட்டைகளுடன் சேர்த்து, புகைபிடிப்பதையும் பாலியல் புத்தகத்தையும் அப்போது அறிமுகப்படுத்த

மு. குலசேகரன்

முயற்சிக்கிறான். விட்டல்ராவ் அவை தேவையற்றவையென்பதால் மறுக்கிறார். அவர் பெரும்பாலும் தன் குடும்பம் வாழ்ந்த ஊரில், கண்ணெதிரில் தெரிந்த கோட்டைகளால் ஈர்க்கப்பட்டுச் சென்றிருக்கிறார். முட் புதர்களும் கற்களும் ஆளற்ற தனிமையும் பயமுறுத்த சில சமயங்களில் திரும்பியும் வந்திருக்கிறார். பின்பு வளர்ந்து நான்காவது ஐந்தாவது படிவம் படிக்கையில் செல்கிறார். அரசுப் பணியிலுள்ள அவருடைய தந்தை உடன் அழைத்துச் சென்றிருக்கிறார். கோட்டைகளின் வரலாற்றையும் நிலவியலையும் அப்பா விரிவாகச் சொல்பவராயிருக்கிறார். அது விட்டல்ராவின் பிறகான கோட்டையின் நீள் பயணங்களுக்கு விதையாயிருக்கலாம். விட்டல்ராவ் மறுபடியும் ஐம்பத்தைந்தாவது வயது வாக்கில் கோட்டைகளை நோக்கிப் போகிறார். மீளவும் சில கோட்டைகளுக்கு இந்தக் கட்டுரைகளை எழுதுவதற்காகவும் சவால் மனோபாவத்துக்காகவுமெனலாம். தன் அறுபத்துமூன்றாம் வயதில் சென்று வந்திருக்கிறார். இக்கடைசிக் காலத்தின் சில பயணங்களில், அவருடைய வயதில் பாதியளவுள்ள இளம் நண்பர் ஒருவருடைய துணை அமைந்திருக்கிறது.

விட்டல்ராவ் பெரும்பாலும் தனியாகக் கோட்டைகளுக்குத் தொடர்ந்து சென்றுகொண்டிருந்திருக்கிறார். கையில் தண்ணீர் பாட்டில் ஒன்றின் துணையுடன் அடிவாரங்களிலுள்ள கடைக்காரர்களிடமும் மற்றவர்களிடமும் அவர் வழக்கமாகக் கேட்கும் கேள்வி, "மேலே ஒன்றும் பிரச்சினையில்லையே." பாழடைந்த கோட்டைகளுக்குள் சாராயம் காய்ச்சுவது, விற்பது போன்றவை நடைபெறுவது இயல்பு. "பார்த்துப் போங்க" என்பது பதிலாகக் கிடைக்கிறது. அவர் தேடிச்செல்லும் இடங்களைப் பலருக்குத் தெரிவதில்லை. அரசு ஊழியர்கள், முதியவர்களும் கூட கோட்டைகளை அறிந்திருப்பதில்லை. காவல் துறையினருக்கு கோட்டை காணவில்லை என்பதை விளங்கிக்கொள்ள முடிவதில்லை. விட்டல்ராவ் தாமாக வழியறிந்து கோட்டைகளை நெருங்குகிறார். ஏறக்குறைய அனைவரும் கோட்டைகளுக்கு அவர் போவதைத் தடுப்பவர்கள். இளம் வயதில் பெற்றோர்களென்றால், வயதான பிறகு மற்றவர்கள். "அது மிகவும் உயரம். உங்களால் போக முடியாது." அவர் சொல்கிற பதில், இருத்தலியல் புனைவுகளில் வருவது. கோட்டைகள் என்கிற பெரும் ஆக்கங்கள் முன்னால் கொள்கிற பணிவும், தன்னை உணர்கிற சிறுமையும்கூட. "முடிந்தளவு ஏறுவேன். முடியாவிட்டால் இறங்கிவிடுவேன்." இதுவே அவரை ஒவ்வொரு கோட்டைகளுக்குள்ளும் புக வைக்கிறது எனலாம். பல இடங்களில் ஆடு, மேடு மேய்ப்பர்களே அவருக்கு நல் வழிகாட்டிகளாகவும், வரலாற்றுக் கதைசொல்லிகளாகவும், உணவு ஈபவர்களாகவுமிருக்கிறார்கள்.

உற்ற சொல்லைத் தேடி

விட்டல்ராவால் ஒருபோதும் கோட்டைகளை அடைய முடியாமல் போவதில்லை. மலைகளின் உச்சத்தில் சென்று நிற்கிறார். அவர் காண்பது பெரும்பாலும் முட்கள், கற்கள், சிதிலங்கள். அங்கு என்றோ மறைந்துபோன கோட்டையின் தடயங்களைக் கண்டுபிடிக்கிறார். இவை நுழைவு வாயில், தர்பார் மண்டபம், மாளிகை, குளியலிடம், நீர் நிலை, தானியக் களஞ்சியம், வெடி மருந்துக்கிடங்கு, சிறைச்சாலை, சமாதி என்று. அந்த நிலம் ஏற்கெனவே அவர் வந்துசென்ற பரிச்சயமான இடம்தான். இப்போது அழிவுகள் கூடியிருக்கின்றன, அவருக்கு வருடங்கள் அதிகமாகியிருப்பதைப் போல். அவருக்கு இன்னும் தேடிக் கிடைப்பதற்கு நிறையவுள்ளன. கோட்டைகளின் வரலாற்றையும் உப கதைகளையும் அவற்றின் அமைப்புகளையும் ஆராய்ந்தறிந்த வண்ணமிருக்கிறார். அவர் பதிவதற்கு சலிப்பதில்லை. அவற்றை முற்கால, சமகால வாழ்க்கையுடன் புனைவைப்போல பொருத்தவுமியலுகிறது. அவர் மீள வருகையில் ஒருமுறை கண்டுபிடிக்கிறார், ஐம்பது வருடங்களுக்கு முன், இளம் வயதில், பள்ளிச்சுற்றுலா வருகையில், தம்முடன் வந்த சக மாணவன் கிறுக்கியிருந்ததை. “அன்னமய்யன், இரண்டாம் படிவம்” என்ற எழுத்துகள் கோட்டைச் சுவரில் இன்னும் அழியாமலுள்ளன. அவருக்குக் கோட்டைக்ள் போன்ற வரலாற்றுத் தலங்களுக்கு ஆசிரியர்கள் அன்புடன் உண்டி கொடுத்து சிறு சுற்றுலாவாக அழைத்து வருகிற நற்சூழலும் வாய்த்திருக்கிறது.

விட்டல்ராவ் சென்ற கோட்டைகள் உயர்ந்தவை, முறையான வழிகளற்றுத் தகவல் தொடர்புகளற்றவை. அரைகுறைப் படிக்கட்டுகள், வழித்தடங்கள் மட்டும் உள்ளவை. அவரிடம் உத்வேகமிக்க தொடர்ந்த தேடலிருந்தது. இப்புத்தகத்தின் தொடக்கத்தில் தன்னிடமிருக்கும் அழகியல் சிந்தனையைப் பற்றிக் கூறிவிடுகிறார். அழகியல் என்றால் அவர் கொள்ளும் பொருள் : உன்னத நிலை, வசீகரம், காட்சியமைப்பு, உணர்ச்சிகரம். அவற்றை நாடியே அவர் திரும்பத்திரும்பக் கோட்டைகளுக்கு வருகிறார். அவற்றைத் தொடர்ந்து அனுபவிப்பராயிருக்கிறார். சிதைந்து உருமாறிய கோட்டைகளிலும் அவரால் பழைய நிலையைக் கற்பனை செய்து ரசிக்க முடிகிறது. அந்த அழகியல் சிந்தனையை லௌகீகத்துக்கு மாற்றாகவும் வைக்கிறார். அதையே பிறருக்கும் கடத்த முயற்சிக்கிறார்.

இப்போது மிகுந்த பொருளீட்ட இந்தியாவிலிருந்து வெளிநாடுகளுக்குச் செல்கிறார்கள். அதே போல், பதினெட்டாம் நூற்றாண்டுகளில் ஐரோப்பாவிலிருந்து அதிகப் பொருளீட்ட இந்தியா போன்ற கீழைத் தேய நாடுகளை நோக்கி வருகிறார்கள். அவர்கள் தகுதியற்ற, வெறும் ஆசை மட்டும் கொண்டோர்.

ஆரம்பத்தில் இந்தியா வருவோருக்கு அது தண்டனையாகக் கூட இருக்கிறது. இங்கு வேறு மொழி, கலாச்சாரம், தட்பவெப்ப நிலை. அதனால் அவர்களுக்கு வாழ்க்கை போராட்டமாக மாறுகிறது. அதனூடே அளவற்ற சுரண்டல், ஊழலால் பெரும் பொருளீட்டுகிறார்கள். கிழக்கிந்தியக் கம்பெனியை நிலைநிறுத்திய ராபர்ட் கிளைவ் இருபதாண்டு கால இந்தியப் பணியில், கடைசியில் இங்கிருந்து எடுத்துச் சென்றது அன்றைய பெருந்தொகை இரண்டு இலட்சம் பவுண்ட்கள். அத்தகைய ஐரோப்பியர்களுக்கு இந்தியாவைப் பற்றி அறியும் தேவையிருந்திருக்கிறது. அக்காலத்தில் புகைப்படக்கருவிகள் இல்லை. எனவே, கிழக்கிந்தியக் கம்பெனியுடன் தொழில்முறை ஓவியர்களும், அமெச்சூர் ஓவியர்களும் சேர்ந்து வருகிறார்கள். அவர்கள், இன்றைய புகைப்படக் கருவிகளுக்கு முன்னோடியான ஆடிக் கருவிகளின் உதவியால், இந்தியாவின் நிலவெளிகளை, கோயில்களை, கோட்டைகளை, மனிதர்களை வரைகிறார்கள். அவற்றைப் பதிப்போவியங்களாக்கி ஐரோப்பாவில் விற்கிறார்கள். ஐரோப்பியருக்கு அது சிறந்த அறிதல் முறையாயிருக்கிறது. அப்படி வந்தோரே உறவினர்களான வில்லியம் டேனியல், தாமஸ் டேனியல். அவர்களில் ஒருவர் கோச் வண்டிக்காரரர் ஒருவரிடம் ஓவியம் வரைய ஏழு ஆண்டுகள் பயிற்சியும் பெறுவது வியப்பான செய்தி. அவர்களிருவரும் இந்தியா முழுவதும் சுற்றி ஓவியங்கள் வரைந்து பதிப்போவியங்களாக்கி விற்கிறார்கள். அவை இப்போதும் அருங்காட்சியகங்களில் உள்ளன. அவற்றின் துணைகொண்டே விட்டல்ராவ் கோட்டைகளைச் சென்று காண்கிறார். டேனியல் ஓவியர்கள் பயணப்பட்ட பாதையில் சென்றுதான் இந்த நூலை அவர் எழுதியிருக்கிறார். ஒவ்வொரு கோட்டையின் அழகியல் அம்சங்களை அந்த ஓவியங்களுடன் ஒப்பிட்டுப் பார்க்கிறார். அவர் தமிழகக் கோட்டைகளை டேனியல்களின் வழியாகப் பின் தொடர்வதைத் தொடர்ந்து நினைவு கூர்கிறார்.

விட்டல்ராவ் சிறந்த நாவலாசிரியர், சிறுகதை எழுத்தாளர், கட்டுரையாசிரியர், ஓவியம், திரைப்படக் கலை ஞானம் மிக்கவர். அவர் மிகச்சிறந்த பயணியாகவுமிருக்கிறார். அவரிடமுள்ளது மாபெரும் தொடர் தேடல். அதுவே அவரை கோட்டைகளை நோக்கி இட்டுச்செல்கிறது. கோட்டைகள் இலட்சிய வடிவங் களுக்கான பருண்மையான குறியீடுகள் போன்றவை. அவை அடைந்து தீர வேண்டும் என்னும் ஆசையைக் கிளர்த்துபவை. இறந்தகாலத்தின் உறைந்த படிமங்களாக இன்னும் நீடித்து நிலைத்திருப்பவை. விட்டல்ராவ் தான் இளமையில் வாழ்ந்த ஓமலூர், நாமக்கல் கோட்டையில் ஆரம்பித்து, கிருஷ்ணகிரி, தேன்கனிக்கோட்டை, ஒசூர் கோட்டை, தர்மபுரிக் கோட்டை,

சந்திரகிரிக் கோட்டை, தரங்கம்பாடிக் கோட்டை, திருமெய்யம் கோட்டை, வேலூர் கோட்டை, செயிண்ட் ஜார்ஜ் கோட்டை என்று கடைசியாக ஸ்ரீரங்கப்பட்டிணக் கோட்டையில் வந்து முடிக்கிறார்.

சேலம், கிருஷ்ணகிரி, தர்மபுரி, ஒசூர், ஊத்தங்கரை போன்ற அருகருகேயுள்ள பன்னிரண்டு மாவட்டங்களை உள்ளடக்கியது பாரமஹால் பகுதி. ஜெகதேவிராயன் என்ற சிற்றரசன் தன் பன்னிரெண்டு பிள்ளைகள் ஆள்வதற்காகப் பிரித்துக் கொடுத்த நிர்வாகப் பிரிவுகளென்றும் கூறப்படுகிறது. இப் பகுதி முழுவதும் கோட்டைகளால் நிறைந்தது. இவற்றையெல்லாம் விட்டல்ராவ், தன் தந்தையின் வேலை மாற்றல்களால் பல இடங்களில் வாழ்ந்து, இளமை முதல் ஆர்வத்துடன் கண்டுவந்திருக்கிறார். அந்த அறியும் உத்வேகம் அவரைவிட்டு ஒருபோதும் அகல்வதில்லை. பாரமஹால் அவர் பிறந்து வாழ்ந்து பிரிந்த நிலப்பகுதியும் கூட. அதை அவர் தன் நினைவுகளில் தொடர்ந்து நீடிக்க வைக்கிறார். இந்த நில வெளி பா. வெங்கடேசனின் "தாண்டவராயன் கதை" என்னும் நாவல் களமாகவும் விரிந்திருக்கிறது. திப்புவின் போராட்டம், பிரெஞ்சுப் புரட்சி, இந்தியாவின் முதல் விடுதலைப்போர் போன்றவையெல்லாம் பெரும் புனைவாக அதில் கலந்திருப்பதைக் காணலாம்.

கோட்டைகளைப் பற்றி பண்டைய வேதங்களில் குறிப்புகளுள்ளன என்றும் அவை வாஸ்துசாஸ்திர மரபின்படி கட்டப்படுகின்றன என்றும் விட்டல்ராவ் கூறுவது ஆச்சரியமூட்டுவது. தீவுக்கோட்டை, மலைக்கோட்டை, சமவெளிக்கோட்டை, காட்டுக்கோட்டை எனப் பல வகைகளாகவும் செயற்கைக்கோட்டை, இயற்கைக்கோட்டை என்றும் கோட்டைகள் பிரிக்கப்படுகின்றன. மலைகள், ஆறுகள் சூழ உள்ளவை இயற்கைக்கோட்டைகள். செயற்கைக் கோட்டைகள் பாதுகாப்புக்காக அகழிகள், அரண்களால் அமைக்கப் பட்டவை. இவை போன்ற அடிப்படைத் தகவல்களைத் தெரிவிப்பதுடன், கோட்டைகளின் அமைப்பையும் விட்டல்ராவ் நுட்பமாக விவரிக்கிறார். சுமார் முன்னூறு வருடங்களுக்கு முன்பிருந்த அமைப்பை டேனியல்களின் ஓவியங்களுடன் ஒப்பிட்டுக் காட்டுகிறார். இவற்றின் மூலம் வாசிப்பைத் தொடர் பங்கேற்பாக மாற்றுகிறார்.

குறுநில மன்னர்களால், மராட்டியர்களால், விஜய நகரப் பேரரசுகளால், முகலாயர்களால், ஹைதர் அலி, திப்பு சுல்தான்களால், வெளிநாட்டு ஆள்வோர்களால் கட்டப் பட்டும் விரிவாக்கப்பட்டும் பலப்படுத்தப்பட்டும் வந்தவை கோட்டைகள். கோயில்களையும் கருவூலங்களையும் தானிய

சேகரிப்புக் கலங்களையும் போர்க்கருவிக் கூடங்களையும் வெடிமருந்துக் கிடங்குகளையும் சிறைச்சாலைகளையும் ஆளுவோர்களையும் எதிரிகளிடமிருந்து பாதுகாத்துக்கொள்ள அவை கட்டப்பட்டவையாயிருக்கின்றன. அன்றி, சாதாரண மக்களையும் அவர்களுடைய பொருட்களையும் பேணுவதற்கான அமைப்புகளல்ல. எளியோர் கோட்டைகளுக்கு வெளியில் வாழ்பவர்கள். அந்த இடங்கள்தாம் பேட்டைகள் எனப்படுகின்றன. ஆள்வோர் எதிரிகளுடன் போரிட்டு மீள வந்து பாதுகாப்பாகப் பதுங்குவதே கோட்டைகளென்றுபடுகிறது. எதிரிகள் பதிலுக்குத் தாக்கி முற்றுகையிடுகையில் பல்லாண்டுகள் ஒளிந்திருப்பதும் நடக்கிறது. குடிமக்கள் போரிட்டும் பட்டினி கிடந்தும் அடைபட்டும் பலியாக நேரிடுகிறது.

கோட்டைகளைப் பற்றி விட்டல்ராவ் எழுதுகையில் திப்புசுல்தானின் வரலாறும் ஊடு பிரதியாக வருகிறது. கிழக்கிந்தியக் கம்பெனியுடன் நீண்ட சமரை திப்பு, கோட்டைகளிலிருந்து புரிய வேண்டியிருக்கிறது. பிரெஞ்சுப் படைகளின் துணையுடன் தொடக்கக் காலப் போர்களைத் தொடர்ந்து வெல்கிறார். அவர்களின் உதவியால்தான் பிரமிப்பூட்டும் ராக்கெட் தொழில் நுட்பம் கிடைத்திருக்கிறது. முதலில் திப்புவை ஆதரித்த பிரான்ஸ், பிறகு பிரிட்டன் ஏற்படுத்திக்கொண்ட உடன்படிக்கையால் எதிரியாகிவிடுகிறது. ஹைதரபாத் நிஜாம் போன்ற உள்நாட்டு எதிரிகளையும் கிழக்கிந்தியக் கம்பெனி சேர்த்துக்கொள்கிறது. அதனால் தோல்வியுறும் திப்பு, சமாதான உடன்படிக்கைகளை மேற்கொண்டு சில கோட்டைகளை ஒப்படைக்கிறார். அமெரிக்காவில் சீரான பணியாற்றாமைக்குத் தண்டனையாக காரன்வாலிஸ் இந்தியா வருகிறார். இங்கு கவர்னரானதும் திப்புவுடனான போர்களில் வெற்றிகள் பெறத் தொடங்குகிறார். திப்பு தன் இரு புதல்வர்களையும் கூட பணயக்கைதிகளாக வைக்க நேர்கிறது. ஒவ்வொரு கோட்டையாக இழக்கும் திப்பு இறுதியாக ஸ்ரீரங்கப்பட்டிணக் கோட்டையில் தஞ்சமடைகிறார். அங்கு தன் உற்ற உறவினரும் தளபதியுமான மீர் சாதிக்கின் துரோகத்தால் தோற்கிறார். கோட்டைக் கதவுகள் மீர் சாதிக்கால் திறந்து வைக்கப்படுகின்றன. திப்புசுல்தான் கடைசிவரை பிரிட்டனுடன் சமாதான உடன்படிக்கைக்கு முயற்சிக்கிறார். அதேபோல் அவர் தோல்வியடையாமலிருக்க வேள்விகளையும் பூசைகளையும் நடத்திக்கொண்டிருந்திருக்கிறார். கோட்டைக்கு நீர் கொண்டு வரும் சிறு வாசல் காட்டிக்கொடுக்கப்பட்டிருக்கிறது. அதன் வழி பிரிட்டிஷ் படை உட்புகுகிறது. 1799இன் ஒரு நாளன்று திப்பு தன் புகழ்பெற்ற வாளையேந்திப் போராடி இறக்கிறார். அவரை பிரிட்டிஷ் படைக்கு அடையாளம் தெரிவதில்லை. திப்பு தன் தலைப்பாகை கீழே விழ வெற்றுத் தலையுடன் போரிடுவது

ஓவியமாக அருங்காட்சியகத்திலிருப்பதையும் விட்டல்ராவ் கூறுகிறார். பெரும்பாலான தமிழகக் கோட்டைகளின் வரலாறு திப்புசுல்தானுடையதாகவுமிருக்கிறது. சிறந்த வரலாற்று நாவல் ஒன்றின் இறுதி அத்தியாயம்போல் ஸ்ரீரங்கப்பட்டிணக் கோட்டைப் பயணம் கடைசியாக அமைந்திருக்கிறது.

கோட்டைகள் எதிரிகளால் வெல்லப்படுவதைக் காட்டிலும் துரோகங்களாலும் சதிகளாலும் வீழ்த்தப்பட்டிருக்கின்றன. (இவற்றை "திப்புவின் வாள்" என்ற நாவல் (பகவான் எஸ்.கித்வானி. தமிழில்: டாக்டர் வெ.ஜீவானந்தம்) புனைவாக விவரிக்கிறது) பிரிட்டிஷார் பணத்தாசையையும் பொருளாசையையும் காட்டி வஞ்சகத்தால் இதை சாதித்திருக்கிறார்கள். பல கோட்டைகள் அவர்களால் வென்று சிதைக்கப்பட்டிருக்கின்றன. ஸ்ரீரங்கப்பட்டிணக் கோட்டை கொள்ளையடிக்கப்பட்டதுமில்லாமல் ஓராண்டாகத் தங்கியிருந்து முழுவதுமாக அழிக்கப்பட்டிருக்கிறது. அவர்கள் ஆள்வதற்கு ஏற்றவையில்லாத கோட்டைகளெல்லாம் கைவிடப்பட்டிருக்கின்றன. வெடிமருந்துக் கிடங்குகள் வெடித்த விபத்துகளாலும் சிதைந்துள்ளன. பிறகு இயற்கையாகவும் போதிய பராமரிப்பற்று வலிமை குன்றியும் அழிந்திருக்கின்றன.

கோட்டைகளின் வரலாற்றுடன் உட்பொதிந்துள்ள நுண் வரலாற்றையும் அவற்றையொட்டி வழங்கப்படுகிற வாய்மொழிக் கதைகளையும் புனைவுகளையும் கூட விட்டல்ராவ் பதிவாக்கியுள்ளார். அதிலொன்றின்படி, ஒசூர் கோட்டையை பலமுடன் கட்ட திப்புசுல்தானால் ஐரோப்பியப் போர்க்கைதியான காப்டன் ஹாமில்டன் நியமிக்கப்படுகிறார். அவரும் தன் பணியைச் செய்து முடிக்கிறார். எதிரிலுள்ள சந்திரசூடிசுவர மலையிலிருந்து பீரங்கிக்குண்டுகளால் நேராக தாக்குவதற்கேற்ப அந்தக் கோட்டை அமைந்துள்ளதாகச் சில சதியாளர்கள் திப்புவிடம் தெரிவிக்கிறார்கள். காப்டன் ஹாமில்டனுக்கும் மற்றொரு இளம் ஐரோப்பிய இளைஞனுக்கும் அவர் சிரச் சேதம் விதிக்கிறார். கிராமத்திலிருந்து அழைத்து வரப்பட்ட சக்கிலியர் ஒருவரால் தலைகள் அறுபடுகின்றன. இவற்றை ஒய்ட் என்பவர் கதை போல் எழுதுகிறார். தலைப்பு : எ பேர் ஆப் காம்பஸஸ். ஒசூரில் கட்டடம் கட்டுகையில் கொத்தனார் ஒருவர் காம்பஸ் கருவிகளை உபயோகிப்பதை ஒய்ட் காண்கிறார். விசாரிக்கையில், தன் தந்தைக்கு காப்டன் அம்படன் என்பவர் அக்கருவிகளைக் கொடுத்ததாகக் கொத்தனார் கூறுகிறார். ஹாமில்டன் என்கிற சொல் அம்படனாக மருவியிருக்கிறது. இறப்பதற்கு முன்னால் காப்டன் ஹாமில்டன் தன் காம்பஸ் கருவிகளைத் தனக்குக் கீழ்பணியாற்றிய, உயிர் நண்பனாகிய

கொத்தனாருக்குப் பரிசளிக்கிறார். “இதை நினைவுச் சின்னமாக வைத்துக்கொள். இது உன் குடும்பச் சொத்தாக தலைமுறைகளாகத் தொடரட்டும்” என்று கூறுகிறார். மரண தண்டனை நிறைவேற்றப்படுகிறது. கொத்தனார் அந்த இரு உடல்களையும் கெஞ்சிப் பெற்றுத் தன் சொந்த கிராமத்திலுள்ள நிலத்தில் புதைக்கிறார். ஒய்ட் 1876இல் கலெக்டரிடம் இக் கதையைக் கூறுகிறார். அவர்களிருவரும் காப்டன் ஹாமில்டனுடையதும் மற்றொரு இளைஞனுடையதுமான எலும்புக்கூடுகளைத் தேடிக் கண்டு அகழ்ந்தெடுத்துக் கிறித்துவ முறைப்படி அடக்கம் செய்கின்றனர்.

மற்றொரு கதை கிருஷ்ணகிரி கோட்டையைப் பற்றியது. இது முதலில் கிருஷ்ணராஜா என்பவரின் பாதுகாப்பிலிருந்துள்ளது. அதை அமீர்பாஷா ஆறுமாதங்களுக்கு மேல் முற்றுகையிட்டும் பயனில்லை. அவர் கடவுளிடம் வேண்டிக்கொள்கிறார். இறைவன் கனவில் தோன்றி, மறுநாள் பயங்கரப் புயல் வீசுமென்றும், இருவர் மட்டும் அணையாத விளக்கொளியுடனிருப்பர் என்றும், அவர்கள் கோட்டையைக் கைப்பற்றுவார்களென்றும் கூறுகிறார். அதன்படியே மறுநாள் பயங்கரப் புயல் வீசுகிறது. கூடாரங்கள் அழிந்து, எங்கும் இருள் சூழ்கிறது. சையத் பாட்சா, சையத் அக்பர் ஆகியோரின் கூடாரத்தில் மட்டும் விளக்குகள் எரிந்துகொண்டிருக்கின்றன. அவ்வொளியில் அவர்கள் குர்ஆனை ஓதிக்கொண்டிருக்கிறார்கள். கனவின்படியே இருவரும் கோட்டையைக் கைப்பற்ற முயலுகிறார்கள். எதிரிப் படையால் அவர்கள் தலைகள் வெட்டுண்டாலும் உடல்கள் மட்டும் தீரத்துடன் போராடுகின்றன. கடைசியில் அவர்கள் வீழ்ந்த இடம் தர்காக்களாகி இன்றும் வழிபடப்படுகின்றன. இவை போன்ற வாய்மொழிக்கதைகளே எழுதப்பட்ட வரலாற்றுடன் இணை வரலாற்றையும் அழியாமல் காட்டிக்கொண்டிருக்கின்றன.

விட்டல்ராவ் கோட்டைகளைப்பற்றிக் கூறுகையில் அவற்றின் அழிவையும் சேர்த்து உணர்த்துகிறார். அவர் கட்டுமானங்களோடு தொடர்ந்து இடிபாடுகளையும் சந்தித்துக் கொண்டிருக்கிறார். பெரும் ஆக்கங்கள் காலத்தில் கரைந்து போவதை முன்னுணர்ந்தவாறிருக்கிறார். தன் ஆழ் மனம் கோட்டைகள் அழிவதைக் காணவிரும்புவதையும் தெரிவிக்கிறார். அவர் எண்ணியபடியே, ஒரு முறை செல்கையில், நிலத்தை சமமாக்கும் இயந்திரம் கோட்டையைக் கண்ணெதிரில் இடித்துக் கொண்டிருந்ததைக் கூறுகிறார். பெரும்பாலான கோட்டைகள் சிதைந்த நிலையிலிருப்பதை விரிவாகக் காட்டுகிறார். சில கோட்டைகள் மக்களின் வசிப்பிடங்களாக மாறியிருக்கின்றன. உள்ளே அரசாங்க அலுவலகங்கள் இயங்கிக்கொண்டிருக்கின்றன.

பாதைகளில் வாகனங்கள் ஓடிக்கொண்டிருக்கின்றன. கோட்டைப் பகுதிகள் மக்களுக்குக் கழிப்பிடங்களாகியுள்ளன. மாபெரும் பழைய தானியக் கிடங்குகள் சிலவற்றில் இன்றைய குறைந்தளவு தானியங்கள் பாதுகாப்புக்காகக் கொட்டப்பட்டிருக்கின்றன. வலிமை வாய்ந்த கோட்டைக் கற்கள் பெயர்த்தெடுத்துச் செல்லப்பட்டிருக்கின்றன. வரலாற்றுச் சிறப்பு வாய்ந்த சுவர்களில் தற்காலப் பெயர்கள் தாறுமாறாகக் கிறுக்கப்பட்டிருக்கின்றன.

நீண்ட காலத்தில், அதிகப் பொருட் செலவில், பெரும் மனித உழைப்பில் உருவான மாபெரும் கோட்டைகள் நினைவுகளிலிருந்து மறந்துபோய்க்கொண்டிருக்கின்றன. வாசிக்கப்படாமல் வரலாற்றின் பக்கங்களிலிருந்து அழிந்துகொண்டிருக்கின்றன. கண்களெதிரில் மெதுவாக மறைந்துகொண்டிருக்கின்றன. இந்நூலில் கோட்டைகள் சகல தன்மைகளோடும் விட்டல்ராவால் மீண்டும் அழுத்தமாகக் கட்டியெழுப்பப்படுகின்றன. அவற்றுக்கு எப்போதும் அழிவில்லை.

மு. குலசேகரன்

அபி கவிதைகள்

அந்தி நேர உலா

கவிதை குறியீட்டுரீதியிலான மொழியில் உறவையும் உணர்வுகளையும் பற்றிப் பேசுகிறது. அதனால் வாழ்க்கையில் நுட்பங்களாயுள்ள அம்சங்களைப் புரிந்து கொள்ள முடிகிறது. அப்போது முடிவில்லாமல் அறிந்துகொண்டிருப்பதின் ஆனந்தம் கிடைக்கிறது. பிறகு அதுவே கால ஓட்டத்தில் தனிப்பட்ட அனுபவத்தின் பகுதியாக மாறியும் விடுகிறது. மாறாக அபியின் கவிதைகளில் எல்லாமும் அனுபவ வடிவங்களாகவே உருவாக்கித் தரப்படுகின்றன. அவை வாசகருக்குத் தேடலை அளிக்கின்றன என்பதைவிடவும் தாமே உள் முகத் தேடலை நிகழ்த்திக்கொள்கின்றன எனலாம். அத் தேடல் தனக்குத்தானே உண்மையாயிருப்பதால் ஆழ்ந்த கவித்துவத்தைப் பெறுகின்றன. அதைத் தவிரவும் வேறு நோக்கங்களில்லாதிருப்பதால் அவை பழக்கமான அன்றாடச் சொற்களில் சொல்லப்படுகின்றன. அதனால் தெளிவாயிருப் பதைப் போன்ற மேற்தோற்றத்தைக் கொண்டிருக் கின்றன. அதைக் கடந்தால் முற்றிலும் புதிய சொல் இணைவுகளால் அறிந்திராத தளத்துக்கு இட்டுச் செல்கின்றன.

அபியின் ஆரம்பகாலக் கவிதைகளில் கூரிய படிமங்கள் தனித்து வெளியில் பிரித்தெடுக்கக் கூடியதாகப் புலப்படுகின்றன. பிறகு எழுதப்பட்ட வற்றில் முழுக்கவிதையும் படிமமாக மாறியதாகத் தோன்றுகின்றன. அவை புறத்தில் அசாதாரண

எளிமையுடன் காட்சி கொடுக்கும். உள்ளே செல்லுந்தோறும் திட்டவட்டமாக அறிந்துகொள்ள முடியாத தன்மையை உணரவைக்கும். இன்னும் அணுக்கமாக முயன்றால் புரிவதைப் போன்ற பாவனையைத் தரும். அதை முழுதாக விளக்கிட இயலாது. கடைசியாக அடையப்படுவது இருண்மையே. தெளிந்த மொழியில் பெரும் அர்த்தமின்மையே உருவாக்கப்படுகிறது. இக்கவிதைகளில் மெய்யாய் இருப்பது சூன்யம்தான். இவை அபி கவிதைகளின் தனித்தன்மை. “தெளிவு” கவிதையில் “தெளிவு என்பது பொய்” என்றிருப்பதை இங்கு நினைவுபடுத்திக் கொள்ளலாம்.

அபி கவிதைகள் முதலில், தவிர்க்க முடியாமல் வாழ வேண்டியிருக்கும் இருத்தலை அறிகின்றன. அதனால் தெரிய வருவது நிறைந்துள்ள தடைகளும் எல்லைகளும். அவற்றிலிருந்து தப்பித்துச் சென்றுவிட முயலுகின்றன. பிறகு வாழ்க்கையிலிருந்து விலகியிருப்பதால் கிடைக்கிற சூட்சம வடிவான நிம்மதியை அடைகின்றன. அதைச் சித்திரித்துக்காட்ட கவிதைகள் வழக்க மான பொருள்வயப்பட்ட உருவகங்களைக் கைவிடுகின்றன. கருத்துகளாயிருக்கும் படிமங்களால் தனக்குள் பேசத் தொடங்கு கின்றன. அவற்றை நாம் காது கொடுத்துக் கேட்கிறோம். அப்போது அர்த்தங்களை உருவாக்கிக்கொள்வதற்கு பதிலாக குறியீடுகளாக்கிக்கொண்டு அப்படியே உணர முடிகிறது. அதனாலேயே தொடர்ந்த வாசிப்பில் அபி கவிதைகள், இது வரையிலும் இல்லாத அளவு எல்லையற்ற அனுபவங்களை வழங்குபவையாயிருக்கின்றன.

“புரண்டு படுக்க இடமின்றி/ஒற்றையடிப் பாதை/சலிக்கிறது” என்ற வரிகள் நமக்கு நீண்ட, தனித்த, குறுகிய பழக்கமான பாதையைக் காட்சியாக்குவதுடன், ஒற்றையடிப் பாதையாக மாறி நாமும் சென்றுகொண்டிருக்கும் மேலான அனுபவத்தை அளிக்கின்றன. “ஆடுகள் மலையிறங்கித் / தலைதாழ்த்தி வருகின்றன” எனும்போது “தலை தாழ்த்தி” என்ற ஒரு வார்த்தையே துல்லியமான முழு வடிவை வழங்கிவிடுகிறது. “வானம் சுற்றிலும்/ வழிந்து இறங்குகிறது” என்ற அடுத்த அழகான வரி, மறுபடியும் பிரம்மாண்டப் பிரபஞ்சமெனும் கருத்துக்கு அழைத்துப் போகிறது. “காடு எரிந்த கரிக்குவியலில் / மேய்ந்து களைத்துத் / தணிந்தது வெயில் / என்னோடு சேர்ந்து.” இதில் தன்னையும் இயற்கையின் அங்கமாக்கிக்கொண்டு பார்த்தல் வெளிப்படுகிறது. “மெலிதாக அசையும் வீடுகளும் / தடதடக்காது நகரும் தெருக்களும்” என்று தன்னுடன் சேர்ந்து சடப்பொருட்களும் இயக்கம் பெறுவதாகக் காணுகிறது. “சாயல்... நீண்டு கொண்டிருந்த சாலையில் / நெடு நேரம் நின்றுகொண்டிருந்தது” “யாருமில்லா இரவில் / நீண்டு

உயர்ந்த தேக்குகள்/காட்டின் எல்லைக்குள்/நடமாடித் திரியும்" போன்றவற்றிலெல்லாம் புறத்திலுள்ளவையும் கற்பனையால் உயிரடைந்து சலனமுறும் மாயம் நிகழ்ந்தேறுகிறது.

இதன் கவிதைகள் சொல்லப்படுவதில் ஒருபோதும் வெளிப்படுத்த முடியாத இசைமையையும் படிமங்களாக்கு கின்றன. அது தூய அனுபவத்தைத் தர விரும்புகின்ற முயற்சி. அதை அரூபமாக மட்டும் உணர முடியும். "தந்தியைப் பிரிந்து / கூர்ந்து கூர்ந்து போய் / ஊசிமுனைப் புள்ளியுள் இறங்கி / நீடிப்பில் நிலைத்தது / கமகம்" என வார்த்தைகளால் இசை உணர்வு ஏறக்குறைய விவரிக்கப்பட்டுவிடுகிறது. "சுருதியின்/பரந்து விரிந்து விரவி.../இல்லாதிருக்கும் இருப்பு" என்பது நம்மை நாம் மறந்து போய்விடும் நிலையைத் தருகிறது. இசையின் உருவற்ற தன்மை முடிவில் மௌனம் என உணர்த்த "நூறு வருஷ நீளத்துக்கு / இதன் / ஸ்பரிச சுகத்தில் / அரூபமுற்ற / சுருதி" "... படலமாக்கிப் படர்த்திற்று மௌனம்" என்கிறது. "தாள லயம் மீண்டும் / நீருக்கடியில் / கூழாங்கல் உருளும் ஓசையைப் / பெற்றுவிடும்" "மாட்டு வண்டிகள் / எழுப்பும் ஓசையிலிருந்து / தோன்றினான்" என இயற்கையில் எழும் இசைகளும் படிமங்களாக உருவாகின்றன. இவற்றின் முன்பு நாம் விளங்கிக்கொள்ள முற்படாது வெறுமனே காண்போராக இருக்கலாம். அதனால் தாமாகக் கிடைப்பது நிறைய.

அபி கவிதைகள் சுயதேடலைக் கொண்டிருப்பதால், அவற்றை வாசிக்கையிலும் தனக்குத்தானே சொல்லிக்கொள்வதைப் போலிருக்கின்றன. அவை வினா விடைகளாக, குறிப்புகளாக, நனவோட்டங்களாக உள்ளன. நீ, நான், அவன், இவன் என்று குறிப்பிடப்படுவதெல்லாம் தன்னை நோக்கிப் பேசுவதாகவே அமைகின்றன. "அதிர்வு" கவிதை, தனக்குள் மாற்றிமாற்றி உரையாடிக்கொள்வதாயிருக்கிறது. "போவதும் வருவதும் உணர்வது வாழ்க்கை" என்பதற்கு "இருப்பதை உணர்வது இல்லாதிருப்பது" என்று பதில் கூறப்படுகிறது. "இன்று" கவிதையில் "இன்று/நீ வரவேண்டிய நாள்/எனினும்/வர மாட்டாய்" என்று சொல்வது வெளிப்படையாகவே மற்றொருவரின் இன்மையைக் காட்டுவது. மேற்கொண்டு "என்ற ஒன்று" கவிதை, நீ, நான் என்பதை அடையாளச் சிக்கலாகவும் எதிர்மறைகளின் இரைச்சலாகவும் பார்க்கிறது. அந்த முரண்படாத் தன்மையை, குழந்தைகள் பெற்றுள்ள சூன்யம் என்கிறது. அச்சூன்யம், தன்னை மறந்த மனம்கொள்ளும் தோற்றம். நான், நீ என்பது வெறும் பாவனையாயிருப்பதை "நமக்குள் ஒரு ஏற்பாடு" என்று "ஏற்பாடு" கவிதை தெளிவாக்குகிறது. "உள்பாடு" கவிதை "புள்ளியைத் தொட்டுத் தடவி/அதன் மூடி திறந்து/உள் நுழைந்து/விடு" என்பது

தனக்குள் நம்பிக்கையுண்டாகச் சொல்லிக்கொள்வதுதான். "சுற்றிலும் பெருகி நுரைத்துத் ததும்பும் குரல்களில் – நான் நீக்களில்" என்பதில் அந்த இருமையை இல்லாமலாக்கும் விருப்பம் மேலிடுகிறது. "என்னுள் / புதர் விலக்கித் துருவிக் / கண்டுபிடித்ததென்ன, உன் / சிதறல்களேயன்றி" என்ற "அடையாளம்" கவிதையின் வரிகளில் இரண்டையும் ஒன்றாகக்காணும் நிலையைத் தோற்றுவிக்கிறது. "உன்னைப் பிரித்து விலக்கிக்கொண்டே / உன்னைத் தேடி / உன் தவம் மட்டும் உடன் வரப் / போகிறாய்" என்பது தன்னை நோக்கிய கூறலாயிருக்கிறது. "ஆடுவேன் ஆடினேன் கிலுகிலுப்பை . . . சூழ்ந்து செறிந்திருக்கும் / தன் அணுக்களின் / முகச்சோர்வு சகியாது / அவன் வெளிவந்தான்" என்ற கவிதை "இன்னும் ஒரு விளையாட்டைத் தேடி வியர்க்கிறேன்" என்று முடிகிறது. இதில் தன்னிலிருந்து முளைத்தெழுந்த ஒருவனையே சுட்டுகிறது. இது "அவன்" கவிதையில் "அவன்" ஓசையிலிருந்தும் விநாடி யிலிருந்தும் தோன்றியதாக அரூபமாக்கப்பட்டு "எனக்குக் கிடைத்த சொந்த உருவம் / அவனைப் பார்த்தபோது மங்கிப்போனதை" காட்டுகிறது. வெளிப்படையாகவே தனக்குள் தான் சுருங்கி முணுமுணுத்துக்கொள்ளும் "மாலை வரிசை" கவிதைகள் வாழ்வின் அந்திமத்தை தரிசிப்பது எனலாம். அவற்றில் நான், நீ பேதம் அறவே ஒடுங்கியிருக்கின்றன. இங்கு, நான், என் என்று, தான் மட்டும் இருக்கும் இருப்பாகிறது. "மாலை–பாழ்" கவிதையில் பிறரின் இருப்பையும் துறந்து "இருத்தலின் நிமித்தம் / தெருவும் நானும் என / இருத்தலே" என்று எண்ணிக்கொள்கிறது. மற்றொரு கவிதையில் "சாவு சொன்னதை / ஸ்வரப்படுத்திப் / படுக்கை வசமாக / விரிய விட்டிருக்கிறோம்" என்று "மாலை–விரிவு" கவிதை வாசிப்பவரின் பங்கேற்பையும் வெளிப்படுத்துவது. "மாலை – போய்வருகிறேன்" கவிதையில் மாலைப் பொழுதையே ஒரு முன்னிலையாக்கி "ரத்தம் இருள்வது தெரிகிறது . . . போய் வருகிறேன்" என்பது வாழ்விலிருந்து விடைபெற்று மரணத்தை நோக்கிப் போதலாகப்படுகிறது.

அபி கவிதைகளில் "நான் இல்லாமல் என் வாழ்க்கை" என்கிற கவிதை எல்லாக் கவிதைகளையும் பிரதிநிதித்துவப் படுத்திவிடுகிறது. அரூபமான படிமங்களுக்கும் அர்த்தம் காண முடியாத தன்மைக்கும் அனுபவமாக உணர்கிற மொழிக்கும் எடுத்துக்காட்டாகிறது. அக்கவிதையில் வாழ்க்கையைவிட்டு வெளியேறிச் செல்லுதல் நிகழ்கிறது. விடுபட்ட வாழ்க்கை முடிவில்லாமல் பெருகுகிறது. அது மகிழ்வுடன் நடந்தும் பறந்தும் செல்கிறது. எந்தத் தடையுமில்லாத "சூன்யத்தை" அனுபவிக்கிறது. அங்கு வாழ்வும் சாவும் இருப்பதில்லை. அதே போல் எந்த சிந்தையும் எழுவதுமில்லை. தன்னை யாருக்கும்

உணர்த்தக் கூட வேண்டியதுமில்லை. அந்த வாழ்க்கை பரிபூரண சுதந்திரமானதாயிருக்கிறது. இதுவே பெரும்பாலான கவிதைகளில் வெவ்வேறு படிமங்களாகத் தொடர்ந்துகொண்டிருக்கிறது. "வருவோம் போவோமாய்த்/தெருவை நிறைப்போம்" என்று வாழ்க்கையின் தொடரோட்டத்தையும் நெரிசலையும் நிலையாமையையும் கூட ஓர் இயல்பான அன்றாட வாழ்வின் புழக்கத்தில் கிடைக்கிற படிமத்தால் வெளிப்படுத்துகிறது. வாழ்ந்தாக வேண்டிய நிர்ப்பந்தத்தையும் காட்டுவது "விரயமின்றி வாழ்க்கையை/நிலைகளில் நிரப்பலும்/ஒட்டாது திரட்டலும்/தொழில்" என்பது. "காலம்/ஊசியிட்டுக் குத்தி மல்லாத்திய/பூச்சிகளாய்/மனிதர்கள் – புகைப்படங்களில்/பேச முயன்று/சிரித்து திகைத்து இப்படி." இது வாழ்ந்துகொண்டிருக்கும் மனிதர்களின் நிலைக்கான சிறந்த படிமம்.

அந்த வாழ்வை மகிழ்ச்சிகரமாக மாற்ற வேண்டுமானால் அறிந்த பிறகு வெளியேறுதலை "இல்லாதிருத்தலே/இருத்தல்" என அரூபமான முறையில் வகுக்கிறது. அதை உணர்த்தும் இசைப்படிமம் "நாதம்/அலைபாய்வதெப்படி/இருப்பது அது/அலைவதன்று." "கொஞ்சம் கொஞ்சமாக/விலகி/ விலகலில் நீடித்தாயெனில்/நீ வாழ்கிறாய்" என்பது "அவர்" சொன்னதாக உள்ள ஆப்தவாக்கியம்."உன்னைச்சுற்றி/வட்டங்கள் உருவான பின்/விலகிக் கொள்கிறேன்." "புள்ளியைத் தொட்டுத்தடவி/அதன் மூடி திறந்து/உள் நுழைந்து/விடு." என்பதெல்லாமும் விட்டு விலகுதலின் முயற்சிகளாகத் தோன்றுகின்றன. பல்வேறு பசிகள் உண்டாவதும் அவற்றுக்கு எப்போதும் உணவிட்டுக் கொண்டிருப்பதும் வாழ்க்கையாகும். இருப்பினும் அவை நிறைவுற்று அடங்குவதில்லை. "சமையல்" கவிதை தனக்குள் புகும் "அராஜகப் பசிகளைத்" தவிர்க்க, தான் "பதுங்கிச் சுருண்டேன்" என்றும் கடைசியில் "என்றுமே சமையல் இல்லை" என்றும் அறிவிக்கிறது. அதனால் இனி வாழ்வில் பற்று ஏற்படப்போவதில்லை. "அவசரமில்லாத/சிறிய ஓடைகள் நடுவே/கூழாங்கற்களின் மீது/என் வாழ்வை/மெல்லத் தவழ விட்டேன்." இதுவே விலகலை நாடும் நிலை. அத்தேடலும் நம்மைப் பிணைத்துவிடும் தளையாகவும் மாறலாம் என்பது "குறிப்பிட்ட தேடல்/அலுப்பாகி/தேடலினின்றும் விடுதலை / என்பதில்/திகைத்துச் சுருளும்/அனுபவம்" "வாழ்க்கையின் / பச்சை வாசனை/தவறிப்போகலாம்" போன்ற வரிகளாக வருகின்றன. அதை "வெளியேறத் துடிப்பேன்/ஆனால் எப்படி" என அரற்றவும் செய்கிறது.

இருத்தல் என்பதிலிருந்து விடுபட்டு அடையும் மௌனத்தைக் கவிதைகள் எட்ட முயலுகின்றன. அப்போது

வார்த்தைகளின் போதாமையை உணர்ந்தபடியிருக்கின்றன. "என் சப்தக் கூறுகள் பிளந்து/மௌனம்/நீலம் காட்டியபோது/அபத்தமான சைகைகளுடன்/வெட்கமற்ற வெறுமையில்/புரண்டுகொண்டிருந்தன/வார்த்தைகள்" என்பதில் அதைக் காணலாம். கூறியதிலும் "பாவம் வார்த்தைகள்/மலடு வழியும் முகத்தோடு/வெளியேறும்" என்ற அதிருப்திதான் கிடைக்கிறது. "சொல்லாதிருந்ததற்கும்/சொன்னதற்கும்/இடைவெளியில்/புல் வளர்ந்து/பூமியை மூடும்" என்பதும் எண்ணியதைச் சொல்ல இயலாத நிலைதான் எனத் தெரிகிறது. ஆனாலும் "நெடுங்கால நிசப்தம்/படீரென வெடித்துச் சிதறியது" என தானாகவும் அது வெளிப்பட்டும் விடலாம்.

இயல்பும் நுட்பமுமான படிமங்களால் "மாலை" வரிசைக் கவிதைகள், அபூர்வ அழகியல் தன்மைகளுடன் மிளிர்கின்றன. இந்தக் கவிதைகளில் மீண்டும் மீண்டும் மாலைப் பொழுதில் உலாப் போதல் எழுதப்படுகிறது. "என் மாலை சொல்கிறது/இது ஏதோ திசைதான் என்று/விலகலுக்கென்று உள்ள திசை" என்பது வாழ்வு நாள் முடிந்து சூரியன் மறையும் பொழுதுதான். நடை செல்லுமிடம் சற்று எட்டவுள்ள மலையாக, காடாக இருக்கிறது. பெரும்பாலும் அங்கு நின்றுதான் கவிதைகள் தமக்குள் சொல்லிக்கொள்ளப்படுகின்றன. புறப்பட்டு வந்த ஊர் யாருடையதாகவோ சிறிதாகத் தோன்றுகிறது. "யாதும் ஊர் ஆகிறது." இவ்வரிசைக் கவிதைகளின் அனுபவம் வாழ்க்கையிலிருந்து விடுபட்டுச் செல்வதாயிருக்கிறது. மேலும் குறுக்கி, வாழ்க்கையின் அந்திமக் காலம் என்றும் சொல்லாம். "திரியில் சுடர் இறங்கிக்கொண்டிருக்கிறது/கதைகள் தீர்ந்து போயிருந்தன" "வெறுமைப் பாங்கான/எனது வெளியில்/ஒளியும் இருளும் முரண்படாத/என் அந்தியின் த்வனி" என்பவை அதுபற்றிய கவிதை வரிகள். நடைப்பயிற்சியின் முடிவில் அடையப்படுகிற இடம் "எப்போதும் காலியாயிருக்கும் இடம்" என அடையாளம் காட்டப்படுகிறது. "சுழல்வதும் சுற்றுவதுமான/இயக்கங்கள்/நினைவிழந்து கொண்டிருக்கின்றன." "அடிவான் விளிம்பில்/பறவைக் கூச்சல் மொய்த்துப்/பிணம் போல்/என் மாலை" எனவும் கவிதை தன்னை உணர்ந்தபடியிருக்கிறது. "மாறி மாறி வருதல் ஒழிந்து/முற்றிலும் நாம் இழந்து கொள்ளும் வரை/இப்படியே நடக்கட்டும்/போய்வருகிறேன்" என்று வெளிப்படையாக விடைபெறலை அறிவிக்கிறது.

"கனலும் எனது/அனைத்துத் தரைகளையும்/பனிப்புகை செலுத்திக்/குளிர்விக்கிறது" எனத் தெரிவிக்கும்போதே, "பாறைகளை/ஊதி உருட்டித்தள்ளும்/என் மலைகளின் மீது/என் கனல் சுற்றிவந்தது" என்று இளமையைத் திரும்பியும் பார்க்கிறது.

"மாலையோடு பேசித் தளிர்க்கும்/கதை/என் வடிவில் இருந்த கதை" என்றும் "அருமையாய்க் கழிந்தது/சருகுகளடிப் பொழுது" என்றும் அதை எண்ணி மகிழ்கிறது. வாழ்விலிருந்தும் காலத்திலிருந்தும் சேர்ந்து விலகுவதால் மீண்டும் குழந்தைப் பிராயம் கிட்டிவிடுகிறது. "காலம்" வரிசைக் கவிதை ஒன்றிலும் இது "யார் சொன்னது/அந்த நாட்கள் போயினவென்று... இந்த ஒற்றையடிப் பாதையில்/புதிதாய் வரும்" என்றும் "காடு முழுவதும் சுற்றினேன்/பழைய சுள்ளிகள் கிடைத்தன" என்றும் கடந்த கால மீட்பு அடையப்படுகின்றன. "என்னைச் சுற்றி நிரம்பும்/காட்டுக் களிப்பு." "இங்கே என்னருகே/எனது மாலை/பிரபஞ்ச சோகம் திளைத்து." இந்தக் களிப்பும் சோகமும் உச்சத்தில் ஒன்றுதான் என்று படுகிறது. இறுதியில் அடையப் பெறுவது எல்லையில்லா ஆனந்தம். "இனி/இருக்கிறேன் என்பதில்லாத இருப்பு/இல்லை என்று/இருக்கும்" இருக்கையில் இல்லாதிருப்பதாகக் கருதிக்கொள்வது பூரண மகிழ்ச்சிதான். "என்ற ஒன்று" கவிதை "சூன்யம் இருந்தவரை/எல்லாம் சரியாயிருந்தது" என்று ஏதுமற்றிருந்த நிலையைக் காட்டுகிறது. அது திறந்த மனமுள்ள குழந்தைத்தன்மை. அங்கு மற்றது என்ற பேதங்களில்லை. அறிவின் எல்லைகளும் இருப்பதில்லை. எதையும் முடிவற்றுக் காணும் வாய்ப்புகளையும் கொண்டது. அப்படி உணர்வதுதான் ஆனந்த மயமான இருப்பு போலும்.

கு. இராமலிங்கம் கவிதைகள்

அலையற்ற ஆழம்

கு. இராமலிங்கம் இடைவிடாது வெகுகாலம் கவிதைகள் படைத்தவர். அவர் எவ்வித எதிர்பார்ப்புமுமின்றி, பிரசுரப் பயனும் கருதாது நம்பிக்கையுடன் தொடர்ந்து எழுதிக்கொண்டிருந்தார். அதுவும் இக்கவிதைகளை முக்கியமாக்குகிறது. இவற்றில் தவிர்க்க முடியாதவாறு கவிதையின் நீண்ட போக்கு பிரதிபலிக்கிறது. சுற்றிலும் நிகழும் சமூக மாற்றமும் இயல்பாக வெளிப்படுகிறது. ஆரம்பக் காலங்களில் கவிதை, சுருக்கம், இறுக்கம், ஓசை நயம், யதார்த்தம், அன்றாடத் தன்மை போன்றவற்றைக் கொண்டிருந்தன. பிறகு அவற்றில், எளிமை, மெல்லிய இசை, அடங்கிய தொனி, திட்டவட்டமின்மை, தத்துவ ஊடாட்டம், அரூப வெளிப்பாடு ஆகியவை படிப்படியாகக் குடியேறுகின்றன. அவை போகப் போக வெளிப்படையான படிமங்கள், குறியீடுகள் போன்றவற்றை இழக்கின்றன. முழுக்கவிதையும் வேறெதையோ உணர்த்தும் ஒற்றைப் படிமமாகிறது. இவையெல்லாமும் இக்கவிதைகளின் பின்னணியாக விளங்குகின்றன.

இவர் பன்னெடுங்காலம் எழுதி வந்தவர்; ஏறக்குறைய நாற்பதாண்டுகளாக. தனக்குத் தானேயும் மானசீகமாக மற்றவர்களுடன் உரையாடுவதைப் போலவும். அதனால் நாட்குறிப்புகளைப் போன்ற தன்மையும் இக்கவிதைகளுக்கு வந்துவிடுகிறது. உள்ளார்ந்த ஜென் மனநிலையும் அவருக்கு வாய்த்திருக்கிறது. இயற்கையோடிணைந்து அதை

நேசிக்கும் தன்மை. அதற்குச் சமமாக ஜே. கிருஷ்ணமூர்த்தியின் முரணற்ற, பற்றற்ற குணம். எல்லாவற்றையும் இருப்பதைப்போல் ஏற்கிற மனோபாவம். இவை அவர் ஆளுமையில் ஆழப் படிந்திருக்கின்றன. அது ஹைகூ எழுதுதலுக்கான நெருங்கிய வாழ்க்கை முறை. அதனாலேயே அவர் எழுதிய நிறைய ஹைகூக்கள் சிறந்தவையாயிருக்கின்றன.

ஜப்பானிய வாழ்வில் இரண்டறக் கலந்தவை ஹைகூ கவிதை வடிவம். மிகுந்த இயற்கை அழகுடன் ஆழ்ந்த தரிசனத்தை அளிப்பவை. வாழ்வு முழுமைக்கும் பொருத்திக்கொள்ளக் கூடியவை. அவற்றில் கவித்துவமான தத்துவ தரிசனம் பொதிந்திருக்கும். இங்கு ஹைகூ வடிவம், பெரும்பாலும் வெறும் லௌகீக விமரிசனம் செய்ய இறக்குமதியாயின. எளிய விடுகதைகளாகத் தோற்றமளித்தன. சுருக்கமாயிருப்பதால் சுலபத்தில் அதிகம் எழுதப்பட்டன. ஹைகூக்கள் அறிமுகமான காலத்திலிருந்து எழுதியவர் கு. இராமலிங்கம். அவை உண்மை யான ஹைகூ வடிவத்தைக்கொண்டிருந்தன. காரணம், அவர் கொண்டிருந்த அழகியலும் தத்துவ நோக்குமே. அவர் எழுத ஆரம்பித்தபோது ஹைகூக்கள் சொற்பமாக எழுதப்பட்டன. அவர் தொடர்ந்து ஹைகூக்கள் எழுதி வந்தார். அது அவருக்கேற்ற மிகவும் பிடித்த கவிதை வடிவம். துளிப்பா எனப்படும் ஹைகூ மேலும் நுண்மையாக "துமி" என அவரால் குறிப்பிடப்படுகின்றன.

உன்னத ஹைகூக்கள், பேரியற்கையின் மடியில் நின்று தற்கணத்தைக் காட்டித் தம் இருப்பை உணர்வன. இடம், காலம், பருவக் குறிப்புகளின் மூலமாக முழுப் பிரபஞ்சத்தையும் சுருக்கி அறிவன. நிலம், பொழுது, உரிப்பொருட்கள் போன்றவற்றைச் சித்திரிப்பதன் வழியாக வாழ்க்கைப் பண்பைக் காட்டுகிற நம் திணைக்கோட்பாடுகளை ஒத்தவை. புகழ்பெற்ற ஜப்பானிய ஹைகூக்கள் பெரும்பாலும் அவ்வண்ணமானவை. இவர் அத்தகைய சிறப்பான ஹைகூக்களைப் படைத்திருப்பதைக் காணலாம். "கோடைக்கால மழையிரவு/ஜன்னலைத் திறந்தேன்/ வந்து கவிழும் வண்டின் சிறகுகள்." இது ஒரு பருவத்துடன் நிலையாமையையும் சேர்த்துக் குறிப்புணர்த்துகிறதெனில், மற்றொரு ஹைகூ "உச்சி வெயில்/உருகிய தாரின் மேல்/ஒரு தேனீ" சூழல் மாற்றத்தால் நேர்கிற அவலத்தைக் காட்சிப்படுத்துகிறது. திணை மயங்கி உருவாகும் முரணை உணர்த்துகிறது. இவை தூய அனுபவத்தை மட்டும் முன்வைக்கிற பணியைச் செய்பவை.

அதே ஹைகூக்கள் சமூகத்தை நுட்பமாக விமரிசிக்கும் தன்மைக்கும் இவற்றில் உதாரணங்களுள்ளன. "கோவில் கோபுர/ விளக்கைச் சுற்றி/கொத்தாய் கருவேல முள்", "நாளைய பாவ மன்னிப்பை நினைத்தோ/சர்ச் சுவர் சிலுவையின் மேல்/ஒரு

நாய் மூத்திரம் போகும்." இவற்றில் புறவுலகின் முரண்கள் மிகக் கூர்மையாகக் கூறப்பட்டுவிடுகின்றன. "ஸ்தம்பித்துக் கிடக்கும் சாக்கடை / அதில் ஒவ்வொன்றாய் உதிர்ந்தபடி / தங்க அரளிப்பூக்கள்", "வீழ்ந்து தெறித்தது / சாக்கடையின் நீர்த் திவலைகள் / ஒவ்வொன்றிலும் ஒரு வானவில்." இவை முற்றிலும் நம் நிலத்தின், பண்புக்கூறுகளின் வெளிப்பாடுகள். இழிவிலும் உன்னதத்தைக் காண முயலும் நோக்குகள்.

இயற்கையின் நுண்ணிய அம்சங்களைத் தரிசிக்கும் ஹைகூக்களையும் இவர் நிறைய எழுதியுள்ளார். "நாற்று நடும் பெண்கள் / எங்கும் சேறு / அவர்களின் பாடல்களைத் தவிர" (ரைஸான்). "வண்ண விசிறி வியாபாரி / காற்றைச் சுமந்து செல்கிறார் / மூச்சுத் திணறும் புழுக்கம்" (ஷிகி) "இந்த செர்ரிப் பூக்காட்டில் / மரங்கொத்தி தேடுகிறது / பட்ட மரத்தை (ஜோசோ) என்கிற பிதாமகர்களின் ஹைகூக்களை நினைவூட்டுபவையாக இவருடையவையும் உள்ளன. "தன் கூடையை / பத்திரப்படுத்தி இருந்தாள் பூக்காரி / ஆனால் அதன் மணம்" "வீழ்ந்துகொண்டிருந்தது / பிடி தளர்ந்த பட்ட மரம் / ச்சு ச்சு பாவம் அதன் நிழல்" போன்றவை எடுத்துக்காட்டுகள். (இரண்டாவதில், ஓ, அட, என ஹைகூக்களில் பயிலும் வியப்புச் சொற்களுக்கு மாறாக, வருத்தத்தை உணர்த்த ச்சு, ச்சு எனக் குறிப்பிடுவதைக் கவனிக்கலாம்.) "அழித்துக்கொண்டிருக்கும் / ஆற்று நீர் / வானத்தில் நிலவு" என்பது இயற்கையின் பெரும் சலனத்தைச் சிறு துளியாக்கிக் காட்டிவிடுவது.

அவரின் ஹைகூக்களில் கச்சிதத் தன்மையும் குறிப்புணர்த்தலும் திறன்மிகுந்த மொழிதலும் சிறப்பாக நிகழ்ந்தேறியுள்ளன. அவ்வகையில் பல கவிதைகளும் ஹைகூக்களின் நீட்சிகளாக வெளிப்படுவதையும் காணலாம். "இடமாறு தோற்றப் பிழை" கவிதையில், காலண்டர் பூவில் தேன் பருக வண்ணத்துப் பூச்சி வருவதோடில்லாமல், கூடுதலாக அறையின் தொட்டிப்பூவையும் சந்தேகத்தோடு பார்க்கிறது. அவரின் பெரும்பாலான கவிதைகளில், ஹைகூவின் பிரதானக் கண்ணியான "ஐரணி" தொடர்ந்து வருகிறது. அது வாழ்வின் அறிய முடியாத அம்சமாயிருப்பதுதான் காரணம். ஹைகூக்கள் அல்லாதவையும் பெரும்பாலும் தனித் தலைப்புகள் அற்றிருக்கின்றன. அவற்றில் வேறுவகைக் கவித்துவமான, அபூர்வ, அதர்க்க வரிகள் சேர்ந்துகொள்கின்றன. "சோகையின் தணல் வரிகளை – குருவிகள் கொத்திச்செல்லும்" "வாயில் – மல்லாத்தி உலர்ந்து தொங்கும் சிரிப்பு" "அலைகள் – எழுந்து தாழ்ந்து அழிந்து எழுப்ப எழும்பி" போன்றவை எடுத்துக்காட்டுகள்.

கு. இராமலிங்கத்துக்குப் பட்டப்படிப்பில் தத்துவம் ஒரு பாடம். அதை விரும்பிப் படித்தார். ஜே. கிருஷ்ணமூர்த்தி

யிடம் அதிகமும் ஈர்ப்பிருந்தது. ஜேகேயின் உள்ளார்ந்த தத்துவ விசாரம் இவர் கவிதைகள் நெடுக ஆற்றொழுக்கைப்போல் வருவது. அதேபோல் லா.ச.ரா.வின் எழுத்துகளில் அபார பிரேமை யிருந்தது. அதனாலேயே இவர் கவிதைகளில், தன்னையறியாமல் நடத்தும் சொல் விளையாட்டுகளும் வெளிப்படும். "நிகழும் முன் நிகழ்வதைப் பற்றி நிகழ்ந்து விடுகிறது" (நிகழ்வு 1). "நீ நான், நானும் நீயும் நிலவும்" என்பதெல்லாம் உச்சகட்ட அரற்றல்கள்தான். தாமஸ் மன்னின் "மாறிய தலைகள்" தொன்மம் சார்ந்த நாவல், அவர் விரும்பிப் படித்த ஒன்று. இந்தி, பஞ்சாபிக் கவியான அம்ரிதா பிரீதம் எழுதிய கவிதைகளை நேசித்தார். அவற்றில் வெளிப்படும் காதலின் உள்ளொளி இவர் கவிதைகளிலும் சரடாக வருவது. ஆனந்த், தேவதச்சனின் "அவரவர் கை மணல்" கவிதைத் தொகுப்பு அவருக்கு மிகப்பிடித்தமானது. அதைப்பற்றிய குறிப்பும் ஒரு கவிதையிலுள்ளது. ஆரம்பத்தி லிருந்தே அபியின் கவிதைகளிலும் பிறகு நகுலன் கவிதைகளிலும் ஆழ்ந்த ஈடுபாடிருந்தது. அவற்றின் வெளிப்படையான பாதிப்புகளை இவர் கவிதைகளின் போக்கில் காணலாம்.

"ஒரு பயணம்" கவிதையில் "மணம் இழந்த/ஒரு மல்லிகைச் சரம்/மாட்டு வண்டியில்/பிரயாணம் போகும்" என்ற வரிகள் பல்லவி போல் ஆரம்பத்திலும் முடிவிலும் படிமங்களாக வருகின்றன. அவற்றில், மனம் ஒப்பாது திருமணமான பெண்ணின் கையறு நிலை துல்லியமாக வெளிப்படுகிறது. அது ஆழமான சிறு ஏக்கமாக மட்டுமிருக்கிறது. கடக்க வேண்டிய, புறப்படு வதற்கும் சேர்வதற்கும் இடைப்பட்ட ஒரு பயணமாயிருக்கிறது. "குஞ்சு பொரித்தால்" கவிதையிலும் சகியிடம் கொள்வது சிறிய நினைவேக்கத்தைத் தவிர வேறு எதுவுமாயிருப்பதில்லை. "நாக்கின் நடிப்பு" கவிதையில் முன்வைப்பதும் குற்றச்சாட்டில்லை, சுயவிரக்கம்தான். அது இயலாமையின் பாற்பட்டதுதான்.

இக்கவிதைகளில் தலையானதாயிருப்பது உறவுச்சிக்கல் எனலாம். சக மனிதரோடு, உறவுகளோடு, நேசத்துக்குரிய பெண்ணிடம் தன்னோடும் கூட., என இவருக்கும் மற்றவருக்குமாக உண்டாகும் சிடுக்குகள். "மீண்டும்" கவிதையில் "மீண்டும் உன் வாசலில் உன்னை எதிர்நோக்கி வந்துவிட்டேன்" என்கிற வரிகள் ஓசையுடன் மீண்டும் மீண்டும் அன்பை யாசிப்பதைப்போல் தொனிக்கின்றன. இதை அப்படியே அனைவரது குரலுக்கும் பொருத்திவிடலாம். "ரெட்டைத்தலைப் பாம்பு" என்கிற பிரயோகம் அபூர்வமானதொரு தொன்மப் படிமம். எதிர் பாலுடனான உறவுக் கவிதைகள் மொத்தத்திற்கும் இந்த "பழமையேக்கம்" அடிநாதமாக உள்ளது. "தோழி, அன்று தீபத்தை நகலாக்கும் / உன் பார்வையின் முன் / மௌனமாய் கிடந்தேன்", "இந்தப்

பிரயாணம் முழுக்க / இனி உன்னைப் பார்க்கவே முடியாதா?", "பிடிக்க வருபவளும் நீ பிடிபடக் கூடாது என்பவளும் நீ" போன்ற வரிகளில் ஊதிப்பெருக்கி உருவாக்கிக்கொள்ளப்படும் அகச் சிக்கல்கள் வெளிப்படுகின்றன. "என் மனப்பரணில் / வளையல்கள் குலுங்கும்", "எப்படி என நிதானிக்கும் முன் / வறண்டு போனது." இவையெல்லாம் உறவுகள் மறுபடியும் மாற்றியமைக்க முடியா நினைவேக்கங்களாக எஞ்சியிருப்பதை உணர்த்துகின்றன. "கேட்பாரற்றுக் கிடக்கும் சீப்பு" (தாபங்கள்) என்று எவ்விதப் புகார்களுமற்றும் விலகி நிற்கிறது. "கல் அல்ல / சிறு காற்றின் அசைவும் / என்னை உன்னில் தொலைத்துவிட முடியும்" எனும் அழகிய வரிகளை அடுத்து "தொலைப்பது உன் இயல்பு / உன்னில் தொலைந்துபோவதெனது இயல்பு / யாரை நோக?" என்று எளிதாக அனைத்தையும் கடந்தும்விடுகிறார். "ஏற்றுக்கொள்" என்கிற கவிதையில் "நேசம் உலகின் ஆதி மதம், நேசி" எனவும் ஒரு தீர்வைப்போல் வேண்டுகிறார்.

அதேபோல், வாழ்வின் குறுகிய எல்லைகளை உணரும் தருணங்கள் இவற்றில் தொடர்ந்து பேசுபொருளாகின்றன. "சுதந்திரம்" கவிதையில் பெரும் வானவெளியும் தேடலில் போதாமையைத் தருவதைப் பார்க்கலாம். விடுதலையற்ற மிருகம்போல் மனமிருப்பதை, அவிழ்த்துவிட்டாலும் கயிற்றின் நீளத்துக்குச் சுற்றிவரும் மாட்டின் மூலம் வெளிப்படுத்துகிறார் (பழக்கம் தோஷம்). "வானம் என நினைத்தது கூண்டின் கூரை" (சுதந்திரம்) என்பது, கட்டுப்படுத்தப்பட்ட மனிதருக்குச் சுதந்திரம் சாத்தியமில்லாதிருப்பதுதான். காரணம், பறத்தல் இயல்பாயில்லாது, வெறும் உந்துதலாக மட்டுமிருக்கிறது. "நடந்துகொண்டேயிரு / தேங்கினால் குளம், குட்டை, ஏரி / நடந்துகொண்டிருந்தால் நதி" (வாழ்க்கை) எனும் கவிதை, இயங்குவதுதான் அதற்கு வழியெனவும் தெரிவிக்கிறது.

வண்ணத்துப்பூச்சி இவர் கவிதைகளில் தொடர்ந்து வரும் ஓர் இயல்பான குறியீடு. ,ஹைகூக்கள் வழியாக அடையப்பட்டதாயிருக்கலாம். அது சில சமயங்களில் மயங்கி தாரின் மேல் அமர்கிறது (துமி); அபூர்வ வண்ணத்துப்பூச்சி, தாரில் சிக்கி மரிக்கிறது, (தாரின் மேல்); தேனற்ற எருக்கம்பூக்களில் அலைகிறது (உனக்கும் எனக்கும்); காலண்டர் பூவில் தேன் உறிஞ்சுகிறது (இடமாறு தோற்றப் பிழை); தொட முயற்சித்தால் எட்டா வானில் பறக்கிறது. (வசப்படல்); வண்ணத்துப்பூச்சிக்காக அத்தி மரம் ஏங்குகிறது (ஏக்கம்); "வண்ணத்துப்பூச்சியின் கால்களால் எந்தப் பூவும் காயம் பட்டதில்லை" (ஒரு காம்பிலே); "வண்ணத்துப்பூச்சியை சொந்தம்கொள்ள விரல்களைக் குவித்தால், வண்ணத்துகள்களை விரலில் தங்கவிட்டு அது

எங்கோ தொலை தூரத்து வானத்தில்" (வசப்படல்); வேலம் பூக்களில் தேன்துளிகளைத் தேடும் வண்ணத்துப் பூச்சி, அதைக் கொத்தும் கல்குருவி, அதை வேட்டையாடும் லம்பாடிச் சிறுவன், அவற்றையெல்லாம் வெறுமே காணுதல் (பொழுதின்). "மழைத்துளிகளால் கொல்லப்பட்டதொரு வண்ணத்துப் பூச்சி" என்பதில் முரணும் நிகழ்ந்தேறுகிறது. இவ்வாறு, செழுமையின், சுதந்திரத்தின் குறியீடான வண்ணத்துப்பூச்சி, அவையற்ற அகத்தினுடையதாக மாற்றப்படுகிறது.

"காலமாற்றம்" கவிதை, "அற்றைத்திங்கள் அவ்வெண்ணிலவின்" என்கிற புகழ்பெற்ற புறநானூற்றுப் பாடலை நினைவூட்டுகிறது. "அப்பொழுதெல்லாம் – நீளும் ஒவ்வொரு நீர் நூலையும் – இப்பொழுதும் – அடிக்க அம்மா, போட்டிக்குத் தமக்கையும் இல்லை – இருந்தும் ஏனோ மழை நீர் ஊசி ஊசியாய் இறங்கு கிறது" என்பது, இயற்கையின் மேல் உணர்வைச் சாற்றி கனகச்சிதமாய் இயங்குதலின் எடுத்துக்காட்டு. வேறொரு கவிதை, நாற்காலி என்பதை வெறும் அதிகாரம் சார்ந்ததா யில்லாமல், இருப்பின் குறியீடாகவும் காண்கிறது. "ஒரு நாற்காலி / அவசியம் தேவை / உன்னை அடையாளம் காட்டவாவது / அல்லது காணவாவது" (நாற்காலி). ஒவ்வொருவருக்கும் ஒரு நாற்காலி தேவைப்படுவதால் வளரும் சூழ்நிலையில் போதாமலாவதை "எப்படியும் நாற்காலி பத்தாது" (புதிதாய் ஒரு கணக்கு) நுட்பமாகத் தெரிவிக்கிறது.

முகம் காணல், தேடல், இழத்தல் என சுயத்தின் மாறுபட்ட பல நிலைகளைக் கவிதைகள் அடிக்கடி காட்டியபடியிருக் கின்றன. அவற்றைத் தன்னைத் தான் தேடல் எனவும் கொள்ளலாம். "எதிர் எதிராய் இரண்டு நிலைக்கண்ணாடிகள் – எதிராளியின் முகத்தைத் தேடுகின்றன" (வாழ்க்கை), "பருகிப் பருகிப் பருகி / போதையில் கிறுகிறுத்து / உன்னில் முகம் பார்த்தால் / அட . . . நான்" (என் இடுப்பைச சுற்றியிறுக்கும்), "உன்னில் முகம் பார்க்கிறேன்" (சங்கேதம்) எனவும் வெளிப்படை யாக அறிவிக்கிறது. "ஆயிரத்தோராவது தடவையாக" கவிதையில் "நீயும் நானும் தேடிக்கொண்டிருக்கிறோம் . . . சகி, நாம் எதைத் தேடிக்கொண்டிருக்கிறோம் . . ." என அதே தேடலைக் கூட்டுச் செயலாக்குகிறது. மற்றோரிடத்தில் "எதிர்பார்த்தது எப்படியும் கிடைக்காதென்பது முடிவானது" என்பது நிதர்சனத்தைக் காட்டிவிடுவது.

மொழியின் வெளிப்பாட்டுத்தன்மையை இக்கவிதைகள் ஐயப்பட்டபடியுமுள்ளன. "சொன்னதைச் சொன்னபடி சொல்லவில்லை எந்நாளும்" (வர்ணக்குவியலது), "பற்றி எரிகிறது அர்த்தக்காடு – மிஞ்சுகிறது மௌனச் சாம்பல்" (மனவெளிப்

பெண்கள்), “எப்பொழுதும் உங்களைச்சுற்றி வார்த்தைகள் அணிவகுத்து நிற்கின்றன” என்பதெல்லாமும் சொற்களின் போதாமையைத் தெரிவிப்பன. “நேசம் என்பதொரு மொழி, வாசத்தைப்போல் அரூபமானது”, “பேச்சுத்துணைக்கு யாருள்ளார், போய்ச் சேரும்பொழுது பெரும்பாலும் இருட்டிவிடும்”, “வார்த்தைகளே உரையாடுவது எப்பொழுதாவது நிகழும் போல” போன்றவை இவர் கவிதைகளில் அடிக்கடி கவியும் மௌனத்தை வெளிப்படுத்துகின்றன. இதை ஒரு கவிதை “இட்டு நிரப்ப முடியாது” எனத் திட்டவட்டமாகத் தெரிவிக்கிறது. “பிறந்ததிலிருந்து பேசிக்கொண்டிருக்கும் இது யாருக்காவது புரிந்திருக்குமா” (கடல்). இதை, மொழியினுடையதாக மட்டுமல்ல, சொல்பவர், கேட்பவரின் பிரச்சினை என்றுமாக்குகிறது. “பிரிக்காமலே படிக்கப்பட்ட உன் கடிதம்” என்பது, புரிதலுக்குப் பதிலாக உணர்வதை மேலாக்குகிறது.

பேரப்பிள்ளையைப் பற்றிய ஒரு கவிதையில், அறை முழுதும் இறைந்து கிடக்கும் உபயோகித்த பொம்மைகளைக் காட்டுகிறார். பின் “தொட்டு விளையாடிய/பிஞ்சு விரல்கள் மட்டும்/சோர்ந்து கிடக்கும்/ஆஸ்பத்திரியின் ஒரு படுக்கையில்” இதை ஒரு மௌன மன்றாட்டாக, தன்னுடையதின் நீட்சியாக முன்வைக்கிறார். நண்பர் சுப்பிரமணியின் இறப்பை “வரவேற்கத்தான் அவர் வர மாட்டார்” என்று குறிப்பாலுணர்த்துகிறார். “இங்குதான் படுத்திருப்பாள் தனம்” என்று ஆரம்பித்து “இங்கேதான் படுத்திருந்தாள் தனம்” என்றும் சிற்றன்னையின் இன்மையை மிகையின்றி நுண்மையாகத் தெரிவிக்க அவரால் முடிகிறது. “ஒரு நாள்” கவிதையில் “அவன் கூறிக்கொண்டிருந்தான் ... தினமும் தூறல் புதிர்களை அடுக்கிக்கொண்டு போகிறது, சாரலில் பதிந்து கிடக்கின்றன ஆச்சரியங்கள் ... சித்தன் ... புத்தன் என நீள்கிறது” என மறைந்த நண்பர் சித்தார்த்தன் நினைவுகளில் நீங்காதிருப்பதை உணர்த்துகிறார். “கனவுகளின் நெரிசலில் என்றாவது நான் காணாமல்போய்விட்டால் ... அதே கனவு வீதியில் விளம்பரம் செய்வீர் ... நான் வந்து சேருவேன்” என்பது, இவ்வாழ்க்கை ஒரு கனவு, தான் காணாவிட்டால் அதுவும் இல்லை என முன்னறிவிப்பதைப்போலுமுள்ளது.

இக்கவிதைகளெல்லாம், அதிகம் வெளிப்படாத ஒரு பெருங்கவி மனம் கு. இராமலிங்கத்தினுடையது என்பதற்குச் சாட்சியங்களாகின்றன. அதற்கான பரப்பையும் ஆழத்தையும் தம்மிடம் அழுத்தமாகக்கொண்டிருக்கின்றன. தன் முனைப்பு ஏதுமற்ற, நீரின் அனைத்துச் சலனங்களையும் உள்ளடக்கிய அமைதியான ஏரியைப்போல் அவர் கவிதைகள் விரிந்து தெரிகின்றன.

ஸ்ரீநேசன் கவிதைகள்

கரை காணா ஏரி

கவிதைகள் முன்பு தனி மனிதப் பிரச்சினை களைப் பற்றி அதிகம் பேசின. அவை கவிஞன் என்னும் தனி நபர் வழி நுட்பமாக அணுகப்பட்டன. துல்லிய மாக சொல்லிவிட முடியாத ஆளுமைச் சிக்கல்கள், உறவுச் சிடுக்குகள், காமக் கொந்தளிப்புகள் போன்றவை பாடுபொருட்கள். அதனாலேயே அவற்றின் மொழி இறுக்கமானதும் உள் வயமானதுமாயிருந்தது. காலவோட்டத்தில் கவிதைகளில் சமூகப் பார்வை படிந்தது. அரசியல், சூழலியல், எளியோர் பற்றிய அக்கறைகள் வந்தன. தனிப்பட்ட உணர்வுகளும் சமூக நோக்குடன் வெளிப்பட்டன. அக்கண்ணோட்டம் உள்ளடக்க மாக இல்லாவிட்டாலும் கவிதைகளின் நுண் அம்சங்களாயிருந்தன. தனி நபர் பாடுகளுடன் தொடர்புபடுத்தியும் கொள்ளப்பட்டன. கவிதை மொழியும் சற்று எளிதானதும் வெளிப்படை யானதுமானது.

ஸ்ரீநேசன் கவிதைகளின் ஆரம்பம் பெரும் அகப் போராட்டத்தில் தொடங்குவது. முதலிலுள்ள "சிக்கல்" கவிதை, பைத்திய நிலையை அண்மிப்பதன் மூலம் அதை அடையும் முயற்சி. அதுவே அவருக்கு "எல்லையற்ற தர்க்கம், அர்த்தமின்மை, துயரம், அலைக்கழிப்பு" கொள்வதற்கான வழியாகிறது. "குருவி மற்றும்" கவிதையில் குருவியும், மாடும் ஒன்று மற்றொன்றாக மாறிவிடுகின்றன. இது இயற்கையில் விளையும் அழகான விந்தைப் படிமமும் கூட. மேலும் பல மாயைகள் தனக்குள்

நிகழ கவிதைசொல்லி காலத்தில் காத்திருப்பதாயிருக்கிறது. "நான் சலனமுறும்போது / எங்கேயோ ஓர் இடர்ப்பாடு இயக்கத்தில் / நிகழ்ந்து விடுகிறது" என்று தொடக்கத்திலேயே அவர் தன்னை அறிகிறார். எனினும், "என்னைச் செலுத்தத் தொடங்குகிறேன் / தன்னுள் வெளியில்" என்பது அவரின் ஆழ் விருப்பமாக உருவெடுக்கிறது. "உள் வெளிப் பயணம்" போன்ற கவிதைகளும் அவர் தன்னுள் தன்னைத் தேடும் தளராத முயற்சிகள்.

அவருடைய தொடக்கக் காலக் கவிதைகள் தன்னடையாளம் கொள்வதற்காக அலைந்தன எனலாம். அதை முற்றாக அடைய முடியாது என உணருகையில் அவற்றுள் உளப் போராட்டங்கள் உருவாகின. தனிமையும் சுயவிரக்கமும் மேலே கவிந்தன. அனைவரின் துயருக்குக் காரணம் இது எனவும் அறிந்துகொண்டன. துக்கம் தனியாகவே அனுபவிக்க முடிவது. எனவே அக்கவிதைகள் முழுதும் தன்னிலையில் எழுதப்பட்டன. எப்போதாவது தன்னிலையையே முன்னிலைப்படுத்தியும் கொண்டன.

பிறகு அக்கவிதைகள் தன்னிலிருந்து விரிந்த உலகத்தைக் கண்டன. அப்போது, கவிதைகளில் தன்னிலை வெளிப்படையாகவே, ஓர் அறையாக, சுவர்கள் சூழ்ந்த இடமாக, மூளையாக, குகையாக, கருப்பையாயிருக்கின்றன. "கூட்டத்திலிருந்த தனியான / குஞ்சு மீனொன்று / அழைக்க / அதன் ஆழத்திற்குப் போனேன்" (ஆழ் மாற்றம்) என்ற கவிதையை ஓர் உதாரணமாகக் கொள்ளலாம். இதில் எப்போதும் கூட்டமாக வாழும் இயல்புள்ள மீன் ஒன்று பிறழ்ந்து தனியாக அழைத்துச் செல்கிறது. இவற்றின் காலமும் நள்ளிரவு, இருட்டு, அமானுஷ்ய வேளையாயிருக்கின்றன. அதனால் "தன் விடிவு காலத்தைத் தேடுகிறேன்" என்பது அவற்றின் நோக்கமாகிறது. அப்போது கவிதைகள் தன்னுடன் பேசிக்கொள்வதாக, தன்னைப் பற்றி சொல்வதாக அமைந்தன. கவிதையின் மொழி, பித்தேறி தம்போக்கில் கட்டுப்பாடில்லாமல் ஓடியது. எதிர்பாரா இடங்களில் சொற்கள் உடைபட்டு வரிகள் சிதைந்தன. சிக்கலும் சிடுக்குகளும் நிரம்பிய தன் அகத்தை வல்லமையோடு வெளிப்படுத்திவிடலாம் என அவற்றுக்குத் தோன்றின. ஒரே சமயத்தில் பல அர்த்தங்களைத் தொனிக்கச் செய்திடும் பேரவாவைக் கொண்டன. "விழி (கிழி)த்து, பட / படக்கும், இரத்தத்தில் குளித்துக் கொன்று" போன்றவை அதற்கான எடுத்துக்காட்டுகளாக சொல்லலாம். இவை கவிஞனில் நிகழும் மனப் போராட்டங்களின் சாட்சியங்கள் எனக் கருதலாம்.

ஸ்ரீநேசன் கவிதைகளில் தொன்மப் படிமங்கள் அபூர்வமாகவே வெளிப்பட்டாலும் அவை முழுக் கவிதையையும்

கட்டமைத்துக்கொள்கின்றன. பழைய தொன்மங்கள் உள்ளபடி வழங்கப்படாமல் சற்றே மறுவுருவாக்கமும் செய்யப்படுகின்றன. அவை பெருந்தெய்வ மரபுகளுடையவையாக அல்லாமல், நாட்டார் தன்மையை, மதமற்ற, வேறு மதத்தினுடையவை யாக அமைகின்றன. ஆரம்பத்தில் எழுதப்பட்ட "நள்ளிரவில் இயேசு இளம் பெண்ணை அழைத்துச் செல்கிறார்" கவிதையில் தொன்மத்தை அவர் நேரடியாகப் பயன்படுத்தவில்லை. அதில் வரும் பாத்திரமான இளம் பெண்தான் இயேசு படிமத்தைப் படைப்பவளாயிருக்கிறாள். முதலில் சைக்கிள்காரனாலும் பிறகு இளம் பெண்ணாலும் கவிதை சொல்லப்படுகிறது. அவன் சுலபத்தில் சாத்தானாக மாறிவிடும் சாத்தியமுள்ளவனா யிருப்பவன். அதனால் அவள் மீதிக் கவிதையை தானேக் கூறி முடிக்கிறாள். தன்னைப் பாதுகாத்துக்கொள்வதற்கு, நல்லெண்ணத்தின் தொன்மமான இயேசுவை, "இயேசுவே வந்தீர்கள்" என்று உருவாக்குகிறாள். அவளின் ஆழ்ந்த நம்பிக்கை இயேசுவைத் தோற்றுவித்துவிடுகிறது. அதை எக்காலத்திலும் சைக்கிள்காரன் பொய்ப்பித்துவிடவும் மாட்டான். அந்த என்றுமுள அறத்தால்தான் இளம்பெண்களால் நள்ளிரவில் தனியே நடமாட முடிகிறது. இது எளிய சொற்களால் இயல்பாகத் தோன்றும்படி எழுதப்பட்ட ஒரு கவிதை. மொழியின் சாத்தியங் களைப் பயன்படுத்தி பெரும் அர்த்தங்களைக் கிளர்த்திவிடும் சிறந்த கவிதைகளுக்கு எடுத்துக்காட்டான ஒன்று.

"குறத்தியின் நரி" என்ற மற்றொரு கவிதையில், தான் குறத்தியிடம் பெற்ற ஒரு நரிப் பல்லிலிருந்து முழு நரியை உருவாக்குகிறார் கவிதை சொல்லி. பரியை நரியாக்குகிற புராணப் படிமம் இதில் மீளுருவாக்கம் செய்யப்படுகிறது. அந்த நரி இங்குத் தனித்திருக்க முடியாது என்பதை வெளிப்படுத்தி தப்பித்து ஓலமிட்டு ஓடுகிறது. "கன்னியாகுமரி" கவிதையிலும் என்றென்றும் மாபெரும் தனிமையில் காத்திருக்கும் குமரி காட்டப்படுகிறாள். அதன் ஒப்புவமையாக, அவள் சமைந்திருக்கும் அந்தக் கடைக்கோடிக்குச் சென்றும் கவிச்சொல்லியின் தனிமையும் நீங்குவதில்லை. அது சுற்றிக் கடலெனப் பெருகி ஓயாது அலையடிக்கிறது.

முதலிலேயே ஸ்ரீநேசன் கவிதைகளின் மையப் படிமங்களில் முக்கிய ஒன்றான ஏரி அடையப்பட்டுவிடுகிறது ("அந்தி" கவிதை). அப்போதும், தனியனான ஒருவனின் கண்களால் அது பார்க்கப்படுகிறது. அதேபோல், தானற்ற பிறவற்றிலும் "மீனாக நான் / நானாக மீன்" (ஆழ் மாற்றம்) என்று தன்னை அடையாளப்படுத்தியும் கொள்ள முயலுகிறது. மலையும் கூட அவரின் மற்றொரு முக்கியப் படிமமாகத் தொடர்கிறது. ஒரு

கவிதையில், உயர்ந்த மலையை அடைந்து, அதன் அங்கமான ஒரு பாறையாக மாறியும் விடுகிறார் கவிதை சொல்லி. அதனால் எவ்வித அடையாளமுமற்ற தன்னை அறியவொண்ணாத நிலை கிட்டுகிறது. "ஞாபகங்கள் சிறகென விரித்த/ஒரு பறவை பறந்து/எள்ளும் என் இருப்பு" என்பது அப்போது அவர் கவிதைகளின் வழி அடையும் ஞானமாகிறது. மொத்தக் கவிதைகளின் அகத் தேடலையும் காட்டிவிடுகிற உன்னதமான அக்கவிதை "திரும்ப முடியாத பாறை". அது நீண்ட, வளமான இலக்கிய மரபின் தொடர்ச்சியாயுள்ளவர்களாலும் மேற்கொண்டும் இயங்குபவர்களாலும் மட்டும் எழுதப்பட முடிவதும் கூட. அதனாலேயே அக்கவிதை வழக்கமான நவீனத்துவத் தன்மையையும் ஒரே வீச்சில் சுலபமாகக் கடந்தும் விடுகிறது.

இவ்வாறாக கவிதை சொல்லி முழுதாக, தன்னைச் சூழ்ந்துள்ள பிறவற்றில் கலந்துவிடுகிறார். பின் எழுதப்படும் கவிதைகளில் தனிமை மெல்ல உதிர்ந்து மற்றவையாக மாறிட விரும்புகிறது. தாயாக, தாரமாக, சேயாக தன்னை உணர்கிறது. அது அம்மனாக, ஏரியாக, அதில் நீந்தும் மீனாக, கோயிலாக மாற்றமடைகிறது. அம்மனுடன் சேர்த்துத் தன்னைக் காண்பதுபோல், வெயில், பறவை, இலை, நிலவு என்று கவிதையுடனும் ஐக்கியப்படுத்திக்கொள்கிறது. கவிதைகள் ஒருவித மீமெய்மைத் தன்மையை அடைகின்றன. அது மிகு கவித்துவம்கொண்ட அதிகற்பனை நிலை எனலாம். அதனால், தன் சொந்த துக்கம், அனைவருடைய துயரமுமாக மாற்றம் கொள்கிறது. அல்லது பிறர் துயரெல்லாம் தனதாகிறது. மற்றோருடையதைச் சுமக்கும் தானடைகிற விரிவால் அவருக்குத் துயரமும் இன்பமாகத் தோன்றுகிறது. தன்னையே கவிதையிடம் ஒப்படைத்துக்கொண்டு எழுதப்படுவதாக மொழியும் மாறுகிறது. அற்புதப் படிமங்களும், மிகு புனைவுகளும், செறிந்த சொற்களும் உருவாகி வருகின்றன. எம்மொழியிலும் உயர்வாக வைக்கத்தக்க பல கவிதைகள் படைக்கப்படுகின்றன.

இந்த மீமெய்மை உணர்வே "நனைக்க இயலாத மழை" கவிதையில் நரிக்குறவர்கள் மேல் கொள்ளும் நேசமாகிறது. அது விலகியிருந்து காணும் வெறும் பரிவாக இருப்பதில்லை. இதில் கொட்டும் மழையில், வெட்ட வெளியிலுள்ள அவர்கள் நனைவதில்லை. அவர்களுடைய அடுப்பு அணைவதில்லை. அத்தகைய படிமங்கள் வாயிலாக, நரிக்குறவர்களின் நாடோடி இயல்பைப் பெருவாழ்வாகப் படைக்கிறார் கவிதைசொல்லி. மற்றொரு கவிதையில், மனம் பெருக, "திரவ மலை" ஒன்றை உருவாக்கி உச்சிக்கும் செல்கிறார். இதுவரை வறண்ட

மு. குலசேகரன்

பருண்மையான மலைகளைக் காட்டியவர், அதனால் தனது, வறண்ட கவிதை என்றவர், இதை நீர்ம நிலையாகக் காண்கிறார். அம்மலை முன்பு போல் தன்னந்தனியாகச் சென்றதாயில்லை. அது காதலியின் உடலாக இருக்கிறது. "வெறுங் காலை எடுத்து வைத்த முதற் பாறை தன் கடினத்தை இழந்துவிட்டிருந்தது" (அவனதன் காமம் என்கிற கவிதையின் வரி). ஆனாலும் அடைந்த மலை ஒருபோதும் நிரப்பப்பட முடியாதென அவரால் உணரவும்படுகிறது. இம்மலை அவருடைய காதலும் காமமாகவும் வளர்ந்து நிற்கிறது.

தன்னுணர்வு மிக முதலில் எழுதப்பட்ட கவிதைகள், தம் நீண்ட பயணத்தில் காதலி, மனைவி, குழந்தை, நண்பர்கள் என்று மற்றவர்களோடு பிணைகின்றன. அவற்றின் போக்கில் சமூக நுண் அலகுகளான குடும்பம், பள்ளி, வேலையிடம் போன்றவை, அவலமும் அபத்தமும் மிக்கதாகத் தோன்றுகின்றன. "கடவுளின் தூளி" அத்தகைய அதிபுனைவுக் கவிதை. இதில் குடும்பம் விபத்தில் சிக்கியதில் பெற்றோரை இழந்த குழந்தை அழுகிறது. கடவுள் தூளியில் வைத்து ஆட்டுகிறாள். நரகத்திலும் சொர்க்கத்திலுமுள்ள அப்பாவையும் அம்மாவையும் கண்டு குழந்தை அமைதியுறுகிறது. கடவுள் ஓய்ந்து தூளி ஆட்டுவதை நிறுத்த, மீண்டும் குழந்தை அழுகிறது. "பாவம் கடவுள் நல்லதாக்குவதா / கெட்டதாக்குவதா / என்பதையே மறந்துவிட்டுத்/தூளியை ஆட்டத் தொடங்கி/ ஆட்டிக்கொண்டே இருக்கிறாள்" என கவிதை முடிகிறது. கடவுள் நிலையையும் கடந்த இக்குழந்தைமையே சொர்க்க/ நரக பாகுபாடுகளை அழிக்க வல்லவை. அதனால் நல்லதும் கெட்டதும் கூட இல்லாமலாகின்றன என உணர்த்துவதாகிறது. அது பெண்பாலைச் சுட்டும் "ள்" எனும் விகுதியைப் பயன்படுத்தி எழுதப்பட்ட அற்புதக் கவிதை.

"வானேகுதல்" என்ற தொன்மமும் இவர் கவிதைகளில் அவ்வப்போது ஊடாடி வருவது. "சிறு காற்றுக்கும் புரளும் இலைச் சருகென / நான் புரண்டு மிதந்து பறந்து / திரும்புதலே இல்லாது வானேகவும் செய்யலாமென" (ஓர் இலைச் சருகு) என இனிய சந்தத்துடன் மந்திரம் போல் ஒலிக்கிறது இக்கவிதை. வானேகல், இறத்தலுக்குச் சமமானது எனலாம். அது மறத்தலுக்கும் துறத்தலுக்கும் கூட ஈடாகிறது. அனைத்தையும் விட்டு விடுதலையாதலை எதிர்நோக்கியிருப்பதுமாகிறது. இத்தகைய கவிதைகள், புனை கதைகளாகப் புறத்தில் தோன்றினாலும் நிகழ்த்தும் தன்மையில் அனுபவமாவதால் மிகுந்த கவித்துவத்தைப் பெறுகின்றன.

இக்கவிதைகளில் நனவுக்கும் கனவுக்குமான மாயத் திரை விலகுகிறது. அவை இரண்டும் எதுவெதுவென அறிய

முடியாதபடி ஒன்றாகின்றன. "கனவுப் பெண்ணிசை" என்ற ஆரம்பக் கால கவிதையென்றில் மற்றவர்களைத் துலக்கமாக அடையாளப்படுத்துவதன் மூலம், "என் பின்னே எதுவோ பவனி வர" என்று தன் அடையாளத்தைத் தேட முயலுவதாயிருக்கும். முன்பு எழுதப்பட்ட "நினைவி" கவிதையில் "உனை அறியாத ஒருவர்/நினைவிலும் நினைக்க நீ/இல்லை எனில் அவர்களுமில்லை" என்ற நிலை மாறி, இப்போதைய "கனவு மலை" கவிதை முற்றிலும் வேறொன்றைக் கனவு காண்கிறது. தன் ஜடத் தன்மையை இழந்து சம்பந்தமில்லாத உயிரியாக மாறுகிறது. "இது கனவில்லை என நான் / உங்களுக்கு எதைச் சொல்லி நிரூபிப்பேன்" ("யதார்த்தம் என யோசித்தால்" கவிதை) என எதிர்நிலையில் நின்று மொத்த வாழ்வையும் கனவாக நினைக்கிறது. இந்த மாய யதார்த்தச் சொல்லாடல்கள் பல அர்த்தங்களைப் பெறுகின்றன. இவற்றால் அசாதாரணத் தருணங்கள் அடையப்படுகின்றன. இப்படியான, ஆண்டன் செகாவை வாசித்தல் பற்றிய கவிதையில், எழுத்திலுள்ள மெழுகுவர்த்தி வெளியிலும் எரிகிறது. இதன் மூலம் வாழ்க்கையின் அர்த்தம் பெரும் படைப்பூக்கத்துடன் தேடப்படுகிறது. "வாழ்வமைவு" கவிதையில் "கனவு காண்பதை நிறுத்திக்கொண்ட எனக்கு/நேற்றிரவு ஒரு கனவு / மலையடிவாரக் கிராமத்தில் / மூன்று ஏக்கர் நிலம் வாங்கி / கல்லூரி ஒன்றைத் தொடங்கியிருந்தேன்" என்று இதுகாறும் காணப்பட்ட கனவிலிருந்து பிற்பாடு விலகுகிறது. இதற்கு முந்தைய கனவு நிலை, நனவாகவே பார்க்கப்பட்டது என்றால், பின்னால் "அங்குத்திச் சுனை" கவிதையில் மாபெரும் துர்க்கனவாகிறது.

இக்கவிதைகளில் சாதாரண மனிதர்களுடன் அசாதாரண மனிதர்கள் இயல்பாகப் புழங்குகிறார்கள். அது கவிதைசொல்லி தன்னை அதி மனிதனாக உணர்கிற அம்சம். "பறவை மனிதன்," தான் நடப்பதால் பிறருக்குப் பாதிப்பு ஏற்படக் கூடாது என்பதற்காகப் பறப்பவனாயிருக்கிறான். "மேகங்களில் நடை பயில்பவன்" கவிதையில், முதலில் கடவுளும் இல்லை, மற்றவர்களும் இல்லை என்பதால் அவன் மேகங்களில் நடைபயில்பவன்தான் எனப்படுகிறது. தன்னை மேன்மேலும் வளர்த்தி அடையாளப்படுத்திக்கொள்ளும் முயற்சி கவிதையாகிறது. அதி மனிதரால்தான் மீட்சி சாத்தியம் என்ற புகழ் வாய்ந்த கூற்றையும் நினைவூட்டுகிறது.

ஆரம்பக்கால கவிதையொன்றில், சிக்கல்கள் நிறைந்த வறண்ட நிலைக்கும் வறண்ட கவிதைகளுக்கும் காரணம் வறண்ட ஏரி என்று நம்பப்பட்டது. பிந்தைய கவிதைகளில் அந்நிலை மாறி வறண்ட ஏரி நிரம்பத் தொடங்குகிறது. ஏரி பெருகாமலும் வற்றாமலும் கண்காணிக்க ஏரிக் கரையில்

மனிதரால் நிறுவப்பட்டது அம்மன் தெய்வம். அவள் சதா சர்வ காலமும் ஏரியைக் காப்பவள். அந்த ஏரியை நள்ளிரவில் அடைகையில் அம்மன் நீராடுகிறாள். அந்த நீந்தல்தான் படைத்தலும் காத்தலுமான செயலாக இருக்கிறது. அவளைத் தாயாக, மனைவியாகத் தரிசிக்கிறார் கவிதை சொல்லி. தன்னை மறந்து அவர்களுடன் இணைகிறார். அம்மனாக, ஏரியாக, ஏரியின் அனைத்துமாக மாறுகிறார். புறத்திலுள்ள ஏரியும் அகத்தில் உயிர் பெற்ற அம்மனும் ஒன்றாகிறார்கள். முன்பு ஏரி அவர் படைப்பின் ஊற்றுக் கண்ணாகக் காணப்பட்டது என்றால் இப்போது படைப்புச் சக்தியின் வெள்ளமெனப் புலனாகிறது. இதில் சொற்கள் வெவ்வேறாக உருமாற்றி எழுதப்படுவதன் வாயிலாக பொருள் மாறி வெளிப்படும் மாயம் நிகழ்கிறது. சொல்லும் பொருளும் பிரிக்கவியலா ஒரு கவிதையின் எடுத்துக்காட்டு இது.

பிற்காலக் கவிதைகள் பெரும்பாலும் தூய சொற்களைக் கொண்டு எழுதப்படும் விவரணைகளாகின்றன. அவை வெளிப்படையான கூரிய உரை நடைத் தன்மையோடு இயங்குகின்றன. படிமங்கள், குறியீடுகளைத் தவிர்த்து நேரடியாக எழுதப்படுகின்றன. தொடர்புறுத்தல் அவற்றின் முக்கிய நோக்கமாகிறது. ஓர் அனுபவத்தை பல கருத்துகளாக மாற்றிச் சொல்லிச் செல்வன. அதன் குரல் தனித்து ஒலிக்கும் உச்சாடனமாயிருக்கிறது. முன் வைக்கப்படும் அனைத்தும் நிதரிசனங்களாயிருக்கின்றன. புது வகை நவீனச் செய்யுள்கள் படைக்கும் செயலாகின்றன. தர்க்க ஒழுங்கு கொண்ட அறிவார்த்தக் கவிதைகள் உருவாக்கும் முயற்சிகள் எனவும் சொல்லலாம்.

இக்கால கவிதைகளில் கவிதை சொல்லி சில சமயங்களில் சமூக மனசாட்சியான பழைய கவி மரபை மீட்கிறார். அவர் எளியோர்பால் நிற்க வேண்டும் என்ற கடப்பாட்டைக் கொள்கிறார். சிறு விவசாயிகள், இடையர், பறவைகள், தூசிகள், கைக்குட்டைகள், குச்சிகள் என்று எல்லாமும் மேலெழுந்து பேச வைக்கப்படுகின்றன. அக்குரல் சுற்றுச் சூழல் பற்றிய ஆழ்ந்த கரிசனமாகவுமிருக்கிறது. அதிகாரம் நேரடியாகக் கேள்விக்குள்ளாக்கப்படுகிறது. அரசியல் கசந்து விமரிசிக்கப்படுகிறது. அப்போது கவிதைகள் ஆதிக்க முகத்திற்கு நேர் நின்று ஏசுவதாயிருக்கின்றன. அவை நவீன அறம் பாடுவதாகிவிடுகின்றன. இதுவே பீடத்திலுள்ளோரை அழிக்கும் பெரும் போராட்டமாகிறது.

இக்காலக் கவிதைகள் நீண்ட வாழ்க்கைக் குறிப்புகளாக வும் முதிர்வடைகின்றன. உண்மையான நபர்கள், இடங்கள் பதிவாகின்றன. துல்லியத் தகவல்கள் வெளிப்படுகின்றன. கவிதை

எழுதுதல், நிகழ்ச்சிகள், பயணங்கள் என்று சுய அனுபவங்கள் முன்வைக்கப்படுகின்றன. இவை, பிறகு புரட்டிப் பார்க்கின்ற தேர்ந்த ஆவணப்படுத்தலாகிறது. அனைத்தும் இணைந்து கவிதை சொல்லியின் தன் வரலாற்றுக் கவிதைகளாகின்றன. இத்தகைய சரித்திரத்தில் முன்னோர்கள் பெருமிதத்துடன் மீட்கப்படுகிறார்கள். “மூன்று பாட்டிகள்” கவிதையில் சாதாரண தருணங்கள் அசாதரணமாக்கப்பட்டு அவர்கள் நினைவுகூரப்படுகிறார்கள். “நரகத்தார்” கவிதையில் “மூன்று நூற்றாண்டுகளுக்கு மேலாய் வாழ்ந்த/எங்கள் குடும்ப மூதாய் ஒருவர்” என்று அறிமுகப்படுத்தப்படுகிறார். அந்த மூதாதையின் தொன்மை அதிபுனைவால் முழுதாக வெளியாகிவிடுகிறது.

ஒரு தொன்மப் படிமம் “பிறவிப் பெருங்கடலைக் கடக்கும் படகு” (பிறவிக் கல்). இங்கு நகரம் சார்ந்த வேறொரு ஏரி காட்டப்படுகிறது. கரையில் அம்மன் சிலை இல்லை. மாறாக ஏரி நடுவில் ஒரு பாறை தென்படுகிறது. வெண்கொக்குகள் எச்சமிட்டு அயல்நாட்டு நாரை போலுள்ளது. அதுவே பிறவிப் பெருங்கடலைக் கடக்கும் படகாகிறது. “கவித்தல விருட்சம்” கவிதையில் நெடுங்காலமாக விருட்சம் நிற்கிறது. மதுக்கூடத்தின் ஓரமாக ஜன்னலையொட்டி அமைந்துள்ளது. தல விருட்சங்கள் அனைத்தும் கோயில்கள் தோன்றக் காரணமானவை எனலாம். அனாதி காலம் தொட்டு வருவன. இவ்விருட்சம் தொடர்ந்து மதுக்கூடத்துக்கு வருகிற சிறந்த கவிஞர்களின் வரிசையைக் காட்டுகிறது. தன்னையும் அப்பெருங்கவி மரபில் வைத்து அடையாளம் கண்டுகொள்கிறது. அதுவே அதன் உய்தலாகிறது.

ஒரு நீண்ட கவிப் பயணத்தில் தானாக அடைகிற மாற்றம் ஒன்று. சுற்றி நிகழ்பவற்றால் பெறுகிற மாறுதல் இன்னொன்று. இவை இணைந்த பெரும் நீரோட்டமாக, தனக்கேயான சொல்முறையையும், பொருள்கொள்ளலையும் கொண்டு ஸ்ரீநேசன் கவிதைகள் வெளிப்படுகின்றன. இவற்றாலெல்லாம் அவர் கவிதைகள் மிக முக்கியமானவையாக, மிகவும் சிறந்தவையாக விளங்குகின்றன.

எழுத்தாளர் ஆனேன் – இந்து தமிழ் திசை

பறத்தலாகும் எழுதுதல்

எப்போதும் கற்பனைகளையே கதைகள் அதிகம் பேசுகின்றன. அவற்றுக்கு உண்மையைக் காட்டிலும் வலிமை அதிகம். ஏனெனில் நிஜம் ஒன்றாக மட்டும் இருப்பதில்லை. அவற்றைத் தேடிச் செல்ல ஏற்ற வழி கற்பனைதான். அதனால் பல பேருண்மைகளைக் கண்டடையலாம். கதைகள் வாயிலாகவே பெரும் கற்பனைகள் சாத்தியப்படும். உண்மைகளைக் காண உலகை ஒருமுறை சுற்றி வருவதற்குள், ஆழுள்ளத்தால் அவற்றை உடனே உணர முடியும். அதற்கு கட்டுப்பாடற்ற சுதந்திர மனம் தேவை. எனவே பண்டைய கதை சொல்லிகள் அனைவரும் கதைகளைப் பரப்பினார்கள். அவற்றில் தம்மைப் போன்ற எளியவர்களைப் பிரதிபலித்தார்கள். அக்கதைகள் மனிதர்களை ஆற்றுப்படுத்தின. நிரப்ப முடியாத ஏற்றத் தாழ்வுகளை இல்லாமலாக்கின தூரத்து இலட்சியங்களைச் சமைத்துத் தந்தன. கற்பனையே அறிவியலுக்கு முன்னோடி. உண்மைகளின் மேல் கட்டப்பட்ட அது, பொய்யல்ல.

நாட்டார் கதைகளைத் தழுவிச் செய்த காவியங் களிலும் சாதாரண மனிதர்கள் கற்பனைகளால், தெய்வங்கள், அரசர்களாக படைக்கப்பட்டார்கள். அவர்கள் வழியாக அறங்கள் எழுப்பிக்கொள்ளப்பட்டன. ஒருவகையில் அக்கதைகள் தொன்மையானவையும் அதே சமயத்தில் நவீனமானவையும் கூட. அவற்றை உருவாக்குவதே பின் நவீனத்துவப் போக்குமாகும். அவை யதார்த்தத்தின் மேலும் கீழுமான சமூக ஒழுங்கைப் புரட்டிப் போடுகின்றன. அக்கதையாடல்கள் பெரும் போராட்ட வடிவங்களாகின்றன. அதனாலேயே சித்தாந்தங்களைக் காட்டிலும் புனைவுகள் அதிகாரத்தால் கடுமையாக ஒடுக்கப்படுகின்றன.

நான் கல்லூரிப் படிப்பு முடிந்து முழு சுதந்திரத்தை அனுபவித்துக்கொண்டிருந்தேன். காடு, ஆறு, வயல், வரப்புகளில் புத்தகங்களுடன் திரிந்தேன். நகர நூலகத்தில் கைக்குக் கிடைத்தவற்றைப் படித்தேன். யாரெனத் தெரியாமலே புதுமைப்பித்தன், கு.ப. ராஜகோபாலன், அசோகமித்திரன், தி. ஜானகிராமன் போன்றவர்களை அடைந்தேன். பல வண்ண இதழ்களின் நடுவில் "கணையாழி" இதழ் வித்தியாசமாயிருந்தது. அதன் வாசிப்பு அனுபவம் ஆழமாகத் தென்பட்டது. மேற்படிப்பு தொடரக் கொடுத்த தொகையைக்கொண்டு கி. ராஜநாராயணன், தேவதச்சன் போன்ற படைப்பாளிகளைத் தேடி சந்தித்தேன். மேலும் பல பயணங்கள். எனக்குக் கால் கட்டுப் போட, வேலைக்கு அனுப்ப வீட்டார் விரும்பினார்கள். உறவினர் ஒருவர் தோல் தொழிற்சாலைக்குப் பரிந்துரைத்தார். காலை ஒன்பதிலிருந்து இரவு பன்னிரெண்டு மணிவரை கணக்காளர் வேலை. பேருந்தில் சென்று சில கி.மீ.க்கள் நடக்க வேண்டும். வழியில் தோல் தொழிற்சாலைகள் செறிந்த இடத்தில் தொடர்பில்லாமல் புறாக் கூண்டு நின்றிருந்தது. பரபரப்பின் நடுவில் புறாக்கள் அமைதியாக அமர்ந்தும் பறந்தும் கொண்டிருந்தன. தொழிற்சாலையில் கணக்கெழுதுவது குறைவு. ஆனால் வேலை முடிகையில் தொழிலாளர்களுக்குக் கூலி கொடுக்க வேண்டும். அவர்கள் பல ஆண்டுகளாக பணியாற்றுபவர்கள். பதிவேடுகளில் பெயர்கள் இருக்காது. சம்பளம் கொடுத்தால் தொழிலாளர்களுக்கான உரிமைகள் கிடைக்கும். அதைத் தவிர்க்க தினக் கூலி வழங்கினார்கள்.

நள்ளிரவில் நேரம், கூலி கணக்கிட்டுப் பணம் தர வேண்டும். நோட்டில் கையெழுத்துக் கிறுக்கல்கள் அல்லது கைநாட்டுகள் வாங்க மறக்கக் கூடாது. தூக்கத்தாலும் பசியாலும் எனக்குக் கணக்கும் காசு எண்ணிக்கையும் தவறும். ஆனால் தொழிலாளர்களுக்கு தெளிவான மனக் கணக்கு உண்டு. அதிகமாயிருந்தால் திருப்பித் தருவார்கள். நான் நள்ளிரவில் சோர்ந்து வீடு திரும்புவேன். வழியில் ஆற்றில் சடலங்கள் கொழுந்துவிட்டெரியும். பேய் நம்பிக்கை இல்லையெனினும் பயத்தில் மனம் பதறும். அகால வேளையில் உண்ண முடியாமல் வீட்டுப் படுக்கையில் விழுவேன். ஒரு நாள் வேதனையாலும் வலியாலும் அழுதேன். வேலைக்குச் செல்ல வேண்டாமென அம்மாவும் கண்ணீர் சிந்தினார். என் முதல் சம்பளத்தை வாங்கினேன். தொழிற்சாலை உரிமையாளரிடம் விடை பெற்றேன்.

நான் தொழிற்சாலைக்குப் போகும் வரும் வழியில் பெயர்ப்பலகை கண்ணில்பட்டுக்கொண்டிருந்தது. தோல் தொழிலாளர்கள் சங்கம் என்று சிவப்பு வண்ணத்தில் எழுதி யிருந்தது. இதுவரை உள்ளே செல்ல நேரமில்லை. வேலையைத்

மு. குலசேகரன்

துறந்ததும் தயங்கியபடி நுழைந்தேன். சுவரில் மார்க்ஸ், எங்கெல்ஸ், லெனின், ஸ்டாலின் படங்கள் வரிசையாகத் தொங்கின. கீழே சங்கத் தலைவர்கள் அமர்ந்திருந்தார்கள். தீவிரமான ஸ்டாலின் சாயலோடிருந்தார் அ. வெங்கடேசன். அமைதியாக எங்கெல்ஸ் போலிருந்தார் சா. இராமமூர்த்தி. அவர்களைக் கல்லூரிக் காலத்திலிருந்து தமிழ்ப்பேராசிரியர்கள் வழியாகத் தெரியும். சமூக நோக்கிலான கவிதைகள், கதைகள், கட்டுரைகள் எழுதுவார்கள். அக்காலத்தில் தொழிலாளர்களுக்கு சொற்பக் கூலி கொடுக்கப்பட்டது. இரு தலைவர்களும் தொழிற் சங்கம் கட்டி தொடர்ந்து போராடினார்கள். தொழிலாளர்களுக்கு நியாயமான கூலி வழங்கப்பட்டது. இப்போது அவர்களால் சமூகத்தில் கௌரவமாக வாழ முடியும்.

இருவரும் என்னை எவ்வித பேதமுமில்லாமல், இயக்கங்களுக்கேயுரிய தோழமையுடன் விசாரித்தார்கள். நான் அப்போதுதான் வேலையிலிருந்து நீங்கியதை சொன்னேன். மிகவும் மகிழ்ந்தார்கள். தொழிற்சங்கம் கூலி உயர்வுக்கு மட்டும் போராடுவது அல்ல, தொழிலாளர்களை அரசியல்படுத்துவதும் தான் என்று சிறு வகுப்பெடுத்தார் அ. வெங்கடேசன். அதற்காக நீண்ட நாள் கனவான "வேர்வை" என்ற சிறுபத்திரிகையைத் தொடங்க வேண்டுமென்றார். "கணையாழி" போன்ற வடிவம். ஒரு ரூபாய் விலை. அதற்கு என்னைத் துணையாசிரியராக நியமித்தார்.

அச்சில் வெளியான என்னுடைய முதல் கதை "வேர்வை" முதல் இதழில் பிரசுரமானது. "ராஜா என்கிற புறா" என்று தலைப்பு. அதற்கு முன் கையெழுத்துப் பத்திரிகையில் நிறைய சிறுகதைகளை எழுதியிருக்கிறேன். இக்கதையைத் திட்டமிட்டு எழுதவில்லை. அது தானாக தோல் தொழிற்சாலை வேலை அனுபவத்தை யொட்டி எழுதிக்கொண்டது. அதில் நான் சிறுவனாக மாறியிருந்தேன். குழந்தைத் தொழிலாளியாக நாளெல்லாம் வேலை செய்தேன். தொழிற்சாலை, தோல்கள் ஊறும் பெரும் இயந்திரமாயிருந்தது. அது ஓயாமல் சுழன்றுகொண்டிருந்தது. கீழே கழிவு நீர் சிற்றலைகளுடன் ஆறாகப் பாய்ந்தது. திடீரென இயந்திரத்தின் மேல் புறா வழி தெரியாமல் பறந்து வந்து அமர்ந்தது. அவனை உற்று நோக்கியது. பற்சக்கரங்களில் புறா சிக்கிக்கொள்ளுமென பயந்து சிறுவன் துரத்துகிறான். அது சுவாரசியமான விளையாட்டாகிறது. உரிமையாளர் பார்த்து விட்டு பையனை வேலையிலிருந்து நீக்குகிறார். அவன் வெளியேறி கூண்டருகில் நின்று புறாக்கள் பறப்பதை கண்ணீருடன் வேடிக்கைப் பார்க்கிறான்.

உற்ற சொல்லைத் தேடி

நேர்காணல்: த. ராஜன், இந்து தமிழ் திசை

கனவை எழுதுதல்

(அருகே இருந்து பார்க்க நேர்ந்த தோல் தொழிற்சாலையின் விளைவுகளையும் அரசாங்கத்தின் வளர்ச்சித்திட்டங்களால் பொதுமக்கள் எதிர்கொள்ளும் சவால்களையும் அசாதாரணமான சூழ்நிலையின்போது மனித மனங்களில் வெளிப்படும் தனித்துவமான உணர்ச்சிப்போக்கையும் நுட்பமாகப் பதிவுசெய்திருக்கும் சிறுகதைத் தொகுப்பு மு. குலசேகரனின் 'அருகில் வந்த கடல்'. இந்தத் தொகுப்பை மட்டும் முன்வைத்து நிகழ்த்தப்பட்ட உரையாடல் இது. வேலூர் மாவட்டம் பாபனப்பள்ளியில் பிறந்துவளர்ந்த மு. குலசேகரன், வாணியம்பாடி அருகிலுள்ள புதூரில் வசிக்கிறார். 'ஒரு பிடி மண்', 'ஆயிரம் தலைமுறைகளைத் தாண்டி' என்ற இரண்டு கவிதைத் தொகுப்புகளும், 'அருகில் வந்த கடல்' சிறுகதைத் தொகுப்பும் இதுவரை வெளியாகியிருக்கின்றன. இவர் ஒரு ஓவியரும்கூட. கிட்டத்தட்ட ஆறு ஆண்டுகளுக்குப் பிறகு தனது இரண்டாவது சிறுகதைத் தொகுப்புக்காகத் தயாராகிக்கொண்டிருக்கும் வேளையில் அவரோடு உரையாடியதிலிருந்து:

கேள்வி: 'அருகில் வந்த கடல்' தொகுப்பின் சிறந்த கதையாக 'அழிக்கவியலாத கறை'யை நினைக்கிறேன். காதலித்த உயர்சாதிப் பெண் கைக்கூடிவிட்ட பிறகும்கூட இந்தச் சாதி உருவாக்கி வைத்திருக்கும் வரலாற்று அழுத்தம் அவனைத் தத்தளிப்பில் வைத்திருக்கிறதே?

பதில்: சாதி உருவாக்கி வைத்திருக்கும் காலங்காலமான தாழ்வுணர்ச்சியைச் சுலபத்தில் போக்கிக்கொள்ள முடியாது. ஆதிக்க சாதிகள் வெளிப்படுத்திவிடும் தவறான சமிக்ஞைகள் மனரீதியாகப் பெரும் கலவரத்தை உண்டாக்கிவிடக்கூடும். சாதிய உணர்வுகள் எல்லோருக்குள்ளுமே எச்ச சொச்சங்களாகப் படிந்திருக்கின்றன. நீண்ட சாதியடுக்கில் ஒரு சாதி அடியில் இருப்பினும், தன்னுடைய இனம் உயரிய பண்பாட்டைக் கொண்டிருப்பதாக நம்புகிறது. எக்காரணத்தாலும் பிறரைத் தாழ்த்த நினைக்கும் தீயகுணத்துக்கு இது கருவியாகிறது. ஒன்றைக் கீழாக்குவதன் மூலம் தன் இருப்பை மேலானதாக உணர்கிறது. சாதி அடையாளங்கள் பெரும்பாலும் வெளியாகும் இடங்களாக சாவும் திருமணமும் இருக்கின்றன. ஏனெனில், அவை பெரும் சமூக நிகழ்வுகளாக உள்ளன. குறிப்பிட்ட இக்கதையில், உயர்சாதி என்ற ஈர்ப்பாலும்தான் அவளை அவன் காதலிக்கிறான். குடும்பம் எனும் நிறுவன விதிகளை மீறியமைக்காக அவனைத் தாங்கள் மேன்மையான சாதியென்று அவளது உறவினர்கள் புறக்கணிக்கின்றனர். தன் சாதிக்கென சகிப்பும் உழைப்புமான தனிப்பெருமை உள்ளதைக் காட்டி, அவன் அதை எதிர்கொள்கிறான்.

கேள்வி: ரத்தம்போல ஓடும் தொழிற்சாலைக்கழிவு, அணை கட்டுவதற்கான, நெடுஞ்சாலை விரிவாக்கத்துக்கான நில அபகரிப்பு என அரசு நடவடிக்கைகளால் மனிதர்கள் எதிர்கொள்ளும் துயரங்கள் உங்கள் கதைகளில் ஒரு சரடாக ஓடிக்கொண்டிருக்கின்றன. வளர்ச்சியின் பெயரால் துயருறும் எளியவர்கள் உங்களைத் தொந்தரவுக்கு உள்ளாக்குகிறார்களா?

பதில்: இயற்கையின்மீது மிகப்பெரிய இடையீடுகளை ஒருபோதும் நிகழ்த்தக்கூடாது. பெருந்தொழில்கள், சாலைகள், அணைகள் போன்றவை அடிப்படையில் தவறானவை என்று வரலாறு காட்டியிருக்கிறது. மேல் இருப்பவர்கள் பயனைப் பெறும்போது மொத்தத் துன்பத்தையும் கீழே உள்ளவர்கள்தான் சுமந்தாக வேண்டும். அவர்களுடைய அன்றாட வாழ்க்கை மீட்க இயலாதபடி முழுதாகக் குலைக்கப்படுகிறது. திட்டமிடுபவர்கள் பலன் பெறுவதற்கு அதிமாற்றம் சிந்திக்கப்படுகிறது. உதாரணத்துக்கு, அகன்ற சாலைகளானது சொகுசு வாகனங்களின் மீதுதான் அதிக அக்கறைகொள்கின்றன. அவை பொதுப் போக்குவரத்தையும் எளிய வாகனங்களையும் மறுதலிக்கின்றன; பாதசாரிகளை முழுமையாக ஒதுக்கின்றன. பாதுகாப்பையும் ஒழுங்கையும் மலிவையுமதான் சேவைகளாகப் போக்குவரத்து பேண வேண்டுமேயொழிய, பிரம்மாண்டத்தையல்ல.

இப்படியான மாற்றங்களுக்கெல்லாம் சுலபமான இலக்குகளாக இருப்பவர்கள் சாமானியர்கள்தான். ஒவ்வொருவரும் நேரடியாக ஏதோ ஒருவிதத்தில் பாதிக்கப்பட்டிருக்கும் அளவுக்கு அரசின் வளர்ச்சித் திட்டங்கள் அதிகமாகியிருக்கின்றன. ஆகவே, அதுபோன்ற பெருங்கதையாடல்களை இந்தப் புனைவுகள் எதிர்க்க நினைக்கின்றன.

கேள்வி: பல கதைகளில் தோல் தொழிற்சாலை இடம்பெறுகிறது. தோல் தொழிற்சாலையின் தற்போதைய நிலை, மக்களின் வாழ்க்கை முறையில் ஏற்பட்ட மாற்றம் இதையெல்லாம் இத்தனை ஆண்டு இடைவெளிக்குப் பிறகு என்னவாக அவதானிக்கிறீர்கள்?

பதில்: நடந்ததைத் திருத்திக்கொள்ள முடியாத தூரத்தைக் கடந்துவந்துவிட்டோம். ஆதியிலிருந்து தோல் பொருட்களின் பயன்பாடு நிலவியிருக்கிறது. அது ஒருவகையில் இயற்கையானதும்கூட. இடையில், தோல்களைப் பதப்படுத்தும் தொழில்நுட்பத்தில் பெரும் தோல்வி ஏற்பட்டிருக்கிறது எனலாம். முதலில், தாவரப்பொருட்களைக் கொண்டு பதனிடும் முறை. பிறகு, ரசாயனப் பதப்படுத்தும் முறை. அடுத்து, கடும் ரசாயனங்களைக் கொண்டு தோல்களை உன்னதமாக மாற்றுவதாக வளர்ந்திருக்கிறது. இதனால், நீரும் நிலமும் முற்றாக மாசடைந்துவிட்டன. விவசாயமும் சிறுதொழில்களும் விளிம்பு நிலையை எட்டிவிட்டன. அதிக அந்நியச் செலாவணி, வரி வருமானம், வேலைவாய்ப்பு, சமூக மேம்பாடு போன்றவற்றை அடையும் அரசாங்கம்தான் இதற்குப் பொறுப்பு. ஒரு மக்கள்நல அரசுதான் கழிவுநீரை, சாக்கடைகளைக் கையாள வேண்டும். அதைத் தனிமனித மனசாட்சிக்கு விட்டுவிடக் கூடாது. இப்போது சமூக ஆர்வலர்களின் செயல்பாடும், நீதித்துறையின் தலையீடும், விழிப்புணர்வும் சேர்ந்து நிலைமை மேம்பட்டிருக்கிறது என்று நம்புவதைத் தவிர வேறுவழியில்லை. நாம் பின்னோக்கிச் செல்ல முடியாது.

கேள்வி: அசாதாரண சூழலில் துளிர்க்கும் காமத்தைக் கதையாக்கியிருக்கிறீர்கள். இதைக் கோடிட்டுக்காட்ட நினைத்தது ஏன்?

பதில்: இதுவரை அடியில் உறைந்திருந்த உணர்வுக ளெல்லாம் இக்கட்டான நேரங்களில்தான் உருகத் தொடங்கு கின்றன. தமக்கென்று இட்டுக்கொண்டிருந்த தடைகளைக் கண்காணிப்புத் தளரும் வாய்ப்புக் கிடைத்த அச்சமயத்தில் சுலபமாக மீற எத்தனிக்கின்றன. அடைய முடியாதவை என நினைத்தவையெல்லாம் சந்தர்ப்பத்தால் அடித்துக்கொண்டு

அருகில் வருகின்றன. அதனாலேயே அத்தருணங்கள் அபூர்வமானவையாகின்றன. காமம் எல்லோருக்குள்ளும் ஒடுக்கப்பட்டுக் கிடக்கிறது. பெரும் நெருக்கடிகளில் மற்றவர்களை இனம்காணும் மனநிலை வாய்க்கும்போது அடிப்படையான உணர்வுகள் கிளர்ந்து மேலெழக்கூடும். உயர்ந்த நிலை வேட்கைக்கு எதுவும் பொருட்டில்லை. அது அனைத்துக் கோட்டைச் சுவர்களையும் தகர்க்கிறது; சூழலை அறியாததும்கூட. சதா காத்திருந்து உகந்த சந்தர்ப்பங்களில் வெளிப்பட்டுவிடும். அப்படி சூழ்நிலையை உபயோகப்படுத்திக்கொள்ள இயல வில்லை எனில் அதைத் தானே உருவாக்கியும் கொள்கிறது. அப்போது ஒரு குண்டைக்கூட வெடித்து மற்றவர்களின் கண்காணிப்பைத் திசை திருப்புகிறது. அதனால், மிகுந்த உச்சத்தையும் அடைகிறது. சாதாரண நிலையில் உறங்கியுள்ள காமம், கடும் நெருக்கடியான பொழுதுகளில் உயிர்தரித்தல், போராடல், தப்பித்தல் போன்ற ஆதி இச்சைகளுடன் சேர்ந்து பீறிடுகிறது. அப்போது அது தன்னை மட்டுமே நினைக்கிறது. அதேபோல், காமவுணர்வு நிறைவேறும்போது அது சிக்கலான சூழ்நிலையை ஒன்றுமில்லாததாக்கிவிடும், அசாதாரண சூழலை வேண்டுமென்றே வளர்த்துக் கற்பிதம்கொள்ள எத்தனிக்கும். அது தன் அடிநாதமான அன்பையும் ஆறுதலையும் அடைய விரும்புவதைக் காட்டிவிடுகின்றன. இந்தக் கணத்தை எழுதுவது ஒருவகையில் எனது தனித்துவமும்கூட.

கேள்வி: கனவிலிருந்து விழிப்பதுபோல உங்கள் கதைகளின் முடிவுகள் கைகளுக்குள் சிக்கிவிடாமல் நழுவிவிடுகின்றன. ஏன் இந்த உத்தி?

பதில்: கதை என்பது முடிவற்ற ஓர் அனுபவம் என்றால், அது எங்கு தொடங்கி முற்றுப்பெறுகிறது என்பதை எழுதுபவ னாலும் தீர்மானிக்க இயலாது. ஒரு தொடரோட்டமாகச் சென்றுகொண்டிருக்கையில் நாம்தான் ஒரு முடிவைப் போடுகிறோம். அது வலிந்து திணிக்கப்பட்டதாக இல்லாமல் வாழ்க்கையின் முடிவின்மையை உணர்த்துவதாக இருக்க வேண்டும். நேரடியாகக் காணும் கனவாகத்தான் கதை இருக்கிறது. அதற்குத் தொடக்கத்தைக் கொடுப்பதுதான் கடினமானது. நாம் யாரோ காணும் கனவுதான் என்று எண்ணும்போது எழுதுவதும்கூட கனவாகிவிடுகிறது. பிறகுதான் அதில் மறைந்துள்ள தர்க்க நியாயங்களைக் கற்பித்துவிட முனைகிறோம். இந்தக் கதைகூறல் முறையைக் கனவுநிலை யதார்த்தம் எனலாம். கனவுதான் சிறுகதையுடன் ஒத்துப்போகிற, சிறுகதைக்கு ஏற்ற வடிவம். எல்லாக் கனவுகளும் விழிக்கையில் அறுந்து துண்டாகி முடிகின்றன. இதுவரை கண்டவற்றுக்குப் பல அர்த்தங்களை

வழங்கி ஓய்கின்றன. என் கதைகளும் அவ்வகையில் தற்காலிகமாக முடிவடைந்து வாசிப்பவரிடம் தொடருமென நம்புகிறேன்.

கேள்வி: ஒரு கதை செழுமை பெறுவதில் செம்மையாக்கத்தின் பங்கு என்னவாக இருக்கிறது? உங்கள் கதைகளை நஞ்சுண்டன் செம்மைப்படுத்திய அனுபவம் குறித்துச் சொல்லுங்கள்.

பதில்: அர்த்தங்களை மாற்றிவிடும் ஒற்றுப்பிழைகளை நீக்குவதில் தொடங்கி வாக்கிய அமைப்புகள், தவறான தகவல்கள், முரண்பாடுகள், கவனக்குறைபாடுகளைச் சீராக்குவது என எந்தவொரு பிரதியும் செம்மையாக்கத்தைக் கோரி நிற்கிறது. அதன் நோக்கம் பிரதியை வெறுமனே தரப்படுத்துவது மட்டுமல்ல; மேம்படுத்துவதும்கூட. தான் படைத்தவற்றுக்குத் தான்தான் ஆசிரியர் என்கிற வெற்று உரிமை கொண்டாடும் நம்பிக்கையையும் அது அகற்றுகிறது. எழுத்தாளர், கவிஞர், மொழிபெயர்ப்பாளருமான நஞ்சுண்டன் முதலில் என் கதை ஒன்றைச் செம்மையாக்கியபோது அவர் அக்கதையின் பல வரிகளை மீள எடுத்துக் கூறினார். அது வியப்பூட்டுவதாக இருந்தது. அவர் குரலின் கறார்த்தன்மை எழுத்தின் மீதான அக்கறையைக் காட்டியது. துக்ககரமான ஒரு நிகழ்வில் நதியின் கரையில் நின்றிருக்கும் வேளையில் அவர் கூறிய திருத்தங்களெல்லாம் உவப்பாக இருந்தன. ஒரு எழுத்தாளர் தன் எழுத்துகளைச் சீரியமுறையில் தானே வாசிக்காதபோது செம்மையாக்குநர் அதை மேன்மேலும் வாசித்துக் குறைகளை நேராக்குகிறார். அப்படிப் பாரபட்சமில்லாமல் விலகிநின்று, தன்னை முன்னிறுத்திக்கொள்ளாமல் எழுத்துகளை செம்மை யாக்குபவர் நஞ்சுண்டன். ஒரு தேர்ந்த செம்மையாக்குநருக்கு இருக்க வேண்டிய தகுதிகளான மொழியறிவும் பல்துறை அறிவும் ஈடுபாடும் அவருக்குக் கூடுதலாக உண்டு. அவர் ஒருபோதும் கதையின் தொனியை மாற்றிவிடுவதில்லை. வாக்கியங்கள் முன்பின்னாக அமையும் நடைகளையும்கூட அனுமதிக்கிறார். ஆனால் சில சமயங்களில் சொற்களில் குழம்பித் தவிக்கும் கதைசொல்லியைக் கதையின் போக்கை மாற்றாமல் மீட்கிறார். முக்கியமாக, பிரதியில் பெரும்பாலும் நேரும் காலம் பற்றிய குழப்பங்களைக் களைந்து துலக்கமாக்கி விடுகிறார். அவர் ஓர் இயற்கையான சூழலில் நடத்திய செம்மையாக்க முகாமில் என் ‘ஒற்றை முள்ளின் சுழற்சி’ என்கிற புனைகதை செம்மையாக்கப்பட்டது. அதில் கடவுளர்களின் சிலைகளுக்கு உயர்திணையை அவர் வழங்கியபோது கதைக்கு மிகவும் பொருத்தமாயிருந்ததைக் கண்டு மகிழ்ந்தேன். செம்மை யாக்கம் ஒரு துறையாக நம்மிடையே உருவாக வேண்டும்.

கேள்வி: சிறுகதை எழுதும்போது உங்கள் கவிமனம் எப்படியான செல்வாக்குச் செலுத்துகிறது?

பதில்: கவிதைகளின் மூலம்தான் மொழி தன்னைப் புதுப்பித்துக்கொண்டு வந்திருக்கிறது. அதுவும் நம் மரபில் அனைத்தும் செய்யுள் வடிவில்தான் சொல்லப்பட்டிருக்கின்றன. உரைநடைக்கு முன்பே கவி மனோபாவம்தான் வெளிப்பாட்டு முறையாகச செயல்பட்டிருந்திருக்கிறது. மனித வாழ்வை நன்றியுடன் துதிப்பதற்கான ஆதி கலை வடிவம் கவிதைதான். எந்த மனமும் கவித்துவத்தில் உத்வேகமடைய முடியும். அது அறிதலும் உணர்தலும் இணைந்த பேராற்றல். எல்லாத் தர்க்கங்களையும் மீறி நுட்பமான விஷயங்களை அழுத்தி உணர்த்திவிட முடிகிற கவித்துவ மனோநிலைதான் கதைகளின் நோக்கமும்கூட. மேலும், கவிதையின் படிமங்களும் குறியீடுகளும் புனைவுகளினுடைய உருவகங்களின் வீச்சை விரிவாக்கு வதில் ஒத்துழைக்கின்றன. கவிதை எழுதுவதில் தொடக்கத்தில் ஒரு சந்தம் அமையும். பின அதன் லயம் கவிதையை வழிநடத்திச் செல்லும். அதுபோலவே கதையிலும் ஒரு தொனி உருவாகி மீதிக்கதைக்குக் கூட்டிச்செல்லும்.